टीव्हीच्या पडद्यामागचं विश्व

डॉ. कविता राणे

डायमंड पब्लिकेशन्स

टीव्हीच्या पडद्यामागचं विश्व
डॉ. कविता राणे

TVchya Padadyamagacha Vishwa
Dr. Kavita Rane

पहिली आवृत्ती : जून, २०१९

ISBN 978-93-86401-67-0

मुखपृष्ठ
शाम भालेकर

अक्षरजुळणी
मानसी घाणेकर

प्रकाशक
डायमंड पब्लिकेशन्स
२६४/३ शनिवार पेठ, ३०२ अनुग्रह अपार्टमेंट
ओंकारेश्वर मंदिराजवळ, पुणे–४११ ०३०
☎ ०२०–२४४५२३८७, २४४६६६४२
info@diamondbookspune.com

ऑनलाईन पुस्तक खरेदीसाठी भेट द्या
www.diamondbookspune.com

प्रस्तावना

टीव्ही हा सध्या त्याच्या नव्वदीकडे वाटचाल करतोय. एका पिढीचा काळ हा साधारण २० वर्षांचा असतो असं मानलं, तर टीव्हीची सध्या पाचवी पिढी जगभरात वावरतेय असं म्हणायला लागेल. टीव्हीची पहिली पिढी ही विकसित देशांतील काही विशिष्ट लोकांपुरती मर्यादित होती, पण टीव्हीच्या या पाचव्या पिढीने मात्र आता अवघं जग व्यापलंय. टीव्ही नाही असा देश सापडणं आता तरी शक्य नाही. या शतकभराच्या काळात टीव्हीने अनेक बदल अनुभवले. हे बदल प्रामुख्याने दोन प्रकारचे होते, एक म्हणजे तंत्रज्ञानाच्या बाबतीत झालेले बदल आणि दुसरे म्हणजे टीव्हीच्या कार्यक्रमांच्या बाबतीत झालेले बदल. दोन्ही प्रकारचे हे बदल स्थल-काल परत्वे थोडेफार वेगवेगळे होते, मात्र आता पाचव्या पिढीत आलेले टीव्हीचे तंत्रज्ञान आणि कार्यक्रम या दोन्हींच्या बाबतीत काही साचे पक्के झाले आहेत. यामध्ये विशिष्ट जागेसाठी टीव्हीचा आकार ते विशिष्ट लोकांसाठी आणि विशिष्ट वेळेसाठी कार्यक्रमांची रचना, या सर्वांसाठीचे साचे आहेत. टीव्ही असा एकत्रितपणे विचार करताना, या सगळ्या साच्यांचा विचार करणं क्रमप्राप्त ठरतं.

टीव्ही या विषयाच्या दोन बाजू आहेत आणि त्या समोरासमोर उभ्या असतात. या दोन्ही बाजू आपापल्या नजरेने पलीकडच्या बाजूचा विचार करीत असतात. एक बाजू टीव्हीच्या पडद्याच्या अलीकडे असते, तर दुसरी बाजू टीव्हीच्या पडद्याच्या पलीकडे असते. टीव्हीच्या पडद्याच्या अलीकडील बाजू टीव्हीवरील मजकूर तयार करणारी असते, तर टीव्हीच्या पलीकडील बाजू त्या मजकुराचं ग्रहण करणारी असते. एक बाजू देणारी असते तर दुसरी बाजू स्वीकारणारी असते. टीव्हीवर काय दाखवायचं, कसं दाखवायचं, केव्हा दाखवायचं या सगळ्या प्रश्नांना नियंत्रणात ठेवणारी बाजू असते टीव्हीच्या अलीकडली; ज्यामध्ये टीव्ही वाहिन्यांचे मालक, कार्यक्रमांचे निर्माते आदींचा समावेश असतो. टीव्हीची ही अलीकडील बाजू जवळपास सगळ्या गोष्टी आपल्या हातात नियंत्रित ठेवते. टीव्हीवर दिलेला मजकूर पाहायचा की नाही, हे

टीव्हीच्या दुसऱ्या बाजूकडे म्हणजे प्रेक्षकांकडे असलेलं एकमेव नियंत्रण, मात्र हे एकमेव नियंत्रण इतकं मजबूत की, त्यानेच दोन्ही बाजूंचा समतोल राखला जावा. टीव्हीशी संबंधित असणारी प्रत्येक व्यक्ती हा समतोल राखण्यात महत्त्वाची भूमिका बजावत असते.

टीव्हीच्या या शतकभराच्या प्रवासात पडद्याच्या अलीकडील आणि पलीकडील अशा दोन्ही बाजूंमध्ये असणारा समतोल ढळणाऱ्या अनेक गोष्टी घडल्या, मग तो चित्रपटांचा टीव्हीच्या पडद्यावर झालेला उदय असो, रिमोट कंट्रोलसारखं भन्नाट नियंत्रण असो, केबलचा बोलबाला असो किंवा अगदी आत्ताच्या काळात फोफावलेलं इंटरनेट असो. या सगळ्या गोष्टींनी टीव्हीच्या जगतात प्रचंड उलथापालथ घडवून आणली. अनेकदा पडद्याच्या अलीकडल्या आणि पलीकडल्या बाजूंची ताकद प्रचंड वाढली, मात्र ढळलेला समतोल फार काळ टिकून राहील अशी परिस्थिती काही निर्माण झाली नाही.

गेल्या साधारण दशकभरापासून मात्र टीव्हीच्या एकूण अस्तित्वाबाबतच चर्चा सुरू झाल्या आहेत. येत्या काही वर्षांत टीव्ही राहील की जाईल, याबाबतच्या या चर्चा आहेत आणि त्याचं प्रमुख कारण आहे ते म्हणजे इंटरनेट. टीव्ही व्यतिरिक्तच्या पडद्यावर टीव्ही पाहता येणं, हे इंटरनेट आणि मोबाईलचा संगम साधणाऱ्या स्मार्टफोन्सने सहज शक्य केलं. आता टीव्ही पाहण्यासाठी टीव्हीचा पडदा मुळीच गरजेचा नाही. अगदी भारतासारख्या विकसनशील देशातही टीव्ही न पाहताच मोठी होणारी एक पिढी सध्या जन्माला येतेय. ही पिढी टीव्ही पाहत नाही, म्हणजे टीव्हीसाठी बनवलेला मजकूरच पाहत नाही असं म्हणता येणार नाही; कारण ही पिढी फक्त टीव्हीच्या पडद्यावर हा मजकूर न पाहता मोबाईलच्या पडद्यावर पाहतेय. इंटरनेटसाठी तयार केलेला स्वतःचा असा मजकूर खूप कमी असल्याने हे घडतं.

टीव्हीचा मजकूर इंटरनेटवर सगळ्यात जास्त लोकप्रिय होण्याचं महत्त्वपूर्ण कारण म्हणजे, टीव्हीकडे एक लेखक किंवा एक निर्माता म्हणून असलेली कायदेशीर, विश्वासदर्शक ओळख आहे, जी इंटरनेटकडे नाही. इंटरनेटवर लाखोंच्या संख्येने पाहिल्या जाणाऱ्या एखाद्या व्हिडिओचा नेमका निर्माता कोण आणि त्या निर्मितीमागची त्याची नेमकी भूमिका काय, हे प्रेक्षकाला सहसा कळत नाही. त्यामुळे मनोरंजनात्मक गोष्टींपुरता, सोयीनुसार इंटरनेटचा वापर असा साधारण पायंडा पडला आणि पडद्याच्या पलीकडच्या हातांमध्ये जास्तीत जास्त नियंत्रण जातंय, असं हळूहळू स्पष्ट व्हायला लागलं. मात्र इंटरनेटवर टीव्हीवरीलच मजकुराचा प्रभाव जसजसा वाढत गेला, तसतसा मात्र नियंत्रणाचा समतोल पुन्हा एकदा मूळ पदावर आला.

गेल्या तीन-चार वर्षांत मात्र परिस्थिती पुन्हा एकदा दोलायमान झाल्याचं वातावरण स्पष्ट होतंय. स्वतंत्रपणे इंटरनेटसाठी निर्माण केलेल्या मजकुराचं प्रमाण आणि त्याचा खप यात प्रचंड वाढ झालीय. नेटफ्लिक्स हे त्याचं उत्तम उदाहरण आहे. भारतातही ॲमेझॉन प्राईमसारख्या उत्पादनांच्या माध्यमातून हे प्रमाण वाढताना दिसू लागलंय. याशिवाय स्वतंत्र यू ट्युब वाहिन्याही प्रचंड लोकप्रिय होतायत. त्यामुळे टीव्हीच्या पडद्यावर कधीही न येणारा मजकूर आता फक्त इंटरनेटच्या माध्यमातून पाहिला जातोय. त्यामुळे टीव्हीचा साचेबद्ध मजकूर पाहणं टाळणारी पिढी सध्या आजूबाजूला वावरताना दिसतेय. त्यामुळे दोलक पुन्हा एकदा टीव्हीच्या पलीकडच्या बाजूला झुकताना दिसतोय.

मात्र ही दोलायमान परिस्थिती फार काळ टिकून राहिल असं वाटत नाही आणि याला कारण आहे, ते म्हणजे टीव्हीची सर्वसमावेशकता. एक किंवा दोन वाहिन्यांपुरता मर्यादित असलेला टीव्ही शेकडो वाहिन्यांचं जाळं सुरू झालं तरी डगमगला नाही. स्वतः चित्रपट बनवण्याच्या फंदात न पडताही टीव्हीने सगळ्या चित्रपटांना आपल्या कवेत ओढलं. रेडिओ आणि वृत्तपत्र यांनी बनवलेल्या साच्यांमध्ये फारशी प्रगती न करता, टीव्हीवरील बातम्यांचा वेगळा साचा तयार केला, इतर कोणत्याही माध्यमाला जमू नये इतक्या शिताफीने जगभरातल्या अधिकाधिक भाषांना आपल्या कवेत ओढलं. या सगळ्याच्या तुलनेत इंटरनेटने टीव्हीच्या समोर उभं केलेलं आव्हान नक्कीच मोठं आहे, मात्र तरीही टीव्हीने आपल्या परीने या आव्हानाला तोंड द्यायला सुरुवात केली आहे.

गेल्या वर्षभरात टीव्हीच्या विविध वाहिन्यांवर इंटरनेटवर प्रसिद्ध होत असणाऱ्या व्हिडोओजचे कार्यक्रम प्रसारित व्हायला सुरुवात झाली आहे. चित्रपटांना टीव्हीने जसं जवळ केलं, इंटरनेटला टीव्हीने जसा आपला मजकूर दिला, तसाच इंटरनेटसाठी तयार झालेला मजकूर आपल्या पडद्यावर आणण्याची टीव्हीची पुढची खेळी असू शकते.

या सगळ्या द्वंद्वामध्ये मजकूर हा सगळ्यात महत्वाची भूमिका बजावतो. हा मजकूर कोण बनवतो, तो कुठे पाहिला जातो आणि कोण पाहतो हे त्यासंबंधीचे महत्त्वाचे घटक. मजकुरासंबंधीचे हे सगळे घटक समजून घेतले, तरच टीव्ही आणि पर्यायाने दृकश्राव्य माध्यमाचं हे मायाजाल उलगडणं सोपं जातं. टीव्ही असो, चित्रपट असो वा इंटरनेट; दृकश्राव्य माध्यमासाठी जेव्हा मजकुराची निर्मिती केली जाते, तेव्हा ती काही ठरावीक चौकटींच्या, साच्यांच्या अधीन राहूनच केली जाते. या चौकटींची

आणि साच्यांची जाणीव असेल, तर ही माध्यमे आणि त्यांतील वेगवेगळ्या घटकांची भूमिका समजणे शक्य होतं.

टीव्हीच्या संदर्भातील काही महत्त्वपूर्ण चौकटींची चर्चा करण्याचा प्रयत्न या पुस्तकात करण्यात आलाय. Television Critical Methods and Applications या जेरेमी जी. बटलर (Jeremy G. Butler) या लेखकाने लिहिलेल्या पुस्तकावर आधारित हे पुस्तक लिहण्याचा प्रयत्न केला आहे. हे पुस्तक इंग्रजी पुस्तकाचा मराठी अनुवाद नाही; कारण बटलर यांनी लिहिलेलं पुस्तक हे पूर्णपणे अमेरिका हा देश आणि तेथील टीव्ही माध्यम यावर आधारित आहे. सदर पुस्तक मात्र भारत आणि येथील टीव्ही यांना अनुसरून लिहिलं आहे. या पुस्तकातील प्रकरणांची रचना मात्र जेरेमी बटलर यांच्या पुस्तकातील प्रकरणांच्या रचनेवर आधारित करण्यात आली आहे.

हे पुस्तक मराठीत असलं, तरी इंग्रची भाषेतील काही शब्द मात्र तसेच ठेवण्यात आले आहेत. काही तांत्रिक इंग्रजी शब्दांना अनुवादित मराठी शब्द वापरण्याऐवजी मुळ इंग्रजी शब्द ते शब्द तसेच ठेवण्यात आले आहेत, जेणेकरून त्यांच्या अपेक्षित अर्थामध्ये कोणताही बदल होऊ नये. काही इंग्रजी शब्द मराठी भाषेत इतके रुळलेत की, त्यांच्यासाठी मूळ मराठी शब्द वापरला, तर त्याचाच अर्थ शोधण्याची गरज वाटावी. टीव्ही हा टेलिव्हिजन या इंग्रजी शब्दाचं लघुरूप आणि दूरचित्रवाणी हा त्याला पर्यायी मराठी शब्द. मात्र घराघरात पोहोचला तो टीव्हीच. आता टीव्ही हे नाव इंग्रजीही वाटू नये, इतका तो सगळ्यांच्या अंगवळणी पडलाय. शिवाय अनेकदा प्रेक्षकांनाच नाही, तर टीव्हीविश्वात काम करणाऱ्यांनाही दूरचित्रवाणी आणि दूरदर्शन यांतील फरक ध्यानात येत नाही. म्हणूनच सर्वांनाच खूप जवळचा असलेला टीव्ही हाच शब्द या पुस्तकात कायम वापरण्याचं ठरवलं.

पत्रकारितेत किंवा टीव्ही या माध्यमात काम करू इच्छिणाऱ्या उमेदवारांसाठी हे पुस्तक नक्कीच उपयुक्त असेल, पण टीव्ही या माध्यमाविषयी अधिक जाणून घेण्याची इच्छा असणाऱ्या सर्वसामान्य जनांसाठीसुद्धा हे पुस्तक माहितीपूर्ण ठरेल.

– डॉ. कविता राणे

लेखक परिचय

डॉ. कविता राणे या पत्रकार असून, वृत्तपत्र आणि वृत्तवाहिनी अशा दोन्ही माध्यमांचा त्यांना दशकभराचा अनुभव आहे. मुंबई विद्यापीठातील संज्ञापन आणि पत्रकारिता विभागातून त्यांनी पत्रकारितेचे शिक्षण पूर्ण केले. त्यानंतर 'सकाळ' या मराठी वृत्तपत्रात आणि एबीपी माझा या मराठी वृत्तवाहिनीत त्यांची आठ वर्षे रिपोर्टर, वृत्तनिवेदिका, निर्माती अशा विविध पदांवर काम केले. त्यांनी केलेल्या अनेक वृत्तांकनांची दखल घेतली गेली. महाराष्ट्रातील सिंचन घोटाळ्याचा केलेला भांडाफोड, रायगडमधील एसईझेड प्रकल्पविरोधातील शेतकऱ्यांचा लढा, राज्यातील टोलवसुली संदर्भातील वास्तव, रायगड जिल्ह्यातील वाळूमाफिया आणि राजकीय नेत्यांच्या हितसंबंधांबाबतच्या बातम्या ही त्यातील काही ठळक उदाहरणे.

पत्रकारितेतील या अनुभवांनंतर कविता राणे यांनी 'भारतीय वृत्तवाहिन्यांवरील बातम्यांचा प्राधान्यक्रम' या विषयात मुंबई विद्यापीठातून पीएच.डी. पूर्ण केली. २०१५ पासून त्या विविध विद्यापीठे आणि महाविद्यालयांमध्ये अध्यापनाचे काम करतात. महाराष्ट्रासोबतच मध्यप्रदेशातील विद्यापीठातही त्यांनी अध्यापनाचे कार्य केले आहे.

मराठी किंवा मातृभाषेतून शिक्षण घेणाऱ्या विद्यार्थ्यांची इंग्रजी भाषेची अडचण हा कविता राणे यांच्या जिव्हाळ्याच्या विषय आहे. मातृभाषेतून शिक्षण घेणाऱ्या मुलांना इंग्रजी भाषा सहजतेने वापरता यावी यासाठी सध्या त्या कार्यरत आहेत. त्यांनी स्थापन केलेली 'प्रभा फाऊंडेशन' ही संस्था राजस्थानमधील दुर्गम भागातील खेड्यांमध्ये विद्यार्थ्यांना इंग्रजी भाषा शिकवण्यासाठी कार्य करते. याच विषयाशी संबंधित अभ्यास करणाऱ्या स्वीडनमधील जॉनशोपिंग विद्यापीठातील सीसीडी (CCD - Communication, Culture and Diversity) या संशोधन समूहाच्या त्या सदस्य आहेत. मराठी भाषेतून पत्रकारितेचे शिक्षण घेणाऱ्या विद्यार्थ्यांना टी.व्ही. हा विषय सुलभतेने समजावा यासाठी त्यांनी या पुस्तकाची निर्मिती केली.

अनुक्रम

प्रकरण एक

टीव्हीची रचना आणि व्यवस्था

टीव्हीचा उगम ते विविध वाहिन्यांचा मुक्तपणे प्रसार यामधला काळ हा नेटवर्क एरा (Network Era), तर त्यानंतरचा काळ हा पोस्ट नेटवर्क एरा (Network Era) म्हणून ओळखला जातो. अर्थात या दोन्ही संज्ञा अमेरिकेतली टीव्हीच्या बाबतीत केल्या गेल्या आहेत. भारताच्या बाबतीत हा कालखंड वेगळा होता. मात्र टीव्हीवरील मालकीचे एककेंद्रीकरण ते विकेंद्रीकरण असा या दोन्ही संज्ञांच्या मागचा मतितार्थ दोन्ही देशांसाठी सारखाच आहे. नेटवर्क एरा (Network Era) म्हणजे टीव्हीच्या वाहिन्यांची संख्या प्रचंड वाढण्यापूर्वी, काही विशिष्ट कंपन्यांच्या हातातच या वाहिन्यांची मालकी होती. मात्र पोस्ट नेटवर्क काळामध्ये ती मालकी विविध संस्था, उद्योजक, प्रेक्षक यांच्या हातात विभागली गेली. अमेरिकेच्या बाबतीत बोलायचे तर तीन महत्त्वाच्या कंपन्यांनी म्हणजे ABC, CBS आणि NBC अमेरिकेतील टीव्हीवर आपली पकड घट्ट ठेवली होती. साधारण १९५० ते १९८० चा तो काळ होता. भारतात हा काळ अजून दशकभर म्हणजे उदारीकरणापर्यंत लांबला. भारताच्या बाबतीत आणखी एक महत्त्वाची बाब होती, ती म्हणजे भारतातील टीव्हीवरील सत्तेचं केंद्रीकरण ते विकेंद्रीकरण हा प्रवास आणि टीव्हीवरील सरकारी मालकी ते टीव्हीक्षेत्रात खासगी गुंतवणूकदारांचा प्रवेश हा प्रवास वेगवेगळा करता येण्यासारखा नव्हता. पोस्टनेटवर्क काळात तंत्रज्ञानातील नवनवे शोध आणि त्यांचा वापर याचा वेग प्रचंड राहिला आणि त्यामुळे टीव्हीशी संबंधित प्रत्येक घटकावर त्याचा परिणाम दिसू लागला. या बदलांमध्ये टीव्हीच्या प्रेक्षकाचं टीव्हीशी असलेलं नातंही बदलायला लागलं. या सगळ्या बदलांचा आढावा या प्रकरणात घेण्याचा प्रयत्न करण्यात आलाय.

१) उदारीकरण आणि भारतातील टीव्ही जगत

पोस्ट नेटवर्कचा काळ हा विकसित देशांमध्ये साधारण १९८० च्या दशकात सुरू झाला, तर भारतात त्याची सुरुवात झाली जवळपास १९९१ नंतर, म्हणजेच

उदारीकरणाच्या सुरुवातीपासून. खासगी दूरचित्रवाहिन्यांना भारतात परवानगी देण्यात आली आणि त्यानंतरच भारतात विविध वाहिन्यांचं जाळं विस्तारित व्हायला सुरुवात झाली. विकसित देशांच्या तुलनेत भारताने पोस्ट नेटवर्क काळात जरी उशिरा पाऊल टाकले असले, तरी भारतीय दूरचित्रवाहिन्यांचा पसारा मात्र प्रचंड वेगाने वाढत गेला. २०१६ साल सरता सरता तब्बल ८०० वाहिन्यांचं जाळं देशभरात पसरलं होतं. इतक्या मोठ्या संख्येने आलेल्या या वाहिन्यांमुळे काय पाहावं आणि काय पाहू नये याबाबतीत खूप मोठं स्वातंत्र्य प्रेक्षकांना मिळालं. मात्र पोस्ट नेटवर्कचा हा काळ फक्त वाहिन्यांच्या वाढत्या संख्येपुरतीच मर्यादित नव्हता, तर नवनव्या तंत्रज्ञानाची भर हेही या काळाचं एक मोठं वैशिष्ट्य ठरलं. VOD (Video on Demand), DVR (Digital Video Recorder), DVD (Digital Versatile Disc), आणि मोबाईल ही त्याची फक्त काही उदाहरणं आहेत. वाढत्या दूरचित्रवाहिन्या आणि दिवसागणिक बदलत जाणारं तंत्रज्ञान, या सगळ्याचा एकत्रित परिणाम प्रेक्षक आणि टीव्हीच्या नात्यावर झाला नसता, तरंच नवल.

पोस्ट नेटवर्क या संकल्पनेचे निर्माते आणि पुरस्कर्ते यांच्या मते नवनवीन तंत्रज्ञानामुळे टीव्ही जगतात झालेले बदल पाच शब्दांत मांडता येतील; निवड, नियंत्रण, सोय, सानुकूलन आणि समुदाय. (5Cs- Choice, Control, Convenience, Customization, Community)

पोस्ट नेटवर्क काळात वाढलेल्या दूरचित्रवाहिन्यांमुळे प्रेक्षकांना निवडीची अधिकाधिक संधी मिळत गेली. भारताच्या संदर्भात विचार करायचा तर दूरदर्शन, जे जितकं आणि जेव्हा देईल, ते, तितकंच आणि तेव्हाच घ्यायची सवय असलेल्या प्रेक्षकांना आता कोणत्याही एका वाहिनीवर अवलंबून राहायची गरजच राहिली नाही. चोवीस तास चालणाऱ्या वाहिन्या प्रेक्षकांना सतत काही ना काही पुरवू लागल्या. त्यामुळे कोणत्या वेळी काय पाहायचं याचा निर्णय रिमोटचं नियंत्रण हातात असलेला प्रेक्षक ठरवू लागला.

VOD, DVR, DVD यांच्या उदयामुळे ही परिस्थिती आणखी बदलली. टीव्हीवरील कार्यक्रम पाहण्यासाठी आता टीव्हीच्या वेळा पाळण्याची गरज उरली नाही. टीव्हीवर नियंत्रण राखणाऱ्या वेळापत्रकावर प्रेक्षकांचं नियंत्रण आलं. हवा तो कार्यक्रम ध्वनिमुद्रित करून, हव्या त्या वेळेला पाहण्याची सोय या तंत्रज्ञानाने निर्माण करून दिली. त्यामुळे टीव्हीचा अखंडित वाहणारा प्रवाह कुठेही थांबवण्याची संधी प्रेक्षकाच्या हाती आली.

मोबाईल, आय पॅड, संगणक यांच्या आगमनाने काय पाहायचं आणि केव्हा

पाहायचं याच्यापलीकडे कशाच्या सहाय्याने पाहायचं याचा निर्णयही प्रेक्षकांच्या हातात दिला. टीव्हीवरील कार्यक्रम पाहण्यासाठी टीव्हीच्या पडद्याचीही गरज शिल्लक राहिली नाही. मोबाईल फोन आणि आयपॅडसारख्या साधनांच्या साहाय्याने टीव्ही प्रेक्षकांच्या सोयीनुसार केव्हाही आणि कुठेही आणि तेही टीव्हीव्यतिरिक्तच्या पडद्यावर पाहण्याची सोय उपलब्ध झाली.

आपल्याला जे हवं तेवढंच आणि जेव्हा हवं तेव्हा पाहण्याची सोय या तंत्रज्ञानाने निर्माण करून दिली. इंटरनेटची जोड मिळालेल्या या तंत्रज्ञानाने जगभरातील टीव्ही प्रेक्षकाच्या हातात सुपूर्द केला. त्यामुळे जगभरातील टीव्हीचा प्रेक्षक इंटरनेटने एकाच व्यासपीठावर आणून ठेवला.

मोबाईल, आय पॅड, संगणक यांमुळे ग्राहकाला आपल्याला हवं ते ध्वनिमुद्रित करून जगभरात पोहोचवण्याची सोयही निर्माण केली. त्यामुळे आपल्या आवडीनिवडीनुसारच नाही, तर आपल्या जीवनाच्या विविध पैलूंशी किंवा आपल्या विचारधारणेशी जोडले गेलेले विषय आपल्या सोयीनुसार पाहण्याची संधीही या तंत्रज्ञानाने उपलब्ध करून दिली. भारतासारख्या बहुभाषिक आणि बहुसांस्कृतिक देशात तर आपल्या भाषेशी, संस्कृतीशी, परंपरेशी जोडणारे विषय आपल्या सोयीनुसार पाहण्याची संधी देणारे तंत्रज्ञान म्हणूनच वेगाने पसरत गेले.

भारतीय कुटुंबव्यवस्थेत टीव्हीची जागा माजघरात असते आणि टीव्ही ही सगळ्यांनी एकत्रित बसून पाहण्याची पद्धत अजूनही पाहायला मिळते. त्यामुळे संपूर्ण कुटंब एकाच विषयाचे किंवा कार्यक्रमाचे ग्रहण करायचे. आता बदललेल्या तंत्रज्ञानामुळे मात्र कुटुंबातील प्रत्येक सदस्य आपल्या सोयीनुसार, आवडीनिवडीनुसार टीव्ही पाहू शकतो. त्यामुळे टीव्ही पाहणं ही एकत्रितपणे केली जाणारी कृती आता व्यक्तिगत कृती बनू लागली आहे.

२) प्रेक्षक ते निर्माता

टीव्हीचा प्रेक्षक हा फक्त टीव्हीने मांडलेले विषय पाहण्यापुरताच नाही, तर टीव्हीप्रमाणे विविध विषय हाताळून नवनवीन कार्यक्रमांची मांडणी करणारा निर्माता होऊ शकतो, ही आता भविष्यातील शक्यता नाही तर वास्तव झालंय.

भारतीय टीव्हीचा प्रवास हा पाश्चात्य, विकसित देशांच्या तुलनेत उशिरा जरी सुरू झाला असला, तरी त्याचा वेग मात्र प्रचंड होता. प्रामुख्याने उदारीकरणाच्या प्रक्रियेनंतरचा प्रवास सर्वांत जास्त वेगवान होता. हा वेग फक्त टीव्हीवरील वाहिन्यांच्या संख्येबाबतीतच मर्यादित नव्हता, तर त्याच्या सोबत दळणवळणासंदर्भातलं तंत्रज्ञानही प्रचंड वेगाने बदलत गेलं. इंटरनेटची सुविधा असलेले मोबाईल फोन हे त्याचं सध्याचं

शिखर ठरलंय. मोबाईल फोनचा पडदा हा आता टीव्हीच्या पडद्याला पर्याय बनलाय. पण त्याहीपुढे जाऊन मोबाईल फोनचा कॅमेरा हा टीव्हीवरील ध्वनीचित्रमुद्रित मजकुरालाही पर्याय बनू लागला. आपल्याला हवं ते ध्वनिमुद्रित करायचं, संकलित करायचं आणि यू-ट्यूब, फेसबुक, किंवा विविध संकेतस्थळांच्या माध्यमातून जगभरात पोहोचवण्याची सहजसंधी मोबाईलने उपलब्ध करून दिली. त्यामुळे एखादा विषय ध्वनी-चित्र माध्यमात मांडणं ही फक्त टीव्हीचीच मक्तेदारी राहिलेली नाही.

भारतीय टीव्हीच्या बाबतीत हा प्रेक्षकाचा निर्माता होणं हे प्रामुख्याने तीन गोष्टींसाठी महत्त्वपूर्ण आहे. भाषा, चालीरीती, धर्म, संस्कृती, भौगोलिक स्थिती अशा सगळ्याच बाबतींमध्ये भारत हा प्रचंड वैविध्यपूर्ण देश आहे. याउलट भारतीय टीव्हीजगतावर मात्र काही विशिष्ट भाषांचाच प्रभाव आहे. प्रादेशिक टीव्ही वाहिन्या गेल्या काही वर्षांत जरी वाढल्या असल्या, तरी असंख्य बोलीभाषांना आणि त्यांच्यासोबत येणाऱ्या असंख्य जीवनशैलींना आपल्या कवेत घेण्याची ताकद या प्रादेशिक टीव्ही वाहिन्यांमध्येही नाही. यास्तव आपली भाषा, आपली संस्कृती, आपल्या चालीरीतींशी संबध असणारा, आपल्या समाजाशी नातं सांगणारा आशय टीव्ही देत नसेल; तर तो इतर माध्यमांतून मिळतो का याची प्रत्येक प्रेक्षकाला उत्सुकता आहे. स्वतः निर्माता बनून मोबाईल आणि इतर उपलब्ध तंत्रज्ञानाच्या सहाय्याने ही उत्सुकता शमवण्याचा प्रयत्न अनेक प्रेक्षक करतात दिसतात आणि त्यामुळेच अशा प्रकारच्या निर्मितीला जास्त वाव मिळतोय.

तरुणांचा श्रीमंत देश ही गेल्या काही वर्षांत जागतिक पातळीवर भारताला मिळालेली नवी ओळख आहे. भारतातल्या या तरुणांच्या हातात मोबाईल फोन आहे, मात्र रोजगाराच्या किंवा उदरनिर्वाहाच्या फारशा संधी उपलब्ध नाहीत. या सगळ्या तरुणांना आपल्या जीवनाचे मार्ग सुकर करण्यासाठी विविध संधींची गरज आहे. या सगळ्यासाठी महत्त्वाची आहे ती माहिती. शिक्षण कोणतं आणि कुठे घ्यावं, कोणत्या क्षेत्रात पाऊल टाकावं, कोणत्या क्षेत्रात पैसे गुंतवावे असे असंख्य प्रश्न सोडवण्यासाठी तरुणांना सहज, सोप्या भाषेत आणि अत्यंत कमी खर्चात दर्जेदार माहिती हवी आहे. टीव्ही हा सहज, सोप्या भाषेत आणि अत्यंत कमी खर्चात माहिती देणारं माध्यम तर आहे, मात्र टीव्हीने प्राधान्य दिलंय ते फक्त आणि फक्त मनोरंजनाला, अगदी वृत्तवाहिन्याही त्याला अपवाद नाहीत. त्यामुळे टीव्हीव्यतिरिक्त अन्य माध्यमांतून माहिती मिळवण्याची मोठी निकड तरुणवर्गाला जाणवतेय. त्यामुळेच फक्त टीव्हीचा प्रेक्षक बनण्यापेक्षा टीव्हीला पर्याय बनू शकणाऱ्या तंत्रज्ञानाच्या साहाय्याने निर्माता बनणं, ही आता गरजही बनलेय.

टीव्हीच्या प्रेक्षकाच्या दृष्टीने आणखी एक महत्त्वाची गोष्ट म्हणजे भारतातील टीव्ही न पाहणाऱ्या जनांची संख्या. भारतातील जवळपास तीस टक्के लोकांकडे आजही टीव्ही नाही. मात्र यांतील अनेकांकडे आणि प्रामुख्याने घरातील पुरुष सदस्यांकडे मोबाईल मात्र उपलब्ध आहे. त्यामुळे टीव्ही न पाहता थेट मोबाईलच्या संपर्कात आलेली एक नवी पिढी भारतात उदयाला येतेय. या पिढीला टीव्हीवरील मजकुरापेक्षा आपल्या आवडीनिवडीनुसार मोबाईलवर मिळणारा मजकूर हाच सवयीचा होतोय. त्यामुळे अशा प्रेक्षकांना नजरेसमोर धरून टीव्हीव्यतिरिक्त मजकूर तयार करणं ही गरजही प्रेक्षक ते निर्माता या प्रक्रियेसाठी पोषक बनतेय. भारतीय जीवनशैली आणि एकूण व्यवस्था यांच्याशी जोडले गेलेले हे महत्त्वपूर्ण मुद्दे टीव्हीचा प्रेक्षक ते निर्माता हा प्रवास जलद पूर्ण करण्यासाठी उपयुक्त ठरतायत.

३) बदलत्या भूमिकेतील प्रेक्षक

पोस्ट नेटवर्कच्या काळात टीव्हीवर असणारं प्रेक्षकांचं नियंत्रण प्रचंड वेगाने वाढत गेलं. हे नियंत्रण प्रामुख्याने स्थल-कालपरत्वे होतं, म्हणजेच टीव्ही पाहण्याची जागा आणि टीव्ही पाहण्याच्या वेळा या दोन मुद्द्यांभोवती हे नियंत्रण केंद्रित होतं. मात्र जसजसा तंत्रज्ञानाचा प्रसार होत गेला, तसतसं टीव्हीसोबत असणारं प्रेक्षकाचं नातं हे टीव्हीवरील मजकूर आणि टीव्हीवरील त्यांचं नियंत्रण याच्याही पलीकडे जाऊ लागलं. नव्या तंत्रज्ञानाने टीव्हीप्रमाणेच मजकूर ध्वनिचित्रमुद्रित करून सगळ्यांसमोर मांडण्याची नवी संधी प्रेक्षकांना उपलब्ध करून दिली.

फेसबुक, ट्विटर, यू-ट्यूब, व्हॉट्सॲप ही आपले आशय-विषय ध्वनिचित्रमुद्रित करून इतरांपर्यंत पोहोचवण्याची नवी माध्यमं तयार झाली. या माध्यमांचा उदय होत होता, तेव्हा ही माध्यमं प्रामुख्याने टीव्हीने तयार केलेले कार्यक्रम इंटरनेटच्या साह्याने प्रेक्षकांपर्यंत पोहोचवण्याचे काम करत होती. म्हणजेच या माध्यमांच्या साह्याने प्रेक्षकाला टीव्ही हा टीव्ही व्यतिरिक्तच्या पडद्यावर पाहण्याची सोय उपलब्ध करून दिली. टीव्हीवरील कार्यक्रम बस, ट्रेन किंवा विमानातून प्रवास करताना पाहणे ही अगदी सहजसाध्य गोष्ट बनलीय. भारतात इंटरनेट हे प्रामुख्याने मोबाईल या तंत्रज्ञानासोबत वापरलं जात. संगणक आणि इंटरनेट हे समीकरण प्रामुख्याने शहरी आणि कार्यालयीन कामकाजापुरतं वापरलं जातं. मात्र जसजसा इंटरनेटचा प्रसार वाढत जाईल, तसतसा नवा प्रेक्षकवर्ग इंटरनेटच्या प्रभावाखाली येत जाईल.

मात्र सध्या वेबसिरीजचं नवं जग सुरू झालंय. वेबसिरीज म्हणजे फक्त इंटरनेटवर प्रदर्शित आणि प्रसारित होणारे कार्यक्रम. वेबसिरीज या फक्त इंटरनेटद्वारे प्रेक्षकांपर्यंत पोहोचवण्यासाठीच तयार केल्या जातायत. म्हणजेच टीव्हीचा पडदा ते इतर साधनांचे

पडदे असा एकमार्गी प्रवास आता थांबलाय. या वेबसिरीजचा सगळ्यात महत्त्वाचा गुणधर्म म्हणजे या वेबसिरीज एका विशिष्ट वर्गाला डोळ्यांसमोर ठेवून तयार केल्या जातात. या प्रेक्षकवर्गामध्ये प्रामुख्याने तरुण वर्गाचा समावेश आहे. त्यामुळे माध्यमं जरी वेगवेगळी असली, तरी मजकूर मात्र टीव्हीवरंच पाहायचे ही अटही आता राहिलेली नाही. त्यामुळे टीव्हीचा प्रेक्षकवर्ग हा आता हळूहळू इंटरनेटकडे वळू लागलाय.

इंटरनेटच्या साह्याने फक्त विशिष्ट पद्धतीने निर्मित केलेले मजकूरच प्रेक्षकांपर्यंत पोहोचवले जातायत असे नाही, तर आपल्याला जे योग्य वाटतं आणि आवडतं ते आपल्याला हवं तसं ध्वनिचित्रमुद्रित करून इतरांपर्यंत पोहोचवण्याचीही सोय आहे. त्यामुळे कोणत्याही गोष्टीचा आपल्याला हवा तो पैलू आपल्याला हवा तसा मांडण्यात टीव्ही अपयशी ठरतोय असं वाटलं, तर ते आपल्या पद्धतीने इतरांपर्यंत पोहोचवण्याची नवी सोय निर्माण झाली. हा बदल प्रामुख्याने बातम्यांच्या बाबतीत घडतोय. महाराष्ट्राच्या बाबतीत याचं उदाहरण द्यायचं झालं, तर २०१८ च्या पहिल्या दोन दिवसांत भीमा-कोरेगाव या भागात उसळलेला हिंसाचार. महाराष्ट्रातील कोणत्याही टीव्ही वाहिनीने जातीय उद्रेक होऊ नये, म्हणून भीमा-कोरेगाव प्रकरणाबद्दल कोणतीही माहिती प्रेक्षकांना दिली नाही. मात्र घटनास्थळी उपस्थित असलेल्या अनेकांनी सदर घटनेचे ध्वनिचित्रमुद्रण केले आणि इंटरनेटच्या साह्याने त्याचा प्रसारही केला. त्यामुळे काही तासांच्या आतच हे सगळं प्रकरण महाराष्ट्राच्या कानाकोपऱ्यात पोहोचलं. या घटनेची व्याप्ती जसजशी वाढायला लागली, तशी टीव्ही वाहिन्यांना त्याचं प्रसारण करणं भागंच पडलं. याचा अर्थ ध्वनिचित्रमुद्रित स्वरूपात माहिती मिळवण्यासाठी आणि आपल्याकडील माहिती इतरांपर्यंत पोहोचवण्यासाठी प्रेक्षकांना आता टीव्हीची गरजच राहिली नाही. मात्र इंटरनेटचा टीव्हीवर होणारा आणखी एक परिणाम याच घटनेने अधोरेखित होतो. एखादी गोष्ट इंटरनेटच्या साह्याने वेगाने लोकांपर्यंत पोहोचत असेल आणि त्याचे विविध परिणाम होत असतील, तर टीव्हीला त्याची दखल घ्यावीच लागते; कारण टीव्हीकडे निर्माता म्हणून असलेली जबाबदारी आहे. इंटरनेटच्या द्वारे प्रसारित होणारी माहिती ही एका व्यक्तीच्या मताने प्रेरित झालेली असते आणि त्यात त्या संबंधित व्यक्तीचा कोणताही वैयक्तिक हेतू असू शकतो. शिवाय ती व्यक्ती नेमकी कोण हे शोधणंही अनेकदा शक्य नसते, मात्र टीव्हीने दिलेली माहिती ही संबंधित वाहिनीने आपल्या अधिकारात आणि जबाबदारीने दिलेली असते. शिवाय ती माहिती खोटी असेल तर टीव्हीला एक संस्था म्हणून कायदेशीररीत्या जबाबदार धरले जाऊ

शकते. याचाच अर्थ इंटरनेटने प्रेक्षकांच्या द्वारे माहिती प्रसारित होण्याच्या काळात, टीव्हीवरील प्रेक्षक-वर्ग टिकवण्याव्यतिरिक्त इतरही दबाव वाढताना दिसतायत.

४) टीव्ही - एक अखंड प्रवास

खंडात्मक स्वरूप हा टीव्हीचा एक अत्यंत महत्त्वाचा गुणधर्म आहे, किंबहुना २४ तास चालणाऱ्या टीव्ही या व्यवस्थेचा तो पायाच आहे, असं म्हणायला हरकत नाही. टीव्हीवरील मजकुराच्या मांडणीमध्ये टीव्हीचं खंडात्मक स्वरूप महत्त्वाची भूमिका बजावतं. टीव्हीवरील आशयविषय आणि टीव्हीच्या अर्थकारणाचा मुख्य आधारस्रोत असलेल्या जाहिराती यांना जोडण्यासाठी टीव्हीचं हे खंडात्मक स्वरूप महत्त्वाची भूमिका बजावतं.

टीव्हीचं हे खंडात्मक स्वरूप टीव्हीवर दाखवले जाणारे चित्रपट आणि मनोरंजनाचे इतर दैनिक कार्यक्रम यांच्या तुलनेत टीव्हीवरील बातम्यांच्या बाबतीत अधिक अनुभवायला मिळतं. टीव्हीवरील बातम्यांची रचना करताना प्रामुख्याने एक तासाचा किंवा अर्धा तासाचा एक खंड केला जातो, या खंडाला एक विशिष्ट नाव दिले जाते आणि त्यानंतर या खंडाचे उपखंड केले जातात. 'एबीपी माझा' या वृत्तवाहिनीचं उदाहरण घेऊ या. संध्याकाळी सहा ते दहा हा कोणत्याही वाहिनीसाठी अत्यंत महत्त्वाचा वेळ मानला जातो, ज्याला प्राईम टाईम म्हणूनही संबोधलं जातं. या काळात सर्वाधिक संख्येने प्रेक्षक टीव्हीसमोर असतात, म्हणून हा काळ महत्त्वाचा मानला जातो. हे संपूर्ण चार तास अर्धा तास किंवा एक तास अशा खंडांमध्ये विभागलेले असतात. आता 'एबीपी माझा' (२०१४)चा प्राईम टाईम कसा विभागला गेलाय याचं उदाहरण पाहू.

संध्याकाळी सहा वाजता - महाराष्ट्र देशा
संध्याकाळी साडेसहा वाजता - खेळ माझा
संध्याकाळी सात वाजता- महाराष्ट्र देशा
संध्याकाळी साडेसात वाजता - मुंबई ईस्ट वेस्ट
रात्री आठ वाजता - पुणे दिनांक नाशिक दिनांक
रात्री साडेआठ वाजता - ढँटढॅण
रात्री नऊ वाजता - बातम्या सुपरफास्ट
रात्री सव्वानऊ वाजता - माझा विशेष
रात्री दहा वाजता - दहाच्या बातम्या.

बातम्यांचे हे खंड बदलले जाऊ शकतात, मात्र असे बदल फार क्वचित आणि अत्यंत विचारपूर्वक केले जातात. संध्याकाळी सहाला सुरू होणारं 'महाराष्ट्र देशा' हे बातमीपत्र आणखी उपखंडांमध्ये विभागलेलं असतं.

महाराष्ट्र देशा
पहिला खंड
वृत्तनिवेदकाची आणि बातमीपत्राची ओळख
दिवसभरातील ठळक बातम्या
महत्त्वाच्या बातम्या एकामागोमाग एक (दोन ते चार बातम्यांनंतर पहिला खंड संपतो)
जाहिराती
दुसरा खंड
बातम्या (तीन ते चार बातम्या आणि दुसरा खंड संपतो)
जाहिराती
तिसरा खंड
बातम्या (तीन ते चार बातम्या आणि तिसरा खंड संपतो)
जाहिराती.

या नंतर साडेसहा वाजता नवा कार्यक्रम सुरू होतो. म्हणजे एक खंड नंतर जाहिराती, नंतर दुसरा खंड नंतर जाहिराती असा टीव्हीचा क्रम अखंड सुरू असतो. टीव्हीवरील सर्व मजकूर याच स्वरूपाच्या मांडणीमध्ये बांधला गेलेला असतो. साडेसहाच्या 'खेळ माझा' या कार्यक्रमात थोडा बदल होतो आणि प्रत्येक खंडात फक्त खेळ या विषयाशी निगडित बातम्या दाखवल्या जातात. म्हणजेच प्रत्येक खंडात दाखवल्या जाणाऱ्या मजकुराचं स्वरूप जरी बदललं, तरी बातम्यांसाठीच मूळ खंडात्मक स्वरूप तेच राहतं.

टीव्हीवरील दैनंदिन मनोरंजनात्मक कार्यक्रमांच्या बाबतीही हे खंडात्मक स्वरूप फारसं बदलत नाही. टीव्हीवरील बातम्या आणि मनोरंजनात्मक कार्यक्रमांच्या बाबतीत एक महत्त्वाचा फरक आहे, तो म्हणजे एका बातमीपत्रातील बातम्या रोज नवनवीन असतात, आदल्या दिवशी दाखवलेल्या बातमीचा दुसऱ्या दिवशीच्या बातमीपत्रात कुठेही मागमूस नसणं सहज शक्य असतं, तर मनोरंजनात्मक कार्यक्रम मागच्या दिवसापासून पुढे सुरू होतात. काल घडलेल्या कहाणीचा पुढचा टप्पा आज सुरू होतो.

मनोरंजनात्मक कार्यक्रम आणि टीव्हीवरील बातम्या यांच्याबाबतीत आणखी

एक महत्वाचा फरक आहे. कोणतीही मनोरंजनात्मक वाहिनी ही २४ तास सुरू राहत असली, तरी तिच्यावर प्रत्येकी अर्ध्या तासाचे किंवा एक तासाचे असे ४८ किंवा २४ कार्यक्रम दाखवले जात नाहीत. प्रत्येक वाहिनीवर रोजचे नवीन असे फक्त आठ ते दहाच कार्यक्रम दाखवले जातात. उर्वरित वेळात हेच कार्यक्रम पुन:प्रक्षेपित केले जातात. हे सर्व नवे कार्यक्रम प्रामुख्याने संध्याकाळी सहा ते दहा याच वेळात प्रक्षेपित केले जातात. मात्र वृत्तवाहिन्यांच्या बाबतीत असा कोणताही नियम लागू होत नाही. नवी माहिती जशी आणि जेव्हा येईल, तशी सुरू असलेल्या बातमीपत्रात समाविष्ट केली जाते. दिवसभरात एक बातमीपत्र पुन:प्रक्षेपित केलं जात नाही. मात्र बातमीव्यतिरिक्तचे कार्यक्रम पुन:प्रक्षेपित केले जातात. त्यामुळे दर अर्ध्या तासानंतर नवीन कार्यक्रम आणि कार्यक्रम खंड–जाहिरात खंड–कार्यक्रम खंड असा क्रम अखंडपणे चालू राहतो.

टीव्हीवर दाखवल्या जाणाऱ्या चित्रपटांच्या बाबतीतही हा नियम थोड्याफार फरकाने असाच लागू होतो. खरंतर बातम्या किंवा मनोरंजनात्मक कार्यक्रम यांच्याप्रमाणे चित्रपटाचा कालावधी काही मिनिटांचा नसतो किंवा चित्रपटाची कथाही मनोरंजनात्मक कार्यक्रमांप्रमाणे रोज वेगवेगळ्या तुकड्यांत सांगता येत नाही. चित्रपटाची कथा ही दोन ते तीन तासांत संपते. मात्र चित्रपट टीव्हीवर दाखवायचा असेल, तर टीव्हीच्या खंडात्मक स्वरूपात बसवण्यासाठी त्याचे विशिष्ट कालमर्यादेचे तुकडे केले जातात. प्रत्येक तुकडा संपला की जाहिरातखंड सुरू होतो आणि त्यानंतर चित्रपटाचा पुढील तुकडा पुन्हा सुरू होतो. एखादं दृश्य किंवा गाणं संपल्यानंतर जाहिरातखंड सुरू केला जातो. या जाहिरातखंडांमुळे चित्रपटाची एकूण कालमर्यादा वाढते. त्यामुळे अनेकदा टीव्हीवर दाखवताना चित्रपटातील काही दृश्यं किंवा गाणी कापून बाजूला केली जातात. काही वाहिन्या चित्रपटाचे सुरुवातीचे कालखंड मोठे ठेवतात, जेणेकरून जाहिरातखंडामुळे प्रेक्षक दुसऱ्या वाहिनीवर जाऊ नये. एकदा का प्रेक्षक चित्रपटाला खिळला, की त्यानंतर चित्रपटाचे कालखंड लहान होतात आणि जाहिरातखंड मोठे होत जातात.

मनोरंजनात्मक कार्यक्रम किंवा बातम्यांच्या बाबतीत असं करता येत नसल्याने, पुढील भागात काय असं दाखवून टीव्ही वाहिन्या प्रेक्षकवर्गाला खिळवून ठेवण्याचा प्रयत्न करतात.

टीव्हीवरील कार्यक्रमांसाठी लागणारा मुख्य आर्थिक स्रोत हा जाहिराती असतो. मात्र प्रेक्षकाला कार्यक्रम पाहण्यात रस असतो, त्यामुळे कार्यक्रमांची गुणवत्ता आणि उत्सुकता वाढवणे जेणेकरून प्रेक्षक जाहिरातखंड न टाळता वाहिनीवर टिकून राहील, यासाठी टीव्ही निर्मात्यांची धडपड सुरू असते.

प्रकरण दोन

टीव्हीवरील कथात्मक रचना

टीव्हीवर दाखवले जाणारे विविध कार्यक्रम हे टीव्हीचं खंडात्मक स्वरूप आणि अर्थकारण यांच्या गरजांमध्ये बसवावे लागतात. या दोन्ही घटकांचा परिणाम म्हणून टीव्हीवरील प्रत्येक कार्यक्रम प्रकाराचे काही विशिष्ट साचे तयार झालेत. त्यामुळे टीव्हीवरील मजकूर बदलत जातो, मात्र हे साचे कायम राहतात. टीव्हीवरील चित्रपट पाहण्याचा अनुभव हा थिएटरमधील चित्रपट पाहण्याच्या अनुभवापेक्षा वेगळा असतो. टीव्हीवरील बातमी ही वृत्तपत्रातील बातमीपेक्षा वेगळी असते, मात्र टीव्हीवरील दोन वाहिन्यांवरील बातम्या सारख्याच भासतात. टीव्हीवरील मालिका या वर्षानुवर्षे एकाच कथानकाला पुढे नेत असतात. त्या रटाळ वाटल्याची तक्रार केली गेली, तरी त्या पाहणं थांबत मात्र नाही. टीव्हीवरील साचेबद्ध मजकुराबद्दल अशा एक ना हजार तक्रारी आल्या, तरी तो मजकूर पाहण्याचं थांबवलं, असं मात्र होत नाही. टीव्हीच्या बाबतीत हे असं का होतं आणि या सगळ्या प्रश्नांची उत्तरं नेमकी काय आहेत, हे जाणून घ्यायचं असेल तर टीव्हीवरील कार्यक्रम नेमके कसे तयार केले जातात, ते तयार करताना कोणते घटक महत्त्वाचे ठरतात आणि प्रत्येक कार्यक्रमामागचं निर्मात्याचं उद्दिष्ट काय असतं, हेही समजून घेणं आवश्यक ठरतं. त्यासाठीच टीव्हीवरील काही महत्त्वाच्या कार्यक्रमप्रकारांच्या निर्मितीप्रक्रियेबद्दलची चर्चा या प्रकरणात करण्यात आली आहे.

५) टीव्हीच्या पडद्यावर चित्रपटाचा उगम

टीव्हीचा उदय आणि प्रसार होण्याआधी पाश्चिमात्य देशांमध्ये थिएटरमध्ये दाखवले जाणारे चित्रपट हा मनोरंजनाचा मुख्य स्रोत होता. अमेरिकेसारख्या देशामध्ये ही परिस्थिती साधारण १९६० पर्यंत टिकून राहिली आणि त्यानंतर मात्र टीव्ही अमेरिकेतील घराघरांत दाखल होऊ लागला. टीव्हीचा घरात प्रवेश झाला आणि त्यानंतर मात्र चित्रपट या मनोरंजनाच्या माध्यमाला पर्याय उपलब्ध झाला.

चित्रपट-निर्माते आणि टीव्ही-निर्माते यांच्यामधील सुरुवातीचं नातं हे सलोख्याचं कधीच नव्हतं. टीव्हीमुळे चित्रपट-निर्मात्यांचं प्रेक्षकवर्गावरील नियंत्रण सुटू लागलं होतं, त्यामुळे टीव्ही-निर्मात्यांकडे चित्रपट निर्माते आदराने किंवा आपुलकीने पाहतच नव्हते. दुसऱ्या बाजूला चित्रपट निर्मिती कंपन्यांशी व्यवहार करण्यात टीव्ही जगतही फारसं उत्सुक नव्हतं. टीव्ही निर्मात्यांना चित्रपट निर्मात्यांच्या अटी-शर्तींवर अवलंबून राहण्यापेक्षा स्वतःच मजकूर तयार करणं जास्त पसंत होतं. टीव्ही आणि चित्रपट जगतातलं हे अघोषित द्वंद्व काही फार काळ टिकू शकलं नाही; कारण आपल्याला एकमेकांची गरज आहे हे दोघांनाही लवकरच लक्षात आलं. कथात्मक कार्यक्रमांची २४ तास चालणाऱ्या टीव्हीला नितांत गरज होती, तर एकदा थिएटरमधून बाहेर पडलेले शेकडो चित्रपट हे चित्रपट निर्मिती कंपन्यांकडे ढिगाऱ्यात पडून होते. यातील सुवर्णमध्य साधत काही लहान चित्रपट निर्मात्या कंपन्यांनी आपल्याकडील काही जुन्या चित्रपटांचे हक्क टीव्ही वाहिन्यांना विकायला सुरुवात केली. हळूहळू अनेक मोठ्या चित्रपट कंपन्यांनीही आपल्याकडील जुने चित्रपट टीव्ही वाहिन्यांना विकायला सुरुवात केली. त्यानंतर मात्र चित्रपटांचा टीव्हीकडे होणारा प्रवास सुकरच नाही, तर जलदही होत गेला. लवकरच नवीन चित्रपटही टीव्हीवर प्रसारित व्हायला लागले.

टीव्ही आणि चित्रपट जगतातील सुरुवातीचं द्वंद्व फक्त संपलंच नाही, तर हळूहळू चित्रपट निर्मात्या आणि टीव्हीवरील कार्यक्रम निर्मिती करणाऱ्या कंपन्या एकाच छताखाली यायला लागल्या. म्हणजेच टीव्ही आणि चित्रपट अशा दोघांसाठीही निर्मिती करू शकणाऱ्या अनेक कंपन्या उदयाला आल्या आणि या दोन महत्त्वाच्या माध्यमांमधील आर्थिक विभाजनाच्या रेषाही अस्पष्ट व्हायला लागल्या.

या सगळ्या घडामोडींनतर आणखी एक महत्त्वाचा बदल टीव्ही आणि चित्रपट जगतात घडला आणि तो म्हणजे वेगाने विकसित होत जाणारी तंत्रज्ञानं. १९७० च्या दशकात आलेली व्हिडिओ कॅसेट, १९९० च्या दशकात आलेली डीव्हीडी (DVD) आणि त्यानंतर २००० च्या दशकात आलेले ब्लु रे डिस्क (Blu Ray Disk) यांमुळे चित्रपट प्रसारित करण्यासाठी थिएटर आणि टीव्हीव्यतिरिक्तचं एक आणखी नवंच जग तयार झालं. 'व्हिडिओ ऑन डिमांड' (VOD-Video on Demand) ह्या टीव्हीने उपलब्ध करून दिलेल्या आणखी एका तंत्रज्ञानाने तर टीव्हीचं माध्यम आणि प्रेक्षकाचं नियंत्रण असं दोन्ही एकत्र करून चित्रपट प्रसारणासाठी एक नवा आणि सोयीचा पर्याय उपलब्ध करून दिला. या सगळ्या तंत्रज्ञानामुळे चित्रपट थिएटरमध्ये कमी आणि अन्य माध्यमांच्या साहाय्यानेच अधिक पाहिले जाऊ लागले.

यानंतर तिसरा टप्पा आला तो म्हणजे इंटरनेटचा. 3G, 4G आणि WiFi

तंत्रज्ञानामुळे आता चित्रपट इंटरनेटच्या माध्यमातून पाहणंही सोपं झालं. थिएटरच्या अर्थकारणात न बसणारे काही चित्रपट तर थेट इंटरनेटवर प्रदर्शित करण्याची सोयही आता उपलब्ध आहे. स्मार्ट टीव्हीच्या जगात तर इंटरनेट टीव्हीला जोडलं गेल्याने इंटरनेटवर प्रसारित होणारे कोणतेही चित्रपट टीव्हीच्या माध्यमातूनही पाहता येणं सहज शक्य झालंय. 'नेटफ्लिक्स', 'अमेझॉन प्राईम' आणि इंटरनेटच्या साह्याने उपलब्ध झालेल्या अशा अन्य ॲपलिकेशन्समुळे तर आता चित्रपट आणि टीव्ही कार्यक्रम हे सगळे एकाच ॲपमध्ये उपलब्ध करून दिलेत. शिवाय टीव्ही किंवा थिएटरमध्ये प्रदर्शित करण्याऐवजी आपले कार्यक्रम थेट या ॲप्लिकेशन्सच्या माध्यमातून प्रदर्शित करण्याची सोयही आता निर्मात्यांना उपलब्ध आहे.

सुरुवातीला प्रेक्षकांचा अधिकाधिक मोकळा वेळ आपल्या वाट्याला यावा म्हणून झगडणारं टीव्ही आणि चित्रपट जगत आता तंत्रज्ञानाच्या वाढत्या जंजाळात आपल्यातच स्पर्धा करायला लागलंय. मात्र या सगळ्या प्रवासात एक गोष्ट मात्र अजूनही नक्की बदलेली नाही. चित्रपट प्रसारणाचे असंख्य मार्ग जरी उपलब्ध झाले असले, तरी थिएटर हीच चित्रपटाच्या यशाची पहिली पायरी आहे; कारण चित्रपट जर थिएटरमध्ये प्रेक्षकांच्या पसंतीस उतरला, तरच इतर माध्यमांमध्ये तो पाहिला जातो. त्यामुळे टीव्ही आणि इतर तंत्रज्ञानामुळे चित्रपटाच्या प्रसारण आणि आर्थिक गणितांची चिरफाड झाली असली, तरी त्यांच्यातील मूळ नातं मात्र अजूनही अबाधित आहे.

६) चित्रपट : शास्त्रीय कथात्मक मांडणी

सुरुवातीच्या काळात तयार झालेले चित्रपट हे सध्याच्या चित्रपटांप्रमाणे सुयोग्य रीतीने तयार केलेले चित्रपट नव्हते, तर एखादी आगीनगाडी जातेय, एखादं मूल खेळतंय अशा प्रकारची फक्त चित्रं होती. ही चित्रं कोणतीही कथा सांगत नव्हती. 'हरिश्चंद्राची फॅक्टरी' या मराठी चित्रपटामध्ये याचं सुंदर चित्रण करण्यात आलंय. दादासाहेब फाळके – भारतीय चित्रपटसृष्टीचे जनक आणि भारतीय सिनेमाची सुरुवात यांची कथा सांगणाऱ्या या चित्रपटात पडद्यावरील चित्र हलतात हे पाहून सैरावैरा पळणाऱ्या प्रेक्षकांचं एक दृश्य चित्रित करण्यात आलंय. पडद्यावरील चित्र हलतात हे पाहणं हाच प्रेक्षकांसाठी एक खूप वेगळा अनुभव होता. मात्र ही परिस्थिती फार काळ टिकली नाही आणि लवकरच चलतचित्रांच्या माध्यमातून कथा सांगण्यासाठी निर्मात्यांची धडपड सुरू झाली. मूक चित्रांना आवाजाची जोड मिळायलाही दशकभराचा अवधी जावा लागला, मात्र त्यानंतर चित्रपट निर्मितीला चांगलीच गती मिळाली. १९३४ च्या दशकात अमेरिकन चित्रपट जगताने चित्रपटाची कथात्मक मांडणी, दृश्य जोडणी,

संवाद, संगीत आणि संपादन या सगळ्याची मिळून एक विशिष्ट मांडणी तयार केली. ही मांडणी आणि अमेरिकेतील एकूण चित्रपटजगत यांची एकत्रितपणे शास्त्रीय हॉलीवूड चित्रपट (Classical Hollywood Cinema) अशी ओळख निर्माण झाली. या ठिकाणी शास्त्रीय हा शब्द काही महत्त्वाच्या चित्रपटांसाठी म्हणून (classic cinema) नाही, तर चित्रपट बनविण्याच्या पद्धतीसंदर्भात वापरण्यात आलाय. गेल्या काही दशकांमध्ये तयार झालेल्या लाखो शास्त्रीय चित्रपटांना सात महत्त्वाच्या घटकांनी एकत्र बांधून ठेवलंय. ते सात महत्वाचे घटक खालीलप्रमाणे आहेत.

एक नायक

प्रत्येक कथा, कादंबरी किंवा टीव्ही कार्यक्रमासाठी एक नायक असतो आणि संबंधित कथा ही त्याच्याभोवती फिरत असते. शास्त्रीय सिनेमामध्येही प्रामुख्याने एकच नायक असतो. चित्रपट निर्मात्यांच्या मतानुसार एकाच नायकाभोवती जर चित्रपटाची कथा गुंफली गेलेली असेल, तर प्रेक्षकाला त्या कथेसोबत स्वत:ला जुळवून घेणं सोपं जातं. प्रेक्षक त्या कथेच्या नायकामध्ये स्वत:ला पाहू शकतो. त्यामुळे बहुतांश शास्त्रीय चित्रपटांमध्ये एकच नायक असतो. मात्र काही वेळेला शास्त्रीय चित्रपटांमध्ये दोन किंवा अधिक नायकही असतात, पण अशा चित्रपटांची संख्या कमी असते. भारतीय चित्रपटसृष्टीतला नावाजलेला सिनेमा शोले हे याचं उत्तम उदाहरण आहे. या चित्रपटात जय आणि वीरूची भूमिका साकारणारे अमिताभ बच्चन आणि धर्मेंद्र हे दोन नायक आहेत. आणि ही कथा दोन्ही नायकांभोवती गुंफलेली आहे.

प्रदर्शन (Exposition)

चित्रपटात प्रदर्शन हा मुद्दा प्रामुख्याने दोन महत्त्वाच्या गोष्टी स्पष्ट करण्यासाठी वापरला जातो. एक म्हणजे चित्रपटातील नायक आणि इतर सर्व पात्रांचं व्यक्तिमत्त्व अधोरेखित करणे आणि दुसरे म्हणजे चित्रपट नेमक्या कोणत्या वातावरणात बनवला जातोय, ते वातावरण स्पष्ट करणे. प्रत्येक चित्रपटाला प्रदर्शन असणं अत्यंत आवश्यक आहेच, मात्र प्रत्येक चित्रपटात ते सुरुवातीला असेलंच असं नाही. काही रहस्यमय चित्रपटांमध्ये तर पात्रांची खरी ओळख किंवा त्यांचं खरं व्यक्तिमत्त्व हे चित्रपटाच्या शेवटी कळतं. मात्र बहुतांश चित्रपटांमध्ये तर प्रदर्शनाचा मुद्दा हा चित्रपटाच्या सुरुवातीलाच हाताळला जातो. पुन्हा एकदा शोले याच चित्रपटाचं उदाहरण आपण घेतलं, तर चित्रपटाचे दोन नायक जय, वीरू यांची ओळख चित्रपटाच्या सुरुवातीच्याच काही दृश्यांमध्ये होते. जय आणि वीरू यांची नावे, त्यांचा व्यवसाय, त्यांचं परस्परांमधील

नातं हे सगळं अगदी सुरुवातीच्या काही दृश्यांमध्येच स्पष्ट होतं. त्यानंतर बसंती (हेमा मालिनी), ठाकूर (संजीव कुमार), (जया बच्चन), गब्बर सिंग (अमजद खान) या सगळ्या पात्रांची ओळखही चित्रपटाच्या पहिल्या अर्ध्या तासातच प्रेक्षकांना करून दिली जाते. याच प्रदर्शनात चित्रपटाची कहाणी ज्या गावात बेतलेय (रामपूर) त्या गावाची एकूण परिस्थिती आणि चित्रपटातील प्रत्येक पात्राचं आणि गावाचं असलेलं नातं हेही प्रेक्षकांच्या समोर स्पष्ट केलं जातं.

प्रेरणा (Motivation)

शास्त्रीय चित्रपटामध्ये कुणीतरी घटनांची सुरुवात करावी लागते. प्रत्येक कृती ही कशानेतरी प्रेरित असावी लागते. एका नायकाचं महत्त्व इथे पुन्हा एकदा अधोरेखित होतं. शास्त्रीय चित्रपटामध्ये नायकाची इच्छा किंवा नायकाचं उद्दिष्ट, त्याची काहीतरी मिळवण्याची इच्छा याने संपूर्ण चित्रपटाची कथा प्रेरित असते. शोलेचंच उदाहरण इथे पुढे न्यायचं झालं, तर शोले चित्रपटात जरी दोन नायक असले, तरी या दोनही नायकांचं मुख्य उद्दिष्ट एकच आहे आणि ते म्हणजे गब्बरचा नायनाट करणं. त्यामुळे इथे दोन्ही नायक व्यक्ती म्हणून दोन असले, तरी उद्दिष्टाचा विचार करता ते एकच आहेत. नायकाची इच्छा किंवा उद्दिष्ट किंवा नायकाची काही बाबतीतील अनिच्छा, एखादी गोष्ट न होऊ देण्याचा प्रयत्न हे कोणत्याही चित्रपटातील घटना घडण्यासाठी मुख्य कारण ठरतं आणि त्याच माध्यमातून कथेचं मूळ रहस्य किंवा कोडं प्रेक्षकांसमोर मांडलं जातं.

कथेतील गूढ (Narrative Enigma)

शास्त्रीय चित्रपटाच्या सुरुवातीलाच एक प्रश्न स्पष्टपणे वा अस्पष्टपणे विचारला जातो. हा प्रश्नच त्या कथेतील सगळ्यात महत्त्वाचं गूढ असतं. जसं शोले चित्रपटातील महत्त्वाचा प्रश्न होता की, जय आणि वीरू गब्बरसिंगला मारू शकतील का? अर्थात या प्रश्नाच्या भोवती इतर अनेक प्रश्न असतातंच, जसे वीरू आणि बसंतीचं लग्न होईल का, जय आणि ठाकूरची विधवा सून यांच्यात काही नातं निर्माण होईल का? मात्र हे असे अनेक प्रश्न कथेतील जो मूळ प्रश्न किंवा गूढ असतं त्याभोवतीच विणलेले असतात.

कथेतील मूळ गूढ हे लगेचचं उलगडलं जाऊ नये किंवा मूळ प्रश्नाचं उत्तर लगेच मिळू नये, हे कोणत्याही शास्त्रीय चित्रपटासाठी अत्यावश्यक असतं; कारण तसं झालं नाही तर मुळी कथाच शिल्लक राहणार नाही. म्हणजे समजा जर कालीया आणि जय-वीरूची पहिली चकमक झाली, तेव्हाच त्यांच्यामागोमाग जाऊन जर जय

आणि वीरूने गब्बरला मारलं असतं, तर मग सिनेमामध्ये काही कथा शिल्लकच राहिली नसती. त्यामुळे मूळ प्रश्नाला उत्तर मिळेपर्यंत किंवा मूळ गूढ उकलेपर्यंत अनेक अडथळ्यांची मालिका चित्रपटात असणं अत्यंत गरजेचं असतं.

चित्रपटात अशी अडथळ्यांची मालिका तयार करण्यासाठी, नायकाच्या मार्गात अडचणी उभ्या करण्यासाठी आणि पर्यायाने मूळ गूढ उकलणं लांबवर ढकलण्यासाठी चित्रपटाच्या कथेमध्ये एका पात्राची निर्मिती केली जाते. ते पात्र म्हणजे कथेतील खलनायक. शोले चित्रपटाचं गूढ हे या खलनायकाच्याच नायनाटाभोवतीच फिरतं. या खलनायकासोबत नायकाला सतत लढावं लागतं.

कधी कधी नायकाच्या भोवतालची परिस्थितीच खलनायकाचं काम करते. जसं 'नायक'या हिंदी चित्रपटात भ्रष्ट झालेले प्रशासन आणि भ्रष्ट झालेली राजकीय व्यवस्था हीच चित्रपटातील नायकाच्या मार्गात मोठ्ठा अडथळा ठरते. कधी कधी नायक हा स्वत:शीच लढत असतो. त्याला आपल्याच व्यक्तिमत्त्वातील काही विशिष्ट गोष्टींशी झगडावं लागतं, नैतिक द्वंद्वाला तोंड द्यावं लागतं. 'मी शिवाजीराजे भोसले बोलतोय', या मराठी चित्रपटात एका मध्यमवर्गीय मराठी माणसाची भूमिका साकारणाऱ्या सचिन खेडेकरची लढाई आपल्यातीलच स्वाभिमान जागवण्यासाठी सुरू असते. अशा प्रकारची द्वंद्वं कथेनुरूप बदलत जातात. मात्र खलनायक कोणत्याही स्वरूपात जरी कथेमध्ये समाविष्ट असला, तरी त्याने तयार केलेले अडथळे चित्रपटाच्या कथेतील मूळ प्रश्नाचं उत्तर किंवा रहस्याची उकल ही चित्रपटाच्या अखेरपर्यंत लांबवतात. हे लांबवणंच चित्रपटातील कारण-परिणामाच्या साखळीचा दुवा बनतं. ज्याने चित्रपटाचा साचा तयार होतो.

कारण आणि परिणाम साखळी (Cause and Chain Effect)

चित्रपटातील मुख्य पात्रं आणि भवताल एकदा प्रस्थापित झालं आणि नायकाचं चित्रपटातील मूळ उद्दिष्ट पूर्ण होण्याच्या दिशेने वाटचाल सुरू झाली की, मग कहाणीमध्ये एकात एक गुंतलेल्या आणि एकामागोमाग घडत जाणाऱ्या घटनांची एक साखळी सुरू होते. कोणत्याही शास्त्रीय चित्रपटात घटना वाट्टेल तशा घडत नाहीत. एक घटना घडते, मग त्यामुळे दुसरी घटना घडते आणि मग त्यामुळे तिसरी. शोले चित्रपटामध्येही घटना एकामागोमाग एक घडत जातात, जसे जय-वीरू पहिल्यांदा चोर म्हणून समोर येतात, त्यानंतर त्यांची हीच पार्श्वभूमी त्यांना ठाकूरच्या जाळ्यात अडकवते, मग ठाकूरने घातलेल्या अटींमुळे त्यांना रामपूरला यावं लागतं, रामपूरला आल्यामुळे त्यांची बसंतीशी ओळख होते आणि म्हणूनच मग गब्बरशी दुश्मनीही. असा एक एक धागा कथेची साखळी विणत जातो.

चित्रपटाच्या कथेतील प्रत्येक लहान कथात्मक घटना ही 'दृश्य' (Scene) म्हणून ओळखली जाते. सीनमध्ये एखादी घटना एखाद्या जागी एका विशिष्ट वेळेला घडते. एका सीनमधील जागा एकच असते आणि त्यातील वेळही खऱ्याखुऱ्या आयुष्यातील वेळेप्रमाणेच असतो. सध्याच्या काळात अशा सीनला syntagm असेही म्हटले जाते.

कथेतील परमोच्च बिंदू (Climax)

क्लायमॅक्स म्हणजे कथेचा तो भाग, जिथे चित्रपटातील मुख्य प्रश्न किंवा गूढ याची उकल होते. जे गूढ दोन ते तीन तास लांबवलेलं असतं, त्याची उकल क्लायमॅक्समध्ये होते. शोले चित्रपटातील क्लायमॅक्समध्ये जय-वीरू आणि गब्बरमधलं द्वंद्व शीगेला पोहोचतं आणि त्यांच्यात तुफान गोळीबार सुरू होतो. चित्रपटातील सगळ्यात मोठं गूढ किंवा प्रश्न, जसा जय आणि वीरू गब्बरला मारतील का? आणि त्यासोबतचे आणखी काही प्रश्न, जसा ठाकूर आपला बदला घेईल का? यांची उत्तरं याच क्लायमॅक्समध्ये मिळतात. कोणत्याही चित्रपटाच्या कथेचं सार जिथे केंद्रित झालेलं असतं, तो घटक म्हणजे चित्रपटाचा क्लायमॅक्स. पण क्लायमॅक्स म्हणजे चित्रपटाचा शेवट नसतो. शास्त्रीय चित्रपटांमध्ये क्लायमॅक्सनंतर आणखी एक छोटा भाग असतो आणि तो म्हणजे रिझोल्युशन. चित्रपटातील उर्वरित सर्व प्रश्नांची उत्तरे या रिझोल्युशनमध्ये मिळतात.

कथेचा शेवट (Resolution)

रिझोल्युशनचा भाग येईपर्यंत चित्रपटातील मुख्य प्रश्नाचं उत्तर मिळायचं असतं आणि त्या प्रश्नाची उकल होण्यासाठीच चित्रपटाचा प्रवास सुरू असतो. मात्र रिझोल्युशन हा चित्रपटातील असा एकमेव भाग असतो, जिथे चित्रपटाच्या कथेतील मूळ रहस्य उकललेलं असतं.

शोले चित्रपटात गब्बरचा खातमा झालेला असतो, मात्र यात जयचाही मृत्यू होतो. जयच्या मृत्यूनंतर जय आणि ठाकूरच्या सूनबाई यांच्यातील अबोल नात्यालाही पूर्णविराम मिळतो. जयच्या चितेकडे पाहून तिने मिटलेली खिडकी कोणत्याही शब्दांविना याची खात्री देते. मित्राला गमावून एकट्याच निघालेल्या वीरूची रिकाम्या ट्रेनमध्ये बसंती वाट पाहत असते, त्यामुळे त्यांच्यातील नात्याबद्दलच्या प्रश्नालाही पूर्णविराम मिळतो. कोणत्याही शास्त्रीय सिनेमाचा शेवट या रिझोल्युशनमध्येच असतो, जिथे सिनेमाच्या सुरुवातीला उपस्थित केलेल्या सर्व प्रश्नांना पूर्णविराम मिळतो.

७) चित्रपट आणि मालिकांमधील कथाप्रदर्शन

एक्स्पोझिशन म्हणजे प्रदर्शन. चित्रपट आणि टीव्हीवरील कार्यक्रमांच्या बाबतीत हे प्रदर्शन म्हणजे प्रदर्शनीय वर्णन असेही म्हणता येईल. कथा ज्या पात्रांवर आणि ज्या ठिकाणी, ज्या परिस्थितीमध्ये बेतलेय त्याची प्रेक्षकांना करून दिली जाणारी ओळख, म्हणजे एक्स्पोझिशन.

चित्रपटांमध्ये हे प्रदर्शन प्रामुख्याने चित्रपटाच्या सुरुवातीलाच घडतं, म्हणजे बहुतांश चित्रपटांमध्ये चित्रपटातील प्रमुख व्यक्तिरेखा, त्यांच्या आशा-आकांक्षा, चित्रपटाच्या कथेतील त्यांची उद्दिष्टे, ज्या परिसरात आणि ज्या परिस्थितीत चित्रपट बेतलाय या सगळ्याची ओळख चित्रपटाच्या सुरुवातीलाच करून दिली जाते. फक्त काही विशिष्ट चित्रपटांमध्ये ही ओळख चित्रपटाच्या शेवटी करून दिली जाते, म्हणजे रहस्यपट किंवा भयपटांमध्ये.

सिरीजच्या बाबतीत चित्रपटांसारखा सुरुवातीलाच ओळख हा नियम प्रामुख्याने लागू होत नाही, कारण सिरीज नवी असली तरी त्यातील पात्र आणि कहाणीचा भवताल हा प्रामुख्याने बदलत नाही. सिरीजमधील प्रत्येक प्रमुख पात्राचा भूतकाळही प्रेक्षकाला माहीत असतोच, त्यामुळे प्रत्येक सिरीजच्या सुरुवातीला पात्रांची नव्याने ओळख करून देण्याची निर्मात्याला आवश्यकता नसते. भारतीय टीव्हीक्षेत्रात मात्र सिरीज हा प्रकार फारसा अस्तित्वात नाही. 'बिग बॉस'सारख्या काही कार्यक्रमांच्या निमित्ताने एकच कार्यक्रम काही काळानंतर प्रेक्षकांच्या पुन्हा भेटीला येणं प्रेक्षकांना सवयीचं झालंय, पण तरीही 'बिग बॉस'सारखे कार्यक्रम हे रिॲलिटी शोज असल्यामुळे त्यांना सिरीज या सदरात मोजता येत नाही.

भारतीय प्रेक्षकाला टीव्हीवर सर्वांत जास्त सवयीचा असणारा प्रकार म्हणजे सिरीयल्स म्हणजेच मालिका. मालिकांमध्ये कथा ही मालिकेच्या सुरुवातीलाच सुरू झालेली असते, त्यामुळे मालिकेच्या प्रत्येक नव्या भागात कथेला थोडी पुढे नेणारी एक कृती जोडली जाते. हिंदी किंवा प्रादेशिक वाहिन्यांवर सुरू असणाऱ्या मालिका वर्षानुवर्षे सुरू राहतात. त्यामुळे चित्रपटातील प्रदर्शनाचा नियम लावायचा झाल्यास, या पात्रांची ओळख काही वर्षांपूर्वीच प्रेक्षकाला करून दिलेली असते.

चित्रपट आणि सिरीजच्या बाबतीत न जाणवणारा एक मुद्दा मालिकांच्या बाबतीत फार महत्वाचा असतो आणि तो म्हणजे मालिका दीर्घ काळ सुरू राहत असल्याने, नवा प्रेक्षकवर्ग हा केव्हाही मालिकेला जोडला जाऊ शकतो. त्यामुळे या नव्या वर्गाला मालिकेतील कथेची आणि त्याच्या पात्रांची ओळख कशी करून द्यायची हा निर्मात्यांसाठी एक मोठ्ठा प्रश्न असतो. त्यामुळेच मालिकेतील कोणतीही

दोन पात्रे ही कायम मालिकेतील तिसऱ्या एखाद्या पात्राबद्दल बोलत असतात. त्यांच्या बोलण्यातून येणारी माहिती ही मालिका रेंगाळवणारी किंवा रोजच्या प्रेक्षकाला फारशी गरजेची नसतेही, मात्र नव्या येणाऱ्या प्रेक्षकाला त्यामुळे मालिकेतील पात्रांची अगदी सहज ओळख होते. 'तुझ्यात जीव रंगला' या झी मराठीवरील मालिकेमध्ये नंदिता हे पात्र कायम आपल्या पाठराखिणीसोबत म्हणजे चंदासोबत घरातील सदस्यांबाबत बोलत असते, त्यामुळे तिच्या मनातील त्यांच्याबद्दलचा राग, तिची उद्दिष्टे आणि तिचं एकूण व्यक्तिमत्त्व हे तर प्रेक्षकांना कळतंच; पण त्याचबरोबर तिच्या बोलण्यामुळे मालिकेतील इतर पात्रांचीही ओळख प्रेक्षकांना होते. याउलट मालिकेतील दोन प्रमुख पात्र राणा आणि अंजली हे मात्र सतत नव्या नव्या पात्रांबद्दल बोलतात, म्हणजे मालिकेतील कथा ज्या वळणावर असते, त्यातील पात्रांबद्दल हे दोघे बोलत असल्याने, त्या पात्रांची ओळख नव्याने मालिका पाहणाऱ्या प्रेक्षकाला होते.

मालिकेतील सर्व पात्रं ही दुसऱ्या पात्राबद्दल बोलताना प्रामुख्याने त्या पात्रांच्या इतिहासाबद्दल बोलत असतात, म्हणजे त्या पात्राच्या आयुष्यातील इतर माणसे, त्याचं लग्न किंवा त्याच्या आयुष्यातील इतर घटना इत्यादी. ही माहिती मालिकेच्या नियमित प्रेक्षकासाठी फारशी महत्त्वाची नसते, मात्र त्यामुळे नव्याने मालिका पाहणाऱ्या प्रेक्षकाला त्यातील पात्रांची ओळख होते.

भारतीय मालिका या अनेकदा वर्षानुवर्षे चालत राहतात. त्यामुळे कथेला पुढे नेण्यासाठी त्यातील पात्रांचे वय वाढत जाते. कुटुंब विस्तारतात आणि नव्या पात्रांचा मालिकेमध्ये समावेश होतो. नियमित प्रेक्षकानेही काही भाग चुकवले, तर त्यालाही या नव्या पात्रांची ओळख होत नाही, त्यामुळे अशा प्रेक्षकांसाठीही वर उल्लेखलेली पद्धत महत्त्वाची ठरते. याव्यतिरिक्त अनेकदा दूरच्या नात्यातले म्हणून काही पात्रं मालिकेत समाविष्ट केली जातात, त्यांची ओळख करून देण्यासाठीही वरील पद्धत उपयुक्त ठरते. त्यामुळे प्रदर्शन ही चित्रपटासाठी एकदाच आणि सुरुवातीलाच घडणारी गोष्ट आहे, मात्र सिरीज आणि मालिका यांच्यासाठी ती सतत घडणारी गोष्ट आहे.

८) प्रेक्षागृह ते टीव्ही – चित्रपटाचा बदलता प्रवास

थिएटरच्या पडद्यावरून जेव्हा सिनेमा टीव्हीच्या पडद्यावर येतो, तेव्हा त्यातील कथा किंवा पात्र जरी बदलत नसली, तरी त्यात अनेक आमूलाग्र बदल घडतात. त्यामुळे एकच सिनेमा जेव्हा थिएटरमध्ये पाहिला जातो आणि टीव्हीवर पाहिला जातो, तेव्हा तो वेगवेगळा अनुभव देऊ शकतो. थिएटर ते टीव्ही असा प्रवास करणाऱ्या सिनेमाच्या बाबतीत पहिला बदल होतो, तो म्हणजे वेळेच्या बाबतीत. थिएटरमध्ये दाखवल्या जाणाऱ्या सिनेमाला जितका वेळ लागतो, त्यापेक्षा टीव्हीवर

दाखवल्या जाणाऱ्या सिनेमाला कितीतरी अधिक वेळ लागतो; कारण टीव्हीवर सिनेमाच्या मध्ये जाहिराती दाखवल्या जातात. या जाहिरातींना वेळ देण्यासाठी अनेकदा चित्रपटातील काही दृश्यं कापली जातात. भारतीय सिनेमांच्या बाबतीत हे खूप जास्त घडते, याचं एक महत्त्वाचं कारण म्हणजे, बहुतांश भारतीय सिनेमांची वेळ ही दोन तासांपेक्षा अधिक असते. अनेक चित्रपट तर तीन तास इतक्या कालावधीचे असतात. इतक्या मोठ्या कालावधीचे चित्रपट जाहिरातींसह दाखवायचे, तर खूप मोठा वेळ टीव्हीवाहिनीला खर्च करावा लागतो आणि त्यामुळेच हा वेळ थोडा कमी करण्यासाठी चित्रपटातील दृश्यांना कात्री लावली जाते, कारण जाहिरातींना कात्री लावणे शक्यच नसते.

थिएटरमध्ये चित्रपट कोणत्या वयोगटातील लोकांनी पाहावा याचे नियम लावलेले असतात. त्यामुळे काही चित्रपट हे प्रौढ लोकांनाच पाहण्यासाठी उपलब्ध असतात, तर काही चित्रपट हे मात्र संपूर्ण कुटुंबासह पाहता येतात. अर्थात कोणता चित्रपट कोणी पाहावा हे ठरवण्यासाठी नियामक मंडळ आहे. मात्र टीव्हीसाठी असं कोणतंही नियामक मंडळ नाही. परंतु टीव्ही हा घरात पाहिला जातो आणि लहान मुलांवर परिणाम होईल अशी कोणतीही दृश्यं दाखवणे चुकीचं आहे, अशी आपली नैतिक जबाबदारी स्वीकारून अनेक वाहिन्या चित्रपटातील काही दृश्यांना कात्री लावतात. पाश्चात्य देशांत मात्र याच्या बरोबर उलटी परिस्थिती आहे. अमेरिकेत चित्रपट थिएटरमध्ये दाखवण्यासाठी जितके नियम लावले जातात, त्यापेक्षा कितीतरी अधिक नियम हे चित्रपट टीव्हीवर दाखवण्यासाठी लावले जातात.

त्यामुळे थिएटरमधला सिनेमा जेव्हा टीव्हीवर येतो तेव्हा त्यातील काही भाग, काही दृश्यं आणि भारतीय चित्रपटांच्या बाबतीत म्हणायचं झालं, तर काही गाणीसुद्धा गायब झालेली असतात. याशिवाय मधूनमधून येणाऱ्या जाहिरातींचाही चित्रपटावर परिणाम होतो. या जाहिराती पाहूनही प्रेक्षकाने वाहिनीवर टिकून राहावं यासाठी चित्रपट काही विशिष्ट टप्प्यात थांबवला जातो, जेणेकरून प्रेक्षकाची उत्सुकता ताणली जाईल आणि प्रेक्षक चित्रपट पाहतच राहील. गेल्या काही वर्षांत अनेक चित्रपट हे थेट टीव्हीवर प्रदर्शित करण्यासाठीच बनवले जातायत. त्यामुळे एका विशिष्ट वेळेला जाहिरातींचा त्यात समावेश करता येईल अशा पद्धतीनेच या चित्रपटांतील कथेची मांडणी केली जाते.

फक्त दृश्यांची काटछाट किंवा जाहिराती यांच्याच संदर्भात थिएटरमधून टीव्हीवर येणारा चित्रपट बदलत नाही, तर काही वेळेला टीव्हीवर दाखवल्या जाणाऱ्या चित्रपटामध्ये अशी काही दृश्यं दाखवली जातात, जी मूळ थिएटरमध्ये दाखवल्या गेलेल्या चित्रपटामध्ये मुळी नव्हतीच. मात्र असं क्वचितच घडतं.

१) टीव्हीवरील सिरीज आणि कथाशैली

टीव्हीची निर्मिती झाली तेव्हा आपले विविध मनोरंजनाचे कार्यक्रम बनविण्यासाठी टीव्ही प्रामुख्याने त्याआधी प्रसिद्ध असलेल्या म्हणजे चित्रपट, रेडिओ, नाटक यांसारख्या माध्यमांवर अवलंबून होता. टीव्हीच्या आधी निर्माण झालेल्या या मनोरंजनाच्या माध्यमांनी कथा सांगण्याचे जे मार्ग निवडले, त्यावर आधारितच टीव्हीने आपल्या कार्यक्रमांची निर्मिती केली. अर्थात वेळेसोबत आणि बदलत्या गरजांनुसार टीव्हीने आपल्या कथा सांगण्याच्या माध्यमांमध्ये अनेक बदल केले, मात्र तरीही रेडिओ या माध्यमाने प्रभावित होऊन टीव्हीने ज्या काही कार्यक्रम प्रकारांची निर्मिती केली, त्यांतील एक महत्त्वाचा आणि अजूनही बराचसा वापरात आणि लोकप्रिय असणारा कार्यक्रम प्रकार म्हणजे सिरीज.

खरंतर सिरीज हा प्रकार रेडिओप्रमाणे चित्रपट आणि साहित्यामध्येही प्रचलित आहे. 'हॅरी पॉटर' च्या कथांची पुस्तके हे इंग्रजी साहित्यातील नजीकच्या काळातील अगदी प्रसिद्ध उदाहरण म्हणावं लागेल. मात्र टीव्हीवर सिरीज हा प्रकार जितका प्रसिद्ध किंवा लोकप्रिय झाला, तितका तो इतर कोणत्याही माध्यमांत क्वचितच झाला असेल.

भारतीय टीव्हीच्या बाबतीत सिरीजपेक्षाही मालिका हा प्रकार जास्त लोकप्रिय असला, तरी पाश्चात्य देशांतील टीव्हीचा विचार करता सिरीज या कार्यक्रमप्रकाराच्या कथाशैलीची चर्चा महत्त्वाची ठरते.

शास्त्रीय चित्रपटाप्रमाणेच सिरीज या कार्यक्रमप्रकाराच्या कथाशैलीची सात प्रमुख अंग आहेत.

अनेक नायक/नायिका (Multiple Protagonist)

बऱ्याचशा सिरीजमध्ये एकच प्रमुख नायक किंवा नायिका असते. 'नेटफ्लिक्स'ने बनवलेल्या 'नार्कोस' या सिरीजच्या पहिल्या आणि दुसऱ्या सिझनमध्ये पाब्लो एस्कोबार हीच प्रमुख व्यक्तिरेखा राहिली, तर 'क्राऊन' या सिरीजमध्ये ब्रिटनची राणी एलिझाबेथ हीच प्रमुख व्यक्तिरेखा राहिली. या दोन्ही सिरीज एका विशिष्ट व्यक्तीच्या आयुष्यावर आधारित असल्यामुळे, ती व्यक्ती हीच त्या त्या सिरीजमधील प्रमुख पात्र म्हणून वावरली. अर्थातच जरी असं असलं, तरी या प्रमुख पात्रांच्या भोवती इतर अशा अनेक पात्रांची निर्मिती करण्यात आली, ज्यांच्याशिवाय सिरीजमधील कथानक पुढे जाऊच शकत नाही. नार्कोसच्या बाबतीत पाब्लो एस्कोबारच्या कथानकामध्ये त्याला पकडण्यासाठी प्रयत्न करणारी व्यवस्था हेच स्वत:मध्ये एक स्वतंत्र पात्र आहे; ज्यात

कोलंबियाचे राष्ट्राध्यक्ष, कोलंबियाची पोलीस व्यवस्था, अमिरेकेची सुरक्षा यंत्रणा असा सगळ्यांचा समावेश आहे. क्राऊन या सिरीजमध्ये ब्रिटनचे पंतप्रधान, राणी एलिझाबेथचे पती, वडील, आई, आजी, बहीण ही सर्व पात्रं ठळकपणे अवतरल्याशिवाय कथानक पुढे जाऊच शकत नाही.

काही सिरीज मात्र अनेक प्रमुख पात्रांच्या धर्तीवरच जन्माला येतात आणि याचं उत्तम उदाहरण म्हणजे 'फ्रेंड्स' नावाची सिरीज. सहा मित्र–मैत्रिणींच्या आयुष्यावर बेतलेल्या या सिरीजमध्ये प्रत्येक भागात एका किंवा एकापेक्षा अधिक मित्रांच्या आयुष्यात येणारे प्रश्न अधोरिखित होतात आणि त्या अनुषंगाने इतर अनेक नवीन पात्र सिरीजमध्ये समाविष्ट होतात, मात्र तरीही मूळ सहा पात्र सिरीजमध्ये कायम राहतात.

प्रदर्शन (Exposition)

कोणत्याही सिरीजमधील प्रमुख पात्र कायम असतात. कथानक ज्यांच्याभोवती बेतलंय तेच कायम असल्यामुळे, कथानकाचा भवतालही फारसा बदलत नाही. त्यामुळे सिरीजमधील प्रत्येक भागासाठी किंवा सिझनसाठी प्रदर्शनाची नव्याने मांडणी करण्याची गरज नसते. शिवाय सिरीजच्या शीर्षक गीतामध्ये सिरीजमधील प्रमुख पात्र आणि एकूण सिरीजच्या कहाणीचं प्रदर्शन मांडल जातं, जे प्रत्येक भागाच्या सुरुवातीला दाखवलं जातं. त्यामुळे प्रेक्षकासमोर एकूण कहाणीचा भवताल पुन्हापुन्हा अधोरेखित केला जातो.

सिरीजमधील प्रत्येक पात्राला एक विशिष्ट इतिहास असतो, ज्याचा अनेकदा उल्लेख केला जातो, मात्र तो प्रामुख्याने पुन्हापुन्हा मांडला जात नाही; कारण सिरीजमधील प्रत्येक भागात वेगवेगळ्या पात्रांभोवती कथा गुंफली जाते.

प्रेरणा (Motivation)

सिरीजमधील पात्र आणि भवताल हे सतत बदलत नाहीत आणि त्यानेच सिरीजचा समतोल राखला जातो. हाच समतोल सिरीजमधील प्रत्येक भागाच्या सुरुवातीला प्रस्थापित केला जातो. मात्र हा समतोल कायम राहिला तर मात्र कथा पुढे सरकणारच नाही. प्रत्येक भागात हा समतोल कुठे ना कुठे तरी बिघडावा लागतो, जेणेकरून कथा पुढे सरकत राहील. चित्रपटामध्ये प्रमुख नायकाची इच्छा किंवा उद्दिष्ट किंवा प्रेरणा हे कथानकातील मुख्य बलस्थान असतं. सिरीजमध्ये मात्र एकापेक्षा अधिक नायक असल्यामुळे अनेक उद्दिष्टं किंवा इच्छा असतात आणि प्रत्येक भागामध्ये एखाद्या नायकाच्या उद्दिष्टावर किंवा इच्छेवर लक्ष केंद्रित केलेलं असतं.

कथानकातील गूढ किंवा प्रश्न (Narrative Enigma)

वर उल्लेख केल्याप्रमाणे प्रत्येक सिरीजमध्ये प्रत्येक भागात एका विशिष्ट पात्रावर अथवा नायकावर किंबहुना त्याच्या उद्दिष्टांवर लक्ष केंद्रित केलं जातं. मात्र हे लगेच होऊन चालत नाही, तर मूळ नायकाच्या मार्गात अडथळे निर्माण करण्यासाठी किंवा त्याला त्याच्या उद्दिष्टापर्यंत पोहोचू न देण्यासाठी, इतर काही पात्रांची आणि परिस्थितींची निर्मिती करावी लागते, जेणेकरून कथा आणखी रंजक होत जाईल. उदाहरणार्थ– 'नार्कोस' या सिरीजच्या पहिल्या दोन सीझनमध्ये पाब्लो एस्कोबारच्या मार्गात अनेक अडथळे उभे राहतात. त्यांतील काही अडथळ्यांवर पाब्लो एस्कोबार सहज मात करतो, मात्र कार्लोससारख्या पोलीस अधिकाऱ्यासोबतचं पाब्लो एस्कोबारचं वैर काही भागांमध्ये प्रस्थापित केलं जातं आणि त्यानंतर कार्लोसची हत्या करण्यासाठी पाब्लो एस्कोबारने केलेल्या सगळ्या प्रयत्नांवर एक संपूर्ण भाग रंगवला जातो. म्हणजे प्रत्येक वेळी एक भाग एक नायक असंच सूत्र सिरीजमध्ये वापरलेलं असेल असं नाही, तर काही वेळेला कथेतील एखादा भाग रंगवण्यासाठी एकापेक्षा अनेक भागांचीही गरज लागू शकते. मात्र असं असलं तरी कथेतील हे सगळे उपप्रश्न किंवा विविध नायकांचे विविध प्रश्नं हे एका मोठ्या प्रश्नाचा भाग असतात. नार्कोस या सिरीजमधील प्रत्येक प्रश्न हा नार्कोस व्यवस्थेविरोधात जिंकणार की हरणार या एका प्रश्नाभोवती गुंफलेले होते. म्हणजेच प्रत्येक सिरीजमधील प्रत्येक कथानकाला एक मध्यवर्ती प्रश्न असतो, त्या प्रश्नाभोवती इतर अनेक प्रश्न निर्माण केले जातात आणि त्यांची उत्तरे शोधण्याच्या अनुषंगाने प्रत्येक आठवड्याला एक अशा धर्तीवर विविध भागांची निर्मिती केली जाते.

कारण आणि परिणाम साखळी (Cause and Chain relationship)

चित्रपटाप्रमाणेच सिरीजमध्येही घटना सहज किंवा वाट्टेल तशा घडत नाहीत, तर एका घटनेचा परिणाम म्हणून दुसरी घटना घडते आणि तिचा परिणाम म्हणून तिसरी घटना घडते. ही साखळी गुंफली जाते, मात्र ती सतत तोडावी लागते; कारण सिरीज ही टीव्ही या माध्यमातून दाखवली जाते आणि सिरीजच्या प्रत्येक भागामध्ये जाहिराती दाखवल्या जातात. म्हणजेच सिरीजचा काही भाग त्यानंतर जाहिराती आणि त्यानंतर पुन्हा सिरीजचा काही भाग अशी विभागणी केलेली असते. याचाच अर्थ सिरीजचा प्रत्येक भाग तुकड्यांमध्ये विभागलेला असतो आणि दोन तुकड्यांना जाहिरातींचा एक तुकडा जोडतो. सिरीजच्या प्रत्येक भागात एका पात्रावर अनुसरून एक उपकथा गुंफलेली असते, मात्र आता या तुकड्यांना जोडण्यासाठी ती उपकथा

आता आणखी उपकथांमध्ये विभागली जाते, म्हणजे जाहिरातींचा भाग सुरू होण्यापूर्वी कथेचा जो भाग संपतो, तो अशा वळणावर संपवला जातो की, तिथे आणखी एक लहानसा प्रश्न निर्माण केला जातो आणि त्याचं उत्तर मिळवण्यासाठी प्रेक्षकाला जाहिरातींचा भाग संपवून पुन्हा पुढील कथानक पाहण्यासाठी उद्युक्त केलं जातं. म्हणजेच विविध घटनांना जोडत, उत्सुकता ताणत जाणारं, चित्रपटाच्या कथानकाप्रमाणेच असणारं सिरीजच्या प्रत्येक भागाचं कथानक हे विभक्तीकरणामुळे उत्सुकता ताणणाऱ्या छोट्या छोट्या तुकड्यांमध्ये विभागलं जातं. त्यामुळे कारण-परिणामांची साखळी ही जाहिरातींच्या तुकड्यांमुळे जरी थोडीशी खंडित होत असली, तरी विस्कळीत होत नाही.

कथेतील परमोच्च बिंदू (Climax)

सिरीजमधील प्रत्येक भागात एक परमोच्च बिंदू असतो. कथा एका विशिष्ट उत्तराकडे जाते, मात्र चित्रपटाप्रमाणे सिरीजमध्ये प्रत्येक क्लायमॅक्सनंतर रिझोल्युशन असत नाही. कोणत्याही भागातील कोणतंही उत्तर हे अंतिम उत्तर नसतं, कारण सिरीजच्या पुढल्या भागात नवे प्रश्न निर्माण व्हायचे असतात आणि त्यांचे नवे क्लायमॅक्सही.

शेवट (Resolution)

सिरीजच्या कोणत्याही भागात कथेतील प्रश्नांना अंतिम उत्तर दिलं जात नाही, कारण तसं करणं म्हणजे कथाच संपवण्यासारखं होईल. सिरीजचा एक सिझन संपवतानादेखील काही प्रश्नांची उत्तर दिली जातात, मात्र काही प्रश्न अनुत्तरित राहतील याची व्यवस्था केलेली असते, कारण या अनुत्तरित प्रश्नांची उत्तरे शोधण्याच्या अनुषंगानेच नव्या सीझनची निर्मिती करता येते.

१०) टीव्हीवरील मालिका आणि कथाशैली

टीव्हीवरील मालिकांच्या कथानकाची बांधणी ही चित्रपट किंवा टीव्हीवरील सिरीजच्या धर्तीवरच केलेली असली, तरीही त्याची स्वत:ची अनेक वैशिष्ट्यं आहेत. टीव्ही आणि टीव्हीवरील सिरीजप्रमाणेच मालिकांच्या कथानकाची एकूण मांडणी ही सात मूळ घटकांच्या आधारे अभ्यासता येते.

अनेक नायक/नायिका (Multiple Protagonist)

टीव्हीवरील प्रत्येक मालिकेमधे कधीही एकापेक्षा अनेक नायक किंवा नायिका असतात. कथा ही एका प्रमुख नायक किंवा नायिकेवर बेतलेली असते, मात्र कथेमध्ये

इतर अनेक पात्रं असतात आणि ती प्रमुख नायक किंवा नायिकेइतकीच महत्त्वाची असतात. भारतीय टीव्हीवर दाखवल्या जाणाऱ्या मालिका एका विशिष्ट साचामध्ये निर्माण केल्या जातात. बहुतांश मालिकांमध्ये पती-पत्नी किंवा होणारे पती-पत्नी (प्रियकर-प्रेयसी) ही दोन प्रमुख पात्रं असतात आणि त्या दोघांनी एकत्र येऊ नये, आनंदी असू नये म्हणून प्रयत्न करणारं असं एक खलनायक किंवा खलनायिकेचं पात्र असतं. याशिवाय नायक, नायिका आणि खलनायक यांना मदत करणारीही अनेक पात्रं निर्माण केलेली असतात. या सगळ्या पात्रांशिवाय मालिका पुढे जाऊच शकत नाही. भारतीय टीव्हीवर दाखवल्या जाणाऱ्या मालिकांमध्ये तीन ते चार प्रमुख पात्रं आणि त्यांच्याभोवतीची इतर सात ते आठ अशी किमान दहा ते बारा पात्रं असतात. इतक्या संख्येने असलेली पात्रं आणि त्यांचे परस्परसंबंध यांमुळे विविध छोट्या छोट्या कथा गुंफल्या जातात आणि मूळ कथा वेगवेगळ्या वळणाने पुढे नेणे निर्मात्याला शक्य होते.

पाश्चात्य देशांतील टीव्हीवरील मालिका ज्यांना प्रामुख्याने 'सोप ओपेरा' म्हणून ओळखलं जातं, त्यात अगदी ठळक अशी पात्रं नसतात आणि प्रत्येक पात्राच्या लोकप्रियतेवर त्याचं मालिकेतील अस्तित्व ठरवलं जातं. अर्थात लोकप्रियता आणि त्या अनुषंगाने मालिकेचं अर्थकारण इतक्यावरच कुठल्याही पात्राला मालिकेत ठेवायचं की नाही याचा निर्णय घेतला जात नाही, तर त्याला कथानकाचं वळण, वेळ यांसारख्या इतरही गोष्टी जबाबदार असतात.

प्रदर्शन (Exposition)

टेलिव्हिजनवरील सिरीजप्रमाणे टेलिव्हिजनवरील मालिकेमध्येही मूळ कथा, तिचा भवताल, त्यातील पात्रं यांची रोजच्या रोज किंवा नियमित अशी ओळख करून दिली जात नाही. रोज मालिका पाहत असल्याने प्रेक्षकांना त्यातील पात्रांची आणि कथेची एकूण ओळख होत असते. मात्र मालिका या महिनोन्महिने किंवा काही वेळा वर्षानुवर्षे चालत असल्याने, अनेकदा नवे प्रेक्षक मालिकेशी जोडले जातात आणि त्यांनाही मालिकेचं कथानक आणि पात्राची ओळख करून देणं आवश्यक असतं. ही गरज भागवण्यासाठी कथेतील अत्याधिक संख्येने असल्याच्या पात्रांचा उपयोग केला जातो. या पात्रांच्या संवादांमध्ये मूळ कथानक, मूळ पात्रांचे मालिकेतील इतिहास, त्यांची उद्दिष्टं या सगळ्याबद्दल इतकी माहिती पेरलेली असते की, रोज मालिका पाहणाऱ्या प्रेक्षकाला त्याची खरंतर काही गरज नसते, मात्र नव्या प्रेक्षकाला त्यामुळे मालिकेच्या कथानकाची सहज ओळख होते.

अनेकदा नवी पात्रही मालिकेमध्ये समाविष्ट करावी लागतात. ही पात्र प्रामुख्याने मालिकेतील मूळ पात्रांची नातेवाईक किंवा मित्र किंवा आणखी एखाद्या संबंधाने मालिकेमध्ये समाविष्ट केली जातात, जेणेकरून त्यांना कथानकामध्ये सहज सामावून घेता येईल.

प्रेरणा (Motivation)

मालिकेचं कथानक आणि त्यातील पात्र यांच्याप्रमाणेच त्यांची उद्दिष्टे, त्यांचे प्रश्नं हे सगळं मालिकेच्या सुरुवातीलाच स्पष्ट झालेलं असतं. मालिकेचे नवे भाग रोज प्रसारित होत असल्याने हे कथानक आणि पात्र स्पष्ट झाल्याला हळूहळू बराच काळ लोटत जातो. त्यामुळे कधीकधी कथेमध्ये नवीन घटना पेरल्या जातात, ज्यामुळे कथेमध्ये काही नावीन्य आणण्याचा प्रयत्न केला जातो. भारतीय टीव्हीवरील मालिकांमध्ये प्रमुख कथानक हे प्रामुख्याने कुटुंब या व्यवस्थेवरच आधारित असतं. त्यामुळे कौटुंबिक नातेसंबंध हाच या मालिकांच्या कथानकाचा मुख्य आधार असतो.

कथानकातील गूढ किंवा प्रश्न (Narrative Enigma)

अनेक प्रश्न, आणि अनेक रहस्य यांचा भरणाच कोणत्याही मालिकेमध्ये असतो. अनेक पात्रं असल्यामुळे अनेक प्रश्न आणि अनेक रहस्य हे कोणत्याही मालिकेमध्ये कोणत्याही एका वेळेला पाहायला मिळतातच. चित्रपट किंवा टीव्हीवरील सिरीज यांच्याप्रमाणे मालिकेमध्ये कोणताही एक मुख्य प्रश्न किंवा रहस्य नसतं. अनेक प्रश्न किंवा रहस्य येत राहतात आणि त्यांची नव्याने मांडणी आणि उकल होत राहते, हीच कोणत्याही मालिकेच्या सातत्याची गुरुकिल्ली असते. एका प्रश्नाची तोड सापडली किंवा एका रहस्याची उकल झाली, तरी त्यातून निर्माण झालेले अनेक प्रश्न हे कथेला पुढे नेत राहतातच.

कारण आणि परिणाम साखळी (Cause and Effect Relationship)

टीव्हीवरील मालिकांना जाहिरातींचा सतत अडथळा होत असतो. प्रत्येक अर्ध्या तासाच्या मालिकेमध्ये किमान तीन वेळा जाहिराती दाखवल्या जातात. म्हणजे तीन भाग मालिका आणि तीन भाग जाहिराती असा साधारण साचा भारतीय टीव्हीवर पाहायला मिळतो. जाहिरात आणि मालिका यांच्या साखळीचा मालिकेच्या कारण-परिणाम साखळीवर खूप मोठा परिणाम होतो. रोजच्या रोज प्रेक्षकांच्या भेटीला येणाऱ्या मालिका सतत वेगवेगळे प्रश्न निर्माण करतात आणि त्यांची उत्तरे देत असतानाच नवे प्रश्न समोर आणतात. या नव्या नव्या कथानकांना प्रेक्षकांच्या समोर ठेवताना

मालिका कार्यक्रम आणि जाहिरातींच्या साखळीच्या साच्यामध्ये स्वत:ला सामावून घेतात. त्यामुळे प्रत्येक मालिकेच्या प्रत्येक भागातील जाहिरातींनी विभागलेल्या छोट्या भागांमध्ये कथानक असं बसवलं जातं की, त्या प्रत्येक छोट्या भागात एक प्रश्न निर्माण केला जातो आणि त्याचं उत्तर जाहिरातीनंतरच्या छोट्या भागात दिलं जाईल, अशी मांडणी केली जाते, जेणेकरून प्रेक्षक हा जाहिरातींचा भाग संपवूनदेखील कार्यक्रम पाहत राहील.

कथेतील सर्वोच्च बिंदू (Climax)

मालिकेमधील नव्या नव्या प्रत्येक कथेला शेवट असतोच, कारण कोणत्याही कथानकाला शेवट नसेल, तर प्रेक्षकाला कथा पाहण्यात रसच राहणार नाही. मात्र कथेतील हा शेवट अखेरचा कधीच नसतो. खूप दिवसांपासून सुरू असलेली प्रेमकहाणी कधीतरी लग्नात रुपांतरित होते, तर अनेक दिवसांपासून सुरू असलेली दुश्मनी मैत्रीत परिवर्तित होते वगैरे. मात्र या छोट्या छोट्या क्लायमॅक्समुळे मूळ कथा संपत नाही, तर नवे नवे प्रश्न आणि नवे नवे क्लायमॅक्स यांचं चक्र मालिकेमध्ये सुरूच राहतं.

शेवट (Resolution)

आपल्या नावाप्रमाणेच मालिकेमध्ये कोणत्याही भागात सुस्पष्ट असा शेवट नसतोच. जर तसा शेवट असता, तर दुसऱ्या दिवशी दाखवायला म्हणून मालिकेमध्ये काही राहिलंच नसतं. क्लायमॅक्स मालिका संपवत नाही तर नवे प्रश्न निर्माण करून देतं. यामुळेच की काय मालिकेमधील मृत्यू हा कधीच खात्रीशीर नसतो, कारण एकदा मालिकमध्ये मृत पावलेलं पात्र काही दिवसांनी किंवा महिन्यांनंतर पुन्हा एकदा मालिकेमध्ये अवतरल्याची अनेक उदाहरणे आहेत. काही पात्रांच्या इच्छा किंवा उद्दिष्टं पूर्ण झाली असली, तरी इतर अनेक पात्र असतातच की, ज्यांची उद्दिष्टं पूर्ण झालेली नसतात, त्यामुळे कथा पुढे चालू ठेवणं हे मालिकेसाठी जणू बंधनकारकच असतं.

११) चित्रपट, मालिका आणि कथेतील गूढ

Narrative Enigma म्हणजे कथेचं गूढ किंवा रहस्य किंवा अगदी कथेतील सगळ्यात महत्त्वाचा प्रश्न. चित्रपटाच्या बाबतीत हे गूढ किंवा हा महत्त्वाचा प्रश्न हा चित्रपटातील प्रमुख व्यक्तिरेखा म्हणजे नायक किंवा नायिकेच्या उद्दिष्टांशी संबंधित असतो. चित्रपटातील प्रमुख व्यक्तिरेखेचं मुख्य उद्दिष्ट काय आहे आणि त्याभोवती विणले गेलेले इतर अनेक प्रश्नं काय आहेत, यावरून चित्रपटाचा Narragive Enigma

स्पष्ट होतो. चित्रपटातील नायकाला त्याच्या मूळ उद्दिष्टापर्यंत पोहोचवण्यासाठी कथेत काही अडथळे निर्माण केले जातात; कारण अशा अडथळ्यांशिवाय कथा रंजक होऊ शकत नाही किंबहुना कथाच असू शकत नाही. हे अडथळेच प्रेक्षकाला चित्रपटाच्या कथेशी जोडून ठेवतात. असे अडथळे निर्माण करण्याचा सगळ्यात महत्त्वाचा मार्ग म्हणजे कथेतील खलनायकाची निर्मिती. जोपर्यंत खलनायकाला हरवण्यात नायकाला यश येत नाही, तोपर्यंत नायकाचं मूळ उद्दिष्ट आणि पर्यायाने कथा पूर्ण होऊ शकत नाही.

टीव्हीवरील सिरीजच्या बाबतीत Narrative Enigma हा चित्रपटांपेक्षा काहीसा वेगळा असतो; कारण कोणत्याही टेलिव्हिजनवरील सिरीजमध्ये फक्त एक नायक नसतो तर अनेक पात्र असतात आणि प्रत्येक पात्राभोवती एक कथा गुंफलेली असते. त्यामुळे चित्रपटांमध्ये जसा एक प्रमुख नायक आणि त्याचा एक प्रश्न आणि त्याभोवती अनेक प्रश्न अशी रचना असते, तशी सिरीजमध्ये नसते. इथे प्रत्येक पात्राभोवती एक Narrative Enigma असतो आणि दर आठवड्याला त्याचा केंद्रबिंदूही बदलतो, मात्र तरीही हे सगळं घडतं ते एका मुख्य Narrative Enigmaच्या चौकटीतच. ‘नेटफ्लिक्स’वरील ‘नार्कोस’ या सिरीजचं जर उदाहरण आपण घेतलं, तर प्रत्येक सिझनमध्ये अधिकाधिक पैसा कमावणं आणि अधिकाधिक शक्तिशाली होत जाणं हे नायकाचं उद्दिष्ट आहे आणि त्याला तसं करण्यापासून रोखण्यासाठी इतर अनेक पात्र प्रयत्न करतायत. पहिल्या सिझनमध्ये कथेतील प्रमुख नायक ‘पाब्लो एस्कोबार’चा चढता आलेख दाखवण्यात आलाय, तर दुसऱ्या सिझनमध्ये उतरता आलेख मांडण्यात आलाय. ही कथा सत्य घटनांवर आधारित आहे, मात्र तरीही त्यामुळे सिरीजच्या स्वरूपात कथा मांडण्याच्या पद्धतीवर त्याचा काहीही परिणाम जाणवत नाही.

कथेमध्ये पाब्लो एस्कोबारला पकडण्यासाठी किंवा संपवण्यासाठी काम करणारी व्यवस्था ही स्वत:मध्येच एक पात्र आहे आणि मग त्यात राष्ट्राध्यक्ष, अमेरिकी सुरक्षा यंत्रणा, कोलंबियन पोलीस व्यवस्था यांचे प्रतिनिधित्व करणारी इतर अनेक पात्रं आहेत. त्यामुळे पाब्लो एस्कोबारची आपल्या उद्दिष्टाकडे वाटचाल आणि त्याला रोखण्यासाठी काम करणारी व्यवस्था यांच्यातील हे द्वंद्व आहे.

यासोबतच कोलंबियातले नागरिक या कथेमध्ये विविध मार्गांने प्रवेश करत, कथेचा Narrative Enigma आणखी लांबवण्यास मदत करतात. त्यामुळे सिरीजच्या प्रत्येक भागासाठी एक लहान Narrative Enigma तयार केला जातो. त्यावर आधारित सिरीजचे वेगवेगळे सिझन्स गुंफले जातात.

मालिका तर सतत नव्याने येणाऱ्या प्रश्नांवर किंवा रहस्यांवर अवलंबून असते.

मालिकांमधील अनेक नायक आणि नायिकांमुळे कोणत्याही एका वेळेला मालिकेमध्ये अनेक प्रश्न मांडले जातात. चित्रपट किंवा सिरीजप्रमाणे मालिकेमध्ये एकच मध्यवर्ती प्रश्न नसतो, तर एकाच वेळी अनेक प्रश्न मांडले जातात आणि हे प्रश्नच कोणत्याही मालिकेचा पाया असतो. हे प्रश्नच खात्री देतात की, मालिका कधीही प्रेक्षकांना कंटाळवाणी वाटणार नाही. एक प्रश्न किंवा एक गुंता सुटला तरी कहाणी संपत नाही, कारण इतर अनेक प्रश्न कहाणी पुढे नेण्यासाठी तयारच असतात.

१२) एक कथा–अनेक माध्यमे (Transmedia Storytelling)

Transmedia Storytelling म्हणजे एकच गोष्ट विविध माध्यमांतून सांगणे. चित्रपट, रेडिओ, टीव्ही, पुस्तके अशा पारंपरिक माध्यमांना सध्या आव्हान मिळालंय ते इंटरनेटचं. त्यामुळे एकच कथानक विविध माध्यमांतून प्रेक्षकांसमोर मांडण्याची एक नवी संधी निर्माण झालीय. पुस्तक, त्यावर आधारित चित्रपट, त्यावर आधारित व्हिडिओ गेम, त्यावर आधारित ब्लॉग, फेसबुक पेज अशी जंत्री तयार होत जाणं आणि एकच कथानक पुन्हा पुन्हा प्रेक्षकांच्या समोर येत राहणं म्हणजे Transmedia Storytelling.

भारतीय टीव्ही जगताचा विचार करायचा झाला तर महाभारत ही मालिका म्हणजे Transmedia Storytellingचं उत्तम उदाहरण म्हणून पाहिलं जाऊ शकतं. महाभारत ही कथा माहीत नसेल असा भारतीय सापडणं विरळाच. वाचलेली नसेल तरी ऐकून महाभारत माहीत असलेल्या कित्येक पिढ्या टीव्हीचा भारतात जन्म व्हायच्या आगोदर जन्माला आल्या आणि संपल्याही. मात्र महाभारताची कथा एका पिढीकडून दुसऱ्या पिढीकडे जातच राहिली. मात्र बी. आर चोप्रा यांनी महाभारत हे मालिकेच्या स्वरूपात प्रेक्षकांच्या समोर आणलं आणि त्याला प्रचंड प्रतिसादही मिळाला.

महाभारत या मालिकेप्रमाणे रामायण ही मालिकाही ऐकलेलं महाकाव्य, लिखित पुस्तके किंवा ग्रंथ ते टीव्ही मालिका असाच प्रवास करणारं होतं. या मालिकांचे अनेक भाग आज इंटरनेटवर यू ट्युबच्या माध्यमातूनही पाहायला मिळतात. याच कथेतील एकेक पात्रसुद्धा त्यानंतर स्वतंत्र मालिकांचा विषय बनली उदा. द्रौपदी, भीम, कर्ण, कृष्ण इत्यादी. काही वर्षांपूर्वी तर भीम या महाभारतातील एका पात्रावर आधारित कार्टून मालिकाही तयार झाली. म्हणजेच महाभारत ही कथा विविध माध्यमांमधून आणि विविध कार्यक्रम प्रकारांतून प्रेक्षकांसमोर येत राहिली.

अगदी नजीकच्या काळातलं Transmedia Stroytellingचं उदाहरण द्यायचं झालं तर ‘बाहुबली’ या चित्रपटाचं देता येईल. बाहुबली हा चित्रपट यशस्वी झाला

त्यानंतर लगेचच या चित्रपटावर आधारित एक कार्टून मालिकाही तयार झाली. त्यानंतर चित्रपटावर आधारित कांदबरीही प्रकाशित झाली. कदाचित भविष्यात बाहुबली या पात्रावर आधारित टीव्ही मालिकाही तयार होऊ शकते. म्हणजेच थोडक्यात टीव्हीवर दाखवलं जाणारं कथानक हे टीव्हीवरच जन्माला येतं असं नाही, तर हे कथानक प्रेक्षकाला कदाचित आधीच माहीत असू शकतं. त्यामुळे त्या अनुषंगाने निर्मात्याला कथानकाची, पात्रांची मांडणी (Exposition) मालिकेमध्ये करावी लागते. अशा प्रकारे कथानक वेगवेगळ्या माध्यमांमधून प्रेक्षकांपुढे येण्याचा टीव्हीवर नेमका काय आणि कसा परिणाम होईल हे जरी स्पष्ट झाले नसले, तरी त्याचा टीव्हीच्या कथा सांगण्याच्या पद्धतीच्या विविध घटकांवर परिणाम होईल हे मात्र नक्की.

१३) टीव्हीवरील कथानक मांडणी आणि महत्त्वाच्या संज्ञा

Syntagmatic structure म्हणजे दृश्यांची मांडणी. प्रत्येक चित्रपटाची कहाणी जेव्हा पडद्यावर येते, तेव्हा तिचा वेळ खूप कमी होतो. म्हणजेच प्रत्यक्षात ती कहाणी घडायला जितका वेळ लागतो, त्यापेक्षा कितीतरी कमी वेळात कहाणी पडद्यावर पूर्ण होते. प्रत्येक कहाणी विविध दृश्यांच्या माध्यमांतून एकत्रितपणे प्रेक्षकांसमोर मांडली जाते. ही दृश्यंच कहाणीचा वेळेच्या आणि अंतराच्या बाबतीतला प्रवास जलद किंवा हळू करतात. म्हणजे दोन दृश्यं काही वर्षांच्या अंतराने, एकमेकांपासून दूर घडलेल्या घटना सहज जोडू शकतात. मात्र एका दृश्यामध्ये जी कहाणी दाखवली जाते, तिचा वेळ मात्र प्रत्यक्षात घडणाऱ्या वेळेप्रमाणेच असतो. चित्रपटातील विविध दृश्यांना जोडणाऱ्या या बांधणीला Syntagmatic Structure असं म्हटलं जातं.

कथेचा वेळ (Story Time)

कथेचा वेळ म्हणजे कथा सुरू होऊन ती संपेपर्यंतचा काळ. कथेचा वेळ त्या त्या कथेनुसार कमी-अधिक असू शकतो. काही कथा अनेक वर्षं घडत असलेली कथा मांडतात, काही कथा या अगदी एका दिवसात किंवा अगदी काही तासांत घडलेला घटनाक्रम आपल्यासमोर मांडतात, तर काही कथा काही वर्षं, काही पिढ्या तर कधी कधी काही जन्मांचा प्रवासही आपल्यासमोर मांडतात.

कथेचा पडद्यावरील वेळ (Screen Time)

प्रत्येक कहाणी पडद्यावर प्रेक्षकांच्या समोर मांडली जाते, तेव्हा तिला विशिष्ट वेळेचं बंधन असतं. म्हणजे चित्रपट हा साधारण दोन ते तीन तासांचा असतो, सिरीज

ही काही विशिष्ट भागांची असते, तर मालिकासुद्धा काही वेळानंतर संपवावी लागते. कोणतीही कथा पडद्यावर मांडण्यासाठी जितका वेळ घेतला जातो, त्याला screen time असं म्हटलं जातं. म्हणजे महाभारतावर तीन तासांचा चित्रपट बनवला गेला, तर त्याच्या मूळ कहाणीचा वेळ कित्येक वर्षांचा असेल, पण screen time मात्र फक्त तीन तासांचा असेल.

कथानकातील मुख्य प्रश्न (Narrative problematic)

चित्रपटामध्ये प्रामुख्याने एकच मुख्य प्रश्न असतो, जो चित्रपटातील नायकाशी संबंधित असतो. या प्रश्नाच्या अनुषंगाने इतर काही प्रश्नं कहाणीमध्ये उभे केले जातात. मात्र या सगळ्या प्रश्नांची उत्तरे क्लायमॅक्सला म्हणजेच चित्रपटाच्या अखेरीस दिली जातात. याउलट सिरीज किंवा मालिकांमध्ये मात्र एकापेक्षा अधिक मुख्य पात्रं असतात. या सगळ्या पात्रांशी संबंधित अनेक प्रश्न मालिकांमध्ये निर्माण केले जातात. एका वेळी एखाद्या विशिष्ट प्रश्नावर लक्ष केंद्रित केलेले असते. एक प्रश्नाची अखेर झाली की, त्यातूनच किंवा लगेचच दुसरा एखादा प्रश्न उभा केला जातो. मालिका किंवा सिरीज सतत सुरू राहण्यासाठी हे आवश्यक असते. मात्र सतत नव्याने निर्माण होणारे हे प्रश्न मालिकेच्या मूळ प्रश्नाशी निगडित असतात. म्हणजेच मालिकेच्या मूळ पात्रांचे जे प्रश्न असतात, त्यांच्याच आजूबाजूला हे इतर प्रश्न जोडले गेलेले असतात. त्या मूळ प्रश्नालाच Narrative Problematic असं संबोधलं जातं.

अभिनेते, पात्र आणि तारे-तारका

टीव्हीवरील कोणताही कार्यक्रम पाहण्यापूर्वी किंवा तो कार्यक्रम अगदी सुरू होण्यापूर्वी आपल्याला त्यातील पात्रांची आणि त्यांच्यातील नातेसंबंधांची काही प्रमाणात ओळख झालेली असते. कोणताही नवा कार्यक्रम टीव्हीवर सुरू होण्यापूर्वी त्याची वेगवेगळ्या माध्यमांतून मोठ्या प्रमाणात जाहिरात केली जाते. टीव्हीवरील त्या कार्यक्रमाचे प्रोमो, त्या कार्यक्रमाचं शीर्षक गीत, वृत्तपत्रातील आणि रेडिओवरील त्या कार्यक्रमाच्या जाहिराती, फेसबुक पेज आणि यू ट्युबवर त्या कार्यक्रमाचं केलं जाणारं प्रमोशन या सगळ्या माध्यमांतून कार्यक्रमाचा इतका प्रसार केला जातो की, कार्यक्रम टीव्हीवर सुरू होण्यापूर्वीच प्रेक्षकाला त्यातील पात्रांची ओळख झालेली असते. अर्थात कार्यक्रम एकदा सुरू झाला की, मग मात्र सुरुवातीच्या काही भागांत पात्रांची ओळख करून दिली जाते आणि मग मात्र अगदी काही भागांमध्येच ही पात्र प्रेक्षकांना अगदी नेहमीच्या ओळखीतली होऊन जातात. टीव्हीवरील पात्रांशी संबंधित काही घटक प्रेक्षक आणि पात्रांच्या मधील दुवा बनतात.

१४) टीव्हीवरील कार्यक्रमातील पात्रं आणि महत्त्वाच्या संज्ञा

पात्राचे नाव (Character's Name)

कोणत्याही मालिकेतील पात्राचं नाव ही त्याची प्रमुख ओळख असते. नावांमुळेच प्रेक्षकाला वेगवेगळी पात्र ओळखणं सहज सोपं होतं. भारतीय मालिकांमध्ये नावात बरीच ओळख दडलेली असते. म्हणजे नुसतं नाव सांगितलं, तरी ते स्त्रीचं आहे की पुरुषाचं, हिंदू धर्माचं आहे की मुस्लीम धर्माचं, कोणत्या विशिष्ट जातीशी संबंधित आहे का अशा अनेक प्रश्नांची सहज उकल होऊ शकते. म्हणजे शबाना खान हे मुस्लीम स्त्रीचं तर जिग्नेश शहा हे गुजराती पुरुषाचं नाव आहे, हे भारतीय प्रेक्षकाला सहज कळतं. याशिवाय बहुतांश भारतीय मालिकांमध्ये पात्रांच्या नावाची ओळख ही त्यांच्या पहिल्या नावापुरतीच मर्यादित नसते, तर त्यांची आडनावंही ठळकपणे वापरली

जातात; कारण आडनावातून संबंधित व्यक्तीच्या जातीचा अंदाज बांधता येतो. मराठी मालिकांचा विचार केला तर देशमुख, कुलकर्णी, पाटील ही आडनावे अगदी प्रामुख्याने वापरलेली पाहायला मिळतात. मालिका देशातील ज्या भागात बेतलेली असेल, तेथील जातींच्या अनुषंगाने मालिकेतील पात्रांची नावे पाहायला मिळतात.

दर्शन/दिसणे (Appearance)

कोणत्याही कार्यक्रमात कोणत्याही पात्राच्या सादरीकरणात प्रामुख्याने तीन घटक महत्त्वाचे असतात. पहिला म्हणजे त्याचा चेहरा, ज्यात केशरचनाही समाविष्ट असते, दुसरा म्हणजे त्याची शारीरिक ठेवण आणि तिसरा म्हणजे त्याची वेषभूषा. टीव्हाचा पडदा लहान असल्यामुळे टीव्हावरील कोणत्याही कार्यक्रमात सगळ्यात जास्त भर हा क्लोजअप, म्हणजेच साधारण कोणत्याही पात्राच्या चेहरा आणि छातीपर्यंतच्या भागावर असतो. त्यामुळे कोणत्याही पात्रासाठी त्याचा चेहरा हीच त्याची मुख्य ओळख बनते. चेहऱ्यावरील हावभावांवरून एखाद्या व्यक्तीबद्दल मत बनवणे हा आपल्या नित्यजीवनाचा भाग जरी असला, तरी टीव्हीच्या पडद्यावर दिसणाऱ्या चेहऱ्यांवरील हावभावांच्या आधारे काही ठोस साचेबद्ध ठोकताळे बांधणे सहज शक्य नाही. केशरचनेच्या बाबतीतही हे थोड्याफार फरकाने लागू होतं. भारतातील टीव्ही मालिकांच्या बाबतीत विचार केला, तर सगळ्यात जास्त भर हा स्त्री पात्रांवर असल्यामुळे नायिका आणि खलनायिका यांच्यातील अंतर स्पष्ट करण्यासाठी केशरचनेचा आधार घेतला जातो, मात्र चेहऱ्यावरील हावभावांप्रमाणेच यातही काही ठोस ठोकताळे बांधता येत नाहीत. हे मात्र खरं की, शहरी आणि ग्रामीण असा भेद दाखवायचा असल्यास, मात्र केशरचना ही खूप महत्त्वाची भूमिका बजावते; म्हणजे शहरी स्त्री-पात्राचे केस अगदी सरळ आणि सुंदर दिसणारे तर ग्रामीण स्त्री-पात्राचे केस म्हणजे तेल लावून चापूनचोपून बांधलेले असा एक अलिखित नियम मात्र मालिकांमध्ये सहज पाहायला मिळतो.

शारीरिक ठेवण हेही पात्राच्या सादरीकरणातलं एक महत्त्वाचं अंग. बहुतांश मालिकांमधले नायक-नायिका हे तरुण आणि सुंदर शरीरयष्टीचे असतात. हा नियम इतका मान्य झाला की, त्याला सहज भेदणारी म्हणजे अगदी तरुण नसणारी आणि सुंदर शरीरयष्टी नसणाऱ्या नायक-नायिकांची जोडी असलेली मालिका 'बडे अच्छे लगते है' जेव्हा प्रेक्षकांच्या भेटीला आली, तेव्हा प्रेक्षकांना वेगळेपण म्हणूनच ती पसंत पडली.

पात्रांची वेषभूषा ही त्यांच्या सादरीकरणात खूप महत्त्वाची भूमिका पार पाडते. कोणत्याही मालिकेत एखाद्या पात्राचा कायापालट झालेला दाखवायचा असेल, तर

सर्वांत प्रथम त्याची वेषभूषा बदलली जाते. टीव्हीवरील पात्रांच्या वेषभूषेच्या बाबतीत दोन संकेत महत्त्वाचे मानले जातात. एक म्हणजे कार्यक्रम ज्या ठिकणी आणि ज्या संस्कृतीमध्ये बेतलेला आहे त्यात ठळकपणे वापरले जाणारे कपडे आणि टीव्ही व टीव्हीवर दाखवले जाणारे कार्यक्रमांचे प्रकार यांच्या दृष्टीने वापरले जाणारे कपडे. भारतीय मालिकांमध्ये कोणत्याही विवाहित स्त्रीला बहुतांश वेळा पारंपरिक वेषभूषेतच दाखवले जाते. याशिवाय मालिकेचं कथानक ज्या संस्कृतीत आणि ज्या भागात बेतलेलं आहे, तिथली वेषभूषा पात्रांच्या सादरीकरणात वापरली जाते. संस्कृतीच्या बाबतीत प्रचंड वैविध्यपूर्ण असलेल्या भारतात एखाद्या विशिष्ट संस्कृतीतलं कथानक स्पष्ट करण्यासाठी वेषभूषेची फार मोठ्या प्रमाणात मदत होते.

पात्राशी संबंधिक वातावरण किंवा वस्तू (Objective Correlative)

Objective Correlative म्हणजे कोणत्याही पात्राशी संबंधित असणारं वातावरण किंवा वस्तू. प्रत्येक मालिकेमध्ये प्रत्येक पात्राशी संबंधित वेगवेगळ्या जागा या प्रेक्षकांना माहीत झालेल्या असतात; जशी कोणत्याही पात्राचं घर, घरातील त्याची खोली, त्याच्या खोलीतील वस्तू, त्याचं कार्यालय, कार्यालयातील त्याची बसायची जागा, त्याची गाडी वगैरे. या सगळ्या प्रेक्षकांना इतक्या सवयीच्या होतात, की त्या विशिष्ट पात्राशिवायही त्या पाहिल्या तरी प्रेक्षकाला त्या पात्राची ओळख होते. या सर्व जागांना Objective Correlative म्हणून ओळखलं जातं. Objective Correlative म्हणजे काही वस्तूही असतात, ज्या त्या पात्राची ओळख करून देतात, जसं एखाद्या पात्राचा विशिष्ट चश्मा, किंवा एखाद्या पात्राचा एखादा चमकणारा दात वगैरे. या Objective Correlativeमुळे त्या पात्राचं वेगळेपण प्रेक्षकांच्या लक्षात राहतं.

१५) टीव्हीवरील पात्रउभारणी आणि महत्त्वाचे घटक

संवाद –

टीव्हीवरील कोणत्याही कार्यक्रमात विशिष्ट पात्र काय बोलते आणि इतर पात्रं त्या विशिष्ट पात्राबद्दल काय बोलतात, यावरून त्या पात्राची ओळख पटते. कधीकधी हे संवाद अगदी थेट त्या पात्राबद्दल असतात. म्हणजे ते पात्र काय करतं, कसं वागतं वगैरे; पण कधी कधी संवाद नसले, तरी नुसत्या हावभावावरून एखाद्या विशिष्ट पात्राचं इतर पात्रांबद्दल काय मत आहे हे कळतं. उदा. 'तुझ्यात जीव रंगला' ही 'झी मराठी' वाहिनीवर चालणारी मालिका. या मालिकेतील प्रमुख पात्र राणा आणि अंजली यांच्याबद्दलच मालिकेतील इतर पात्रं बोलत असतात. म्हणजे मालिकेतील

प्रत्येक पात्र या दोन पात्रांशी जोडलेलं असतं आणि त्या पात्रांचे संवाद हे कायम राणा आणि अंजली यांच्या संदर्भाशी जोडलेले असतात. याउलट याच मालिकेतील नंदिता म्हणजे राणाच्या धाकट्या भावाच्या पत्नीचं पात्र. हे पात्र राणा आणि अंजलीचा सतत रागराग करतं. मात्र राणापुढे नंदिताला काही बोलता येत नसले, तरी तिच्या एकूण हावभावावरून ती या पात्रांबद्दल काय मत बनवते हे कळतं. म्हणजेच स्पष्ट संवाद आणि हावभाव यांच्यावरून टीव्हीवरील कार्यक्रमातील पात्रच नाही, तर त्यांच्यातील संबंध समजायलाही मदत होते.

प्रकाशयोजना आणि ध्वनिचित्रनिर्मिती –

कोणत्याही कार्यक्रमात प्रकाशयोजना आणि ध्वनिचित्रणनिर्मिती ही पात्राची ओळख करून देण्यात खूप महत्त्वाची भूमिका बजावते. खरंतर हे दोन्ही तांत्रिक मुद्दे आहेत, मात्र तरीही प्रेक्षकांना पात्रांची विशिष्ट पद्धतीने ओळख करून देण्यात ते महत्त्वाची भूमिका पार पाडतात. जेव्हा कोणत्याही पात्राचा कार्यक्रमात पहिला प्रवेश होतो, तेव्हा ते पात्र नेमकं कसं दिसतं आणि त्याच्या चेहऱ्यावरचे भाव नेमके काय आहेत, यावरून पात्राचा अंदाज प्रेक्षकाला अचूक बांधता यावा, म्हणून प्रकाशयोजना आणि ध्वनिचित्रनिर्मितीचा योग्य प्रकारे उपयोग केला जातो. टीव्हीवरील जवळपास प्रत्येक मालिकेमध्ये नव्या पात्राचा जेव्हा प्रवेश होतो, तेव्हा कॅमेरा हा बहुतांश वेळा पात्राच्या चेहऱ्यापासून सुरू होण्याऐवजी पायापासून सुरू होतो. म्हणजे पहिल्या दृश्यात त्याचे पाय, दुसऱ्या दृश्यात त्याचे कपडे आणि त्यानंतर संबंधित पात्राचा चेहरा दाखविला जातो. यामुळे एकतर प्रेक्षकाला पात्राच्या एकूण आर्थिक परिस्थितीचा आणि आवडीनिवडीचा अंदाज येतो. या पात्राच्या प्रवेशासोबत जे संगीत वापरलं जातं, ते पात्राबद्दल प्रेक्षकाने बनवलेल्या मताला दुजोरा देतं, आणि अशा प्रकारे ध्वनिचित्रनिर्मितीचा वापर केल्यामुळे संबंधित पात्राबद्दल जाणून घेण्याची प्रेक्षकाची उत्सुकताही वाढते. प्रकाशयोजनेचाही असाच वापर केला जातो. उदाहरणार्थ जेव्हा कोणत्याही पात्राच्या चेहऱ्यावर प्रकाश टाकण्याऐवजी त्याच्या मागून प्रकाश टाकला जातो, तेव्हा त्या पात्राबद्दल एक गूढ आणि रहस्य आपोआप निर्माण केलं जात. त्यामुळे ते पात्र आपल्याबरोबर काहीतरी रहस्य घेऊन येतंय हे प्रेक्षकाला सहज समजतं.

संवाद, प्रकाशयोजना, ध्वनिचित्रमुद्रीकरण यांच्या संदर्भातून एकदा पात्राची ओळख प्रेक्षकांपुढे ठेवली की, त्यानंतरचा मुद्दा येतो तो म्हणजे अभिनयाचा. कोणतंही पात्र कसा आणि काय अभिनय करतो यावरून त्याची ओळख प्रेक्षकांना होते. म्हणजे

नायक आणि खलनायक यांच्यातील फरक त्यांचे संवाद आणि त्यांच्या अभिनयातून सहज स्पष्ट होतो.

आवाज

टीव्हीवरील कार्यक्रमाच्या सादरीकरणात त्यातील पात्राचा आवाज हाही महत्वाची भूमिका बजावतो.

a) vocal – कार्यक्रमातील कोणत्याही पात्राचा आवाज हा संगीताप्रमाणेच तीन घटकांच्या आधारे समजून घेता येतो. हे तीन घटक म्हणजे आवाजाची पातळी, आवाजाचा pitch आणि आवाजाची प्रत म्हणजेच Timbre.

आवाजाची पातळी जशी बदलते तसे तिचे अर्थही बदलतात. खूप मोठ्याने येणारा आवाज हा जसा ताकदीचं प्रतीक ठरतो, तसाच तो कधीकधी राग आणि भीतीचंही प्रतीक ठरतो. खूप लहान आवाज हा जसा भित्र्या व्यक्तीची ओळख करून देतो, तसाच तो प्रचंड नियंत्रित आणि आत्मकेंद्रित व्यक्तीची ओळख म्हणूनही वापरला जातो. अर्थातच आवाजाच्या पातळ्यांवरून कोणत्याही पात्राची ओळख ही त्या त्या कहाणीच्या संदर्भातच होते.

Pitch हा सहसा लिंगाधारित ओळख करून देतो, म्हणजे जर उच्च pitch असेल तर तो स्त्रीलिंगी आवाज मानला जातो आणि जर नीचतम पातळीचा pitch असेल, तर तो पुल्लिंगी आवाज मानला जातो. अर्थात pitch वरून पात्राची ओळख करून घेणं हे जागतिक असू शकत नाही; कारण pitch हा शरीरशास्त्राच्या नियमांनुसार जसा बदलतो, तसा तो वेगवेगळ्या संस्कृतीनुसारही वेगवेगळा असू शकतो. त्यामुळे कधीकधी स्त्री–पात्रांच्या बाबतीतील उच्चतम आणि पुरुष–पात्रांच्या बाबतीतील नीचतम pitch अनुभवायला मिळू शकतो.

आवाजाचा अखेरचा घटक म्हणजे Timbre. हा घटक स्पष्ट करायला तसा खूप कठीण असतो. Timbre म्हणजे आवाजाची प्रत असा साधारण अर्थ लावता येईल. आवाज एकदम कणखर आहे की मृदू आहे, यावरूनही एखाद्या पात्राची ओळख पटते. अर्थातच हे सगळे आवाज स्वतंत्रपणे नाही, तर त्या त्या कहाणीच्या संदर्भातच पात्रांची ओळख प्रेक्षकाला करून देतात.

b) Facial – चेहऱ्यावरील हावभाव हे कोणत्याही पात्राची ओळख कोणत्याही शब्दांविना करून देण्यासाठी खूप उपयुक्त ठरतात. पात्रांची केशरचना ही त्या त्या पात्राच्या चेहऱ्यावरील हावभावांचांच एक भाग असतो. म्हणजे केशरचना ही जशी ग्रामीण आणि शहरी हा फरक दाखवू शकते, तशीच ती एखाद्या व्यक्तीचा स्वभाव नेमका कसा आहे, याबद्दलही अंदाज व्यक्त करायला मदत करू शकते.

व्यक्तीच्या चेहऱ्यावरील भाव हेसुद्धा वेगवेगळ्या वेळी कथेला अनुसरून वेगवेगळे भाव प्रतीत करतात; म्हणजे उदाहरणार्थ एकाच पद्धतीचं हळुवार हसणं, पण कधी ते गालातल्या गालातलं गोड हसू किंवा स्मितहास्य म्हणून वर्णन करता येतं, तर कधी ते कुत्सित हसू म्हणून वर्णन करता येतं. कारण त्या हास्यासोबतच डोळ्यांची हालचाल प्रेक्षकाला त्या हास्याचा अर्थ लावण्यास मदत करते. डोळ्यांची हालचाल हीसुद्धा टीव्हीवरील कार्यक्रमातील पात्रांची ओळख करून देण्यात महत्त्वाची भूमिका बजावते. टीव्हीवरील नसलं तरी गेल्या काही दिवसांत इंटरनेटच्या पडद्यावर प्रचंड गाजत असलेली अभिनेत्री प्रिया वारियर हीचं उदाहरण इथे चपखल बसेल. कोणत्याही संवादाशिवाय फक्त डोळ्यांच्या हालचालींच्या माध्यमातून या अभिनेत्रीने केलेला अभिनय प्रेक्षकांना इतका आवडला की, काही दिवसांतच ही अभिनेत्री भारताच्या कानाकोपऱ्यात माहिती झाली.

हावभाव

टीव्हीचा पडदा हा लहान असल्यामुळे सगळ्यात जास्त भर हा close upला असतो, त्यामुळे चेहऱ्यावरील हावभाव हे कोणत्याही पात्राच्या बाबतीत अत्यंत महत्त्वाचे ठरतात.

हावभाव (Gestural)

एखाद्या पात्राचे हावभाव कसे आहेत यावरून प्रेक्षकांना त्याची ओळख होते. हातांची हालचाल हा हावभाव ओळखण्याचा एक मोठा स्रोत आहे. कोणतं पात्र आपल्या हातांची हालचाल नेमकी कशी करतं, यावरूनही प्रेक्षकांना त्याची ओळख होते. कधीकधी हातांने केलेल्या विविध खुणा कोणत्याही संवादाशिवाय प्रेक्षकाला पात्राला काय म्हणायचं आहे ते स्पष्ट करतात. उदाहरणार्थ एखाद्या पात्राने फक्त अंगठा दाखवला, तर त्याचा अर्थ ठीक आहे असा घेतला जातो. मात्र हावभावांचे हे अर्थ स्थल-काल-संस्कृतीपरत्वे बदलत जातात. म्हणजे मराठी संस्कृतीमध्ये जर कोणी अंगठा दाखवत असेल, तर त्याचा अर्थ बहुतांशी कोणालातरी चिडवणे किंवा ठेंगा दाखवणे या अनुषंगानेही घेतला जातो. फ्रेंच साहित्यानुसार हाताच्या कोणत्या हावभावांचा नेमका काय अर्थ लावायचा याचं संकेतीकरण करण्यात आलंय आणि माध्यमांच्या अभ्यासात त्याचा वापरही केला जातो. मात्र वर सांगितल्याप्रमाणे हे नियम जागतिक म्हणून ग्राह्य धरता येणार नाहीत.

शारीरीक सादरीकरण (Corporal)

कोणत्याही पात्राचं शरीर आणि त्याचे शारीरिक हावभाव हे त्या पात्राची

ओळख प्रेक्षकांना करून देण्यात खूपच महत्त्वाची भूमिका बजावतात. कोणतंही पात्र कोणत्याही कार्यक्रमात नेमकं कसं वावरतं यावरून त्या पात्राची ओळख होते. म्हणजे काही पात्रं त्यांच्या प्रत्येक दृश्यात इतकी शांतपणे प्रवेश करतात की, त्यावरून ते पात्र प्रचंड संयमी आणि नियंत्रित असल्याची खात्री पटते, याउलट काही पात्रं मात्र सतत गडबड आणि लगबगीत असतात, हे एखाद्या धांदरट पात्राची ओळख पटवते. 'तुझ्यात जीव रंगला' या 'झी मराठी' वाहिनीवरील कार्यक्रमातील राणा या पात्राचं उदाहरण इथे देता येईल. राणा हा पैलवान आहे, मात्र त्याच वेळी तो अत्यंत चांगला आणि मृदू स्वभावाची व्यक्ती आहे. आता या दोन्ही खुबी एकाच पात्रात बसवणे आणि ते हावभावांच्या माध्यमातून दाखवणे, हे खरंतर खूप अवघड आहे. मात्र या मालिकेतील राणाच्या पात्राने आपल्या हावभावांच्या माध्यमातून ते सहज शक्य केलंय. म्हणजे आडदांड शरीराचा, कायम छाती पुढे काढून चालणारा, मात्र त्याच वेळी चेहऱ्यावर कायम एक अस्पष्ट हसू आणि मृदू भाव ठेवणारा, असं हे पात्र आहे.

१६) अभिनय सादरीकरणाच्या योजना

कोणत्याही कार्यक्रमात एखाद्या पात्राच्या सादरीकरणाच्या योजना नेमक्या काय असतात हे समजून घेणं महत्त्वाचं असतं. बहुतांश वेळेला प्रेक्षक हे कोणत्याही पात्राचं सादरीकरण हे जसं आहे तसं स्वीकारतात, म्हणजे टीव्हीवर प्रत्यक्ष ते पात्र जसं अवतरलंय तसं ते असण्यापर्यंत येण्यासाठी त्या पात्राने काही प्रवास केला असेल किंवा तो प्रवास काय असेल हे प्रेक्षकांना सहसा माहीत नसतं किंबहुना टीव्ही मालिकेतील कोणतंही पात्र प्रेक्षकांपुढे फक्त पात्र म्हणूनच येईल आणि व्यक्ती म्हणून येणार नाही याचीच जास्त काळजी घेतली जाते. त्यामुळे प्रेक्षकाला कोणत्याही पात्राच्या सादरीकरणाची जी ओळख पटते, ती त्या संबंधित पात्राने स्वत: उभं केलेलं सादरीकरण असत. एखादं विशिष्ट पात्र नेमकं कसं सादरीकरण करतं हे जाणून घेण्याच्या काही योजना असतात आणि त्यांच्यावर खूप चर्चा आणि लिखाणही झालेलं आहे. मात्र या सगळ्या चर्चा आणि लिखाणांमध्ये एक कल्पना मात्र कायम असते आणि ती म्हणजे कोणतंही पात्र जेव्हा पडद्यावर सादरीकरण करतं, तेव्हा ते त्याच्यात मनापासून गुंग झालेलं असतं किंवा त्याचं मनही त्या पात्रातच असतं. मात्र हे खर असायलाच हवं असं काही नाही. अनेकदा एखादा कलाकार संबंधित पात्र सादर करत असेल, मात्र त्याच्या मनात काहीतरी वेगळंच सुरू असण्याची शक्यता नाकारता येत नाही आणि हे सिद्ध करणंही सोपं मुळीच नाही.

मूलत: टीव्हीवरील काल्पनिक कार्यक्रमांमधील सादरीकरण समजून घेण्याचे दोन महत्त्वाचे मार्ग आहेत आणि ते म्हणजे नैसर्गिक आणि अनैसर्गिक. नैसर्गिक

सादरीकरण पद्धतीमध्ये प्रत्येक पात्र अशा प्रकारे सादरीकरण करण्याचा प्रयत्न करतं, की ते पात्र म्हणजे प्रेक्षकांना पात्र म्हणून नाही, तर त्या पात्रात रेखाटलेली व्यक्ती म्हणून खरं आणि विश्वासार्ह वाटावं. म्हणजे ते पात्र प्रेक्षकांसाठी पात्र नाही, तर ते विश्वास ठेवतील अशी व्यक्ती बनते. अनैसर्गिक सादरीकरणाची पद्धत याच्या अगदी उलट असते, मात्र ही पद्धत विशिष्ट कारणांसाठी आणि विशिष्ट संदर्भात वापरली जाते.

१७) नैसर्गिक सादरीकरण आणि पद्धती

नैसर्गिक सादरीकरणाच्या एकोणिसाव्या आणि विसाव्या शतकातील दोन महत्वाच्या पद्धती म्हणजे Reportary पद्धती आणि Method पद्धती.

Reportary पद्धती :

Reportary पद्धतीमध्ये कलाकारांचा समूह काही ठरावीक दिवसांमध्ये विविध नाटकांचे प्रयोग करत असतो. त्यामुळे प्रत्येक कलाकाराला प्रत्येक नाटकामध्ये वेगवेगळ्या पात्रांची भूमिका वठवायची असते. त्यामुळे ते प्रत्येक पात्रासाठी काही विशिष्ट हावभाव, हातवारे, बोलीभाषा यांची सांगड घालून एक विशिष्ट सादरीकरण पद्धती बनवतात, अर्थात ही सादरीकरण पद्धती पूर्णपणे अभिनय कलेच्या पुस्तकांमध्ये दिलेल्या नियम आणि संकेतांच्या आधारे नसते. अगदी आपल्या रोजच्या आयुष्यात असणाऱ्या लोकांच्या वावरण्यावरून, बोलण्याचालण्यावरून ते हातवारे, हावभाव, बोलीभाषा यांची सांगड घालतात आणि अभिनय सादर करतात. हे सगळं करत असताना हे कलाकार स्वतःला त्यात पूर्णपणे गुंतवत नाहीत. एखादं पात्र सादर करताना ते स्वत: भावनिक होत नाहीत, तर भावनिक माणसं जसे हावभाव करतात, तेच हावभाव ते आपल्या सादरीकरणात व्यक्त करतात. अर्थात या सगळ्यावर खूप लिखाण झालं असलं, यातील अनेक हावभाव-हातवारे यांचे काही संकेत तयार झाले असले, तरी ते जसेच्या तसे वापरले जात नाहीत. स्थल-काल आणि संस्कृतीपरत्वे हे सगळे संकेत बदलत राहतात.

Method सादरीकरण पद्धती :

Method सादरीकरण पद्धती ही प्रामुख्याने अमेरिकेमध्ये वापरली जाते. Reportary सादरीकरण पद्धतीप्रमाणे Method पद्धत ही काही नियमांच्या आधारे बांधले गेलेले हावभाव, हातवारे यांच्यावर अवलंबून नसते, तर कलाकार प्रत्यक्ष संबंधित पात्र बनतो. ज्या पात्राची भूमिका सादर करायची आहे, ते पात्र आपण असल्याप्रमाणे कलाकार आपला अभिनय सादर करतो. मशीन जसे वेगवेगळे भाग

एकत्र जोडून तयार होते, तसे Reportary पद्धतीमध्ये वेगवेगळे हावभाव एकत्र जोडून कलाकार अभिनय करतात असा दावा Method पद्धतीचा पुरस्कार करणारे शिक्षक करतात. त्यांच्या मते भूमिका सादर करणारं पात्र हे स्वत: भूमिकेत शिरत असल्याने त्या पात्राचे हावभाव, त्याचे हातवारे, त्याची भाषा यांची वेगळी तयारी पात्राला करावी लागत नाही, तर आपोआपच त्याला ते जमतं.

Method सादरीकरण पद्धतीमध्ये तीन वेगवेगळया गोष्टींचा आधार घेतला जातो, भावनिक स्मृती (Emotional Memory), भाव स्मृती (Sense Memory) आणि सुधार (Improvisation). आपल्या भावनिक स्मृतीचा वापर करत कलाकार संबंधित पात्राच्या भावनांशी जोडणाऱ्या आपल्या आयुष्यातील घटना किंवा भावना आठवतात आणि त्यांचा वापर सादरीकरणासाठी करतात. याच भावनांचा अधिक चांगल्या प्रकारे वापर करण्यासाठी कलाकार आपल्या भाव स्मृतीचा वापर करतात; म्हणजे एखाद्या विशिष्ट प्रसंगात आपली भावना नेमकी काय होती, त्याचा वापर ते आपल्या सादरीकरणात करतात. कलाकार प्रत्येक पात्र सादर करताना त्या पात्राला नेमकं काय आणि कसं वाटत असेल याचा आपल्यापरीने विचार करतात; म्हणजेच त्या पात्राच्या मनात शिरण्याचा प्रयत्न करतात आणि त्यानुसार सादरीकरण करतात, त्यालाच सुधार (Improvisaition) म्हणतात. या पद्धतीचा पुरस्कार करणाऱ्यांचं असं म्हणणं आहे की, जर कलाकार खऱ्या अर्थाने तो निभावत असलेलं 'पात्र बनला' तर त्याने केलेली भूमिका ही जास्त 'खरी' ठरते.

अमेरिकेतली टीव्हीवरील कार्यक्रमांमध्ये साधारण १९५० च्या दशकात Method पद्धतीने प्रवेश केला, तो लाईव्ह कार्यक्रमांच्या माध्यमांतून. नाट्यगृहातील नाटकांप्रमाणे टीव्हीवरील अनेक कार्यक्रम तेव्हा लाईव्ह होत असतं.

भावनिक स्मृती आणि भाव स्मृती यांचा वापर सकारात्मक आणि नकारात्मक अशा दोन्ही भावनांपर्यंत पोहोचण्यासाठी करता येत असला, तरी प्रत्यक्षात मात्र टीव्ही आणि चित्रपटांमध्ये या पद्धतीचा वापर हा जास्तीत जास्त गडद, चिंताग्रस्त किंवा नकारात्मक भावनांपर्यंत पोहोचण्यासाठीच केला गेलाय. गेल्या अनेक दशकांमध्ये Method पद्धतीमध्येही स्वत:चे असे काही संकेत किंवा नियम तयार झालेत.

१८) अनैसर्गिक सादरीकरण आणि पद्धती

अनैसर्गिक सादरीकरणाची पद्धती ही नैसर्गिक सादरीकरणाच्या पद्धतीच्या अगदी उलट असते. या पद्धतीमध्ये कलाकार हा पात्रामध्ये शिरण्याचा किंवा स्वत: ते

पात्र असल्याचा मुळीच भास निर्माण करू पाहत नाही, तो फक्त ते पात्र साकारतो. किंबहुना कलाकार आपण स्वत: आणि तो भूमिका करत असलेलं पात्रं यांच्यात अंतर राखण्याचा प्रयत्न करतो. म्हणजेच मी व्यक्ती म्हणून वेगळा आहे, मात्र मी जे पात्र सादर करतोय ते फक्त सादरीकरण आहे किंवा अभिनय आहे हेच जणू तो प्रेक्षकाला सांगत असतो. विसाव्या शतकाचा विचार केला, तर दोन प्रमुख पद्धतींचा अनैसर्गिक सादरीकरण पद्धतीवर पगडा आहे. या पद्धती म्हणजे, Vaudeville सादरीकरण and Brechtian सादरीकरण पद्धती.

Vaudeville सादरीकरण पद्धती:

Vaudeville ही नाट्यगृहातील सादरीकरणातील एक महत्त्वाची तऱ्हा म्हणून एकोणिसाव्या शतकाच्या उत्तरार्धात आणि विसाव्या शतकाच्या सुरुवातीला पाश्चिमात्य देशांमध्ये प्रचंड लोकप्रिय होती. प्रामुख्याने ही पद्धत गाणी-नृत्य कार्यक्रम, विनोदी कार्यक्रम किंवा छोट्या नाटुकल्यांमध्ये वापरली जायची. मात्र विसाव्या शतकात सामूहिकपणे मनोरंजन करणाऱ्या टीव्ही, चित्रपट, रेडिओ अशा माध्यमांचा प्रभाव जसा वाढायला लागला, तशी ही पद्धत हळूहळू मागे पडायला लागली. Vaudeville हे आता स्वतंत्र माध्यम म्हणून अस्तित्वात नसले, तरी सादरीकरणाची एक विशिष्ट पद्धती म्हणून टीव्ही जगतात ती अजूनही जिवंत आहे.

ठळकपणे सांगायचं तर Vaudeville पद्धत ही पात्राच्या आड कलाकाराला विसरू देत नाही. त्यामुळे या पद्धतीत प्रेक्षकाला सतत जाणीव करून दिली जाते की, समोर सुरू असलेलं सादरीकरण म्हणजे फक्त संबंधित पात्राचा फक्त अभिनय आहे आणि अभिनय करणारा कलाकार म्हणजे ते पात्र नाही. Vaudeville पद्धतीमध्ये प्रेक्षकाचं अस्तित्व सतत अधोरेखित केलं जातं. एकमेकांशी बोलत असलेली पात्रं अनेकदा सादरीकरण करताना प्रेक्षकांकडे पाहतात आणि प्रेक्षकांशी बोलतात. त्यामुळे संबंधित पात्र ही आपल्याशीही बोलतायत याची जाणीव प्रेक्षकांना असते. त्यामुळे प्रेक्षक आणि कलाकार यांना वेगळं करणारी चौथी भिंत Vaudeville पद्धतीमध्ये अस्तित्वात नसते. भारतीय टीव्हीवर सुरू असणारे विनोदी कार्यक्रम हे याचं उत्तम उदाहरण असू शकतं. 'चला हवा येऊ द्या' या झी मराठी वाहिनीवरील कार्यक्रमामध्ये कार्यक्रमाचा सूत्रधार हा एकाच कार्यक्रमात प्रेक्षकांशीही बोलत असतो आणि कधी कधी कार्यक्रमाचा भाग असणाऱ्या छोट्या नाटुकलीमध्ये कलाकार म्हणूनही सहभागीही होत असतो. कार्यक्रमामधील कलाकार एखाद्या व्यक्तीची भूमिका साकारतात, मात्र ते संवाद साधतात संबंधित कार्यक्रमात कोणतीही भूमिका न साकारणाऱ्या, पण पाहुणे म्हणून सहभागी होणाऱ्या कलाकारांशी किंवा इतर व्यक्तींशी. आपली छोटीशी

नाटुकली संपली की, हे सगळे कलाकार एक सामान्य व्यक्ती म्हणूनही पाहुणे किंवा प्रेक्षकांशी संवाद साधतात. बऱ्याचशा संगीत कार्यक्रमांमध्ये पाश्चात्य देशात ही पद्धत फार मोठ्या प्रमाणात वापरण्यात आली होती.

Brechitian सादरीकरण पद्धती :

जर्मन नाटककार Berlot Brecht ने लिहिलेल्या सिद्धांतानुसार Brechtian सादरीकरण पद्धत अस्तित्वात आली. Brechtian सादरीकरण पद्धती ही नैसर्गिक सादरीकरण पद्धतीतल्या पात्राशी प्रेक्षकाचं जुळणं नाकारते. Brechtian पद्धतीप्रमाणे प्रेक्षकाने पात्राच्या अधिकाधिक जवळ जाण्यापेक्षा अधिकाधिक दूर जाणं अपेक्षित असतं. Brechtian पद्धतीत कोणताही कलाकार हा संबधित पात्र प्रेक्षकांसमोर आपण प्रत्यक्षात ते पात्र नसल्याप्रमाणे सादर करतं. म्हणजेच कलाकार आणि पात्र हे वेगवेगळे आहेत आणि कलाकार म्हणजे पात्र नव्हे हे या पद्धतीत ठामपणे अवलंबिलं जातं. प्रेक्षक आणि कलाकार एकमेकांपासून दूर होत जातात, म्हणून Brechtian दूरीकरण अशी संकल्पनाही या सिद्धांतात मांडण्यात येते.

नैसर्गिक सादरीकरण पद्धतीप्रमाणे जेव्हा प्रेक्षक नाट्यगृहात येतो, तेव्हा पात्र जणू त्याचा ताबा घेतात आणि दोन किंवा तीन तासांनंतर जेव्हा तो नाट्यगृहाच्या बाहेर पडतो, तेव्हा तो जणू भारावल्यासारखा असतो. Brech च्या म्हणण्यानुसार अशा अवस्थेपेक्षा प्रेक्षकाने कलाकृतीमधील गोष्टींशी अलिप्त राहिलं पाहिजे आणि मग त्याला सामोरं गेलं पाहिजे. मार्क्सवादाच्या चष्म्यातून याकडे पाहताना Brech च्या मते नाटक हे माध्यम समाजातील वाईट गोष्टींबद्दल आवाज उठवण्यासाठी वापरलं पाहिजे आणि प्रेक्षकांनी वाईट गोष्टींविरोधात आवाज उठवला पाहिजे. थोडक्यात क्रांतिकारी नाटकाचा पुरस्कार करणारी ही भूमिका मानली जाते. १९६० च्या दशकात काही पाश्चात्य सिनेमांमध्ये हा सिद्धांत आणि सादरीकरण पद्धती वापरली गेली, मात्र टीव्हीच्या पडद्यावर या सिद्धांतांचा किंवा सादरीकरण पद्धतीचा प्रभाव वा वापर पाहायला मिळाला नाही.

१९) टीव्हीवरील तारे-तारका

टीव्हीवर कोणतीही भूमिका साकाराणाऱ्या व्यक्तीला कलाकार किंवा अभिनेता म्हणून ओळखलं जातं. मात्र प्रत्येक कलाकार हा प्रसिद्ध कलाकार किंवा स्टार म्हणून ओळखला जात नाही. ज्या कलाकारांची ओळख ते अभिनय करीत असलेल्या कार्यक्रमाच्या पलीकडे असते, टीव्ही व्यतिरिक्तच्या पडद्यावर किंवा माध्यमांमध्ये त्यांचे अस्तित्व असते, त्यांना स्टार म्हणजेच तारा म्हणून ओळखले जाते. जर

अभिनेत्याचा वावर हा त्याच्या भूमिकेपुरताच आणि संबंधित कार्यक्रमापुरताच असेल, तर त्याची ओळख कलाकार किंवा अभिनेता इतकीच राहते. जे पात्र अभिनेता सादर करतोय त्या नावाने नाहीतर अभिनेत्याच्या स्वत:च्या नावाने प्रेक्षक त्याला ओळखतात. चित्रपट, इंटरनेट, फेसबुक, यू ट्युब यांवर अभिनेत्याच्या अभिनयाव्यतिरिक्तच्या आयुष्यावर चर्चा होते. अभिनेता म्हणून नाही तर व्यक्ती म्हणून त्याच्या व्यक्तिमत्त्वाची चर्चा होते, तेव्हा तो अभिनेता स्टार म्हणून ओळखला जातो. अभिनेता टीव्ही व्यतिरिक्तच्या ज्या ज्या माध्यमांमधून प्रेक्षकांपुढे जातो, त्या सगळ्या माध्यमांना मिळून 'स्टार सिस्टीम' म्हणजेच 'तारे योजना' म्हणून ओळखलं जातं.

भारतीय मनोरंजन जगताचा विचार केला तर चित्रपट अभिनेते हेच सहसा स्टार म्हणून ओळखले जातात. टीव्ही मालिकांमध्ये काम करणाऱ्या कलाकारांना सहसा स्टार म्हणून ओळखलं जात नाही. याचं एक महत्वाचं कारण म्हणजे, टीव्हीवरील कलाकारांना मिळणाऱ्या संधी या चित्रपट कलाकारांना मिळणाऱ्या संधींपेक्षा खूपच कमी असतात. एका मालिकेमध्ये काम करणाऱ्या कलाकाराला ती मालिका संपेपर्यंत सहसा दुसऱ्या मालिकेत काम करण्याची संधी मिळत नाही. त्यामुळे कलाकारांचा वावर हा त्या मालिकेपुरताच मर्यादित राहतो. मालिकेत मुख्य भूमिका सादर करणाऱ्या कलाकारांना तर एक मालिका संपली, की दुसऱ्या मालिकेत पुन्हा भूमिका मिळणं जवळपास अशक्य होऊन बसतं, त्यामुळे नवी मालिका नवा चेहरा हेच समीकरण भारतीय टीव्हीविश्वात पाहायला मिळतं. याचा परिणाम म्हणजे एका मालिकेत यशस्वी होणारा चेहरा पुन्हा प्रेक्षकांसमोर येतच नाही, त्यामुळे त्याचं साधं खरं नावही जाणून घेण्याची गरज प्रेक्षकांना राहत नाही. याउलट चित्रपटात मात्र एकदा यशस्वी झालेल्या अभिनेत्याला पुढे आणखी चित्रपटात काम करण्याची संधी मिळते. चित्रपटामध्ये काम करणारे कलाकार सहजपणे टीव्हीच्या पडद्यावर येऊ शकतात, मात्र टीव्ही कार्यक्रमांमध्ये काम करणाऱ्या कलाकारांना चित्रपटांत काम करण्याची संधी क्वचितच मिळते. त्यामुळे चित्रपट अभिनेत्यांना स्टार बनण्याची संधी उपलब्ध असते, तशी टीव्हीवरील अभिनेत्यांना फारच कमी असते.

२०) माध्यमांमधील टीव्ही अभिनेते

Intertextuality म्हणजे विविध माध्यमांमध्ये विविध प्रकारे असणारा अभिनेत्याचा वावर. प्रत्येक अभिनेता किंवा कलाकार हा स्टार म्हणून ओळखला जात नाही, तर आपल्या मूळ भूमिकेपलीकडे ज्या अभिनेत्याचा किंवा कलाकाराचा माध्यमांमध्ये वावर असतो, त्याला स्टार म्हणून ओळखले जाते.

विविध माध्यमांमध्ये स्टारबद्दल जी माहिती प्रसिद्ध होते, त्यावरूनच त्या

स्टारच्या आयुष्यातील इतर घटनांची प्रेक्षकांना माहिती मिळते आणि त्याच माहितीच्या आधारे चर्चाही रंगतात. म्हणजे एखाद्या स्टारचं कोणत्या व्यक्तीबरोबर प्रेमप्रकरण सुरू आहे किंवा त्याच्या कौटुंबिक आयुष्यात नेमकं काय सुरू आहे वगैरे. वेगवेगळी मासिके, वेबसाईट्स, ब्लॉग्स, व्हिडिओज यांच्या माध्यमातून प्रेक्षकांना स्टारच्या आयुष्यातील माहिती दिल्याचा दावा केला जातो. मात्र एका माध्यमातून दिली जाणारी माहिती दुसऱ्या माध्यमातून दिल्या जाणाऱ्या माहितीपेक्षा वेगळी असते आणि दोन्ही माध्यमे आपलीच माहिती खरी असल्याचा दावा करतात. त्यामुळे प्रत्येक स्टारच्या प्रतिमेभोवती अनेक प्रतिमांचं जाळं तयार होतं आणि त्यांतील नेमकी कोणती प्रतिमा खरी याचा अंदाज लावता येत नाही. मात्र स्टारबद्दलची प्रत्येक माहिती प्रेक्षकाला त्याच्याबद्दलची माहिती देते. प्रत्येक स्टार हा एक मजकूर असतो आणि त्याबद्दलची वेगवेगळी माहिती वेगवेगळे अर्थ लावायला भाग पाडते. प्रत्येक स्टारच्या विविध बांबीबद्दल असे वेगवेगळे अर्थ लावले जातात, यालाच Polysemy (अनेक अर्थ) म्हणून ओळखले जाते. स्टारच्या बाबतीत मजकूर विविध माध्यमांमध्ये उपलब्ध असणे यालाच intertextuality म्हणून ओळखले जाते.

विविध माध्यमांमध्ये मजकूर म्हणून स्टार अवतरतात, ते चार विविध मार्गांनी.

प्रचार (Promotion)

स्टार ज्या कार्यक्रमात अभिनय करत असतो, त्या कार्यक्रमाचा प्रचार करण्यासाठी प्रचारात्मक साहित्य तयार केले जाते. प्रचारामध्ये सगळ्यात जास्त वाटा असतो, तो पत्रकार परिषद आणि प्रसिद्धीपत्रकांचा. या पत्रकार परिषदा आणि त्यातून दिली गेलेली प्रसिद्धी ही अनेक टीव्ही कार्यक्रम, रेडिओ कार्यक्रम, वेबसाईट, सोशल मिडिया यांच्या माध्यमातून प्रेक्षकांपर्यंत पोहोचवली जाते. या माहितीच्या आधारे स्टार ज्या कार्यक्रमात भूमिका करत आहे, ती भूमिका प्रेक्षकांच्या मनात ठसवण्याचा प्रयत्न केला जातो.

भारतीय मनोरंजन जगतात स्टार बनण्याची संधी जितकी चित्रपट कलाकारांना उपलब्ध असते, तितकी ती टीव्हीवरील कलाकारांना उपलब्ध नसते. मात्र अनेकदा चित्रपट कलाकार टीव्हीवरील कार्यक्रमांमध्येही कलाकार म्हणून काम करतात आणि मग प्रामुख्याने ते चित्रपट जगतातले स्टार म्हणून ओळखले जात असले, तरी मग ते टीव्हीविश्वाचेही स्टार बनतात.

भारतीय चित्रपट जगतात गाजलेला आणि रिआलिटी शोच्या माध्यमातून टीव्हीच्या पडद्यावर अवतरलेला अभिनेता म्हणजे अमिताभ बच्चन. फक्त चित्रपट आणि जाहिरातींमध्ये काम करणारा अमिताभ बच्चन हा अभिनेता सोनी टीव्हीवरील

'कौन बनेगा करोडपती' या रिआलिटी शोच्या माध्यमातून टीव्हीच्या पडद्यावर आला. चित्रपटातील अभिनेता पहिल्यांदा टीव्हीच्या पडद्यावर येणं हीच या कार्यक्रमाची सगळ्यात मोठी खासियत असल्याने, त्याच पद्धतीने सगळा प्रचार केला गेला.

प्रसिद्धी (Publicity)

प्रसिद्धी म्हणजे विविध माध्यमांमध्ये स्टारच्या बाबतीत प्रसिद्ध होणारी माहिती. प्रचार आणि प्रसिद्धी ही एकमेकांपासून वेगळी करता येणं तसं कठीण आहे, मात्र प्रचार हा बहुतांशी स्टार किंवा त्याचा प्रचार करू पाहत असणाऱ्या लोकांच्या हातात असतो किंवा तो त्यांना दिलेल्या माहितीच्या आधारे प्रेरित असतो. प्रसिद्धीच मात्र तसं नसतं. प्रसिद्धी ही पूर्णपणे स्टारच्या हातात नसते. प्रत्येक स्टारच्या खासगी किंवा व्यावसायिक आयुष्यात घडणाऱ्या घटनांना बातम्या किंवा अन्य माध्यमांमध्ये प्रसिद्धी मिळते आणि ही प्रसिद्धी नेमक्या कोणत्या घटनांना मिळेल, कशा प्रकारे मिळेल किंवा कोणत्या माध्यमांमध्ये मिळेल यावर मात्र स्टारचं अजिबातच नियंत्रण असत नाही. अर्थात अनेकदा प्रचारासाठीही प्रसिद्धीचा वापर केला जातो.

टीव्हीवरील कार्यक्रम आणि चित्रपट (Television Programs and Films)

स्टार हा किती वेगवेगळ्या टीव्ही कार्यक्रमांमध्ये किंवा चित्रपटांमध्ये अभिनय करतो हा मुद्दाही त्याच्या intertextuality मध्ये महत्त्वाचा ठरतो. म्हणजे जर एखादा अभिनेता हा एकाच कार्यक्रमामध्ये वर्षानुवर्ष एकच भूमिका करत असेल, तर त्याला स्टार समजले जाणार नाही, मात्र एखादा अभिनेता विविध टीव्ही कार्यक्रमांमध्ये किंवा चित्रपटांमध्ये काम करत असेल आणि त्याच्या भूमिकांपलीकडे त्याच्या व्यक्तिमत्त्वाची किंवा त्याच्या आयुष्यातील इतर गोष्टींची चर्चा विविध माध्यमांमध्ये होत असेल, तरच त्याला स्टार म्हणून ओळखले जाते.

विविध माध्यमांमध्ये तयार होणाऱ्या स्टारच्या प्रतिमा हा तो करत असलेल्या भूमिकेशी कधी सुसंगत असतात तर कधी असंगत असतात. म्हणजे चित्रपटात अँग्री यंग मॅन म्हणून प्रसिद्ध असणारा, अन्यायाविरुद्ध लढणारा, समाजाला नवी वाट दाखवणारा, अंधश्रद्धांना स्थान न देणारा, आणि 'कौन बनेगा करोडपती' या टीव्ही कार्यक्रमामध्ये बुद्धी हे एकच परिमाण मानणारा अभिनेता अमिताभ बच्चन आपल्या कौटुंबिक आयुष्यात मात्र आपल्या मुलाचं लग्न लावताना जन्मपत्रिका आणि त्यातील दोष यांच्या आधारे आपल्या सुनेचं लग्न जेव्हा एका झाडाशी लावतो, अशा बातम्या किंवा अफवा प्रसिद्धी माध्यमात येतात तेव्हा पडद्यावरील त्यांची प्रतिमा आणि

प्रत्यक्षात व्यक्ती म्हणून असणारी त्यांची प्रतिमा यांचा मेळ बसत नाहीय. यालाच Problematic Fit म्हणून संबोधले जाते.

याउलट पडद्यावरील प्रतिमा आणि प्रत्यक्ष आयुष्यातील अभिनेत्याची प्रतिमा या सहज जुळून येतात तेव्हा त्याला Perfect fit म्हणून संबोधले जाते.

भुमिकांची समीक्षा

स्टार करत असलेल्या भूमिकांची समीक्षाही वेगवेगळ्या माध्यमांमध्ये अगदी सहजपणे होत असते. काही वर्षांपूर्वीपर्यंत ही समीक्षा वृत्तपत्र, वृत्तवाहिन्या किंवा मासिकांच्या माध्यमातूनच होत असायची, मात्र आता ही समीक्षा सोशल मिडियाच्या माध्यमातूनही होत असते. सोशल मिडियाचा प्रभाव आणि वावर इतका वाढलाय की, पारंपरिक माध्यमांच्या माध्यमातून होणारी समीक्षा ही एकूण समीक्षेच्या अगदी काही अंशांपर्यंतच मर्यादित राहिलीय. शिवाय आपल्या भूमिकेबद्दलचं आपलं म्हणणं प्रेक्षकांपर्यंत पोहोचवण्यात स्टारही सोशल मिडियाचा वापर करतात. अर्थात सोशल मिडियावर स्टारचे चाहते इतक्या मोठ्या प्रमाणावर असतात की, बाकी माध्यमांची पोहोच त्या तुलनेत खूपच क्षीण होते. उदाहरणार्थ अभिनेते अमिताभ बच्चन यांनी लिहिलेले ट्विट किंवा ब्लॉग्ज. लाखोंच्या संख्येने त्यांचे चाहते हे ट्वीट किंवा ब्लॉग्ज वाचत असतात. त्यामुळे समीक्षक किंवा इतर कुणाहीपेक्षा स्टार स्वतःच आपल्या अधिकाधिक चाहत्यांपर्यंत सहज पोहोचत असतात.

प्रकरण चार
कथात्मक रचनेच्या पलीकडे

२१) कथाबाह्य टीव्ही, ऐतिहासिक जग आणि सामाजिक अभिनेते

टीव्हीवर जे घडतं ते सगळं खरं असतं का, असा एक प्रश्न कायम टीव्हीच्या प्रेक्षकांपुढे असतो. कथात्मक टीव्हीवर जे दाखवलं जातं, ते कल्पनेतील कथांवर आधारित असतं आणि तशी कबुली कार्यक्रमाच्या सुरुवातीलाच दिलेली असते. कथाबाह्य टीव्हीवरील कार्यक्रम हे मात्र कोणत्याही कल्पनेवर नाही, तर वास्तवावर आधारित असतात. उदा. टीव्हीवरील बातम्या किंवा एखाद्या विशिष्ट विषयावरील लघुपट, मुलाखती इत्यादी. कथाबाह्य टीव्हीवर जे दाखवलं जातं ते समाजात घडलेल्या घटनांचा एक भाग असतं, हे जरी खरं असलं, तरी या घटना टीव्हीच्या भाषेत प्रेक्षकांसमोर मांडल्या जातात. कोणत्या घटना प्रेक्षकांपर्यंत पोहोचवायच्या, कोणत्या घटना प्रेक्षकांपर्यंत नाही पोहोचवायच्या, कोणत्या घटना कोणत्या पद्धतीने प्रेक्षकांपर्यंत पोहोचवायच्या, कोणत्या घटनांतील कोणता भाग प्रेक्षकांपर्यंत पोहोचवायचा हे आधीच ठरवलं जात. प्रेक्षकाला प्रत्येक ठिकाणची सत्य परिस्थिती माहीत नसते, त्यामुळे प्रेक्षकाच्या स्वतःच्या परिघाबाहेरची सत्य परिस्थिती त्याला माध्यमांच्या माध्यमातूनच कळते.

माध्यमे त्यांच्यापर्यंत आलेली माहिती ही जोड-तोड करून, प्रक्रिया करून, संपादित करून प्रेक्षकांपर्यंत पोहोचवतात आणि असं करीत असताना तंत्रज्ञानाची उपलब्धता, आर्थिक गणितं, विचारधारा, संघटना अशी अनेक परिमाणं महत्वाची ठरतात. या सगळ्याचा परिणाम म्हणजे टीव्हीवर दाखवलेली सत्यता आणि वास्तव यांच्यामध्ये फरक करणं प्रेक्षकाला अवघड होतं. त्यामुळे एका माध्यमातून समोर आलेली माहिती ही दुसऱ्या माध्यमातून आलेल्या माहितीच्या आधारे तपासून पाहणे हा एकच मार्ग प्रेक्षकांपुढे शिल्लक असतो.

टीव्हीवरील या सत्यतेच्या ऐवजी बिल निकोलासने (Bill Nicholas)

Historical World किंवा Historical reality ही संकल्पना मांडली. हा भेद करून निकोलासने असा सिद्धांत मांडला की, टीव्हीवरील कथाबाह्य कार्यक्रमांमध्ये येणारी माहिती ही कायम निवडलेली, प्रक्रिया केलेली, अनुक्रमानुसार मांडलेली, अर्थ लावलेली आणि अपूर्ण असते. जसं इतिहासकार इतिहासातील घटना पाहून, त्यांचा अर्थ लावून, एक वास्तव तयार करतात; अगदी तसंच कथाबाह्य टीव्हीमध्ये सुद्धा घटनांचा अर्थ लावून वास्तव तयार केलं जातं. अगदी फक्त महत्त्वाच्या घटनांनाच नाही, तर ज्यांची गोष्ट किंवा कहाणी टीव्हीवर सांगता येईल अशा सगळ्या घटनांना निकोलास Historical Events म्हणजेच ऐतिहासिक घटना असे संबोधतो.

निकोलासने टीव्हीवरील वास्तव समजावून घेताना आणखी एक नवी संकल्पना मांडली आणि ती होती Social Actor (सामाजिक अभिनेता). निकोलासची सामाजिक अभिनेते ही संकल्पना व्यक्ती किंवा लोक यांना संबोधित करते. जेव्हा प्रेक्षक टीव्हीवर कोणत्याही व्यक्तीला पाहतात, तेव्हा त्या व्यक्तीचं टीव्हीवर काहीतरी सामाजिक महत्त्व असतं. कोणत्यातरी सामाजिक संबंधातून ती व्यक्ती प्रेक्षकांसाठी महत्त्वाची असते, जेव्हा ती कथाबाह्य कार्यक्रमांमधून प्रेक्षकांसमोर येते. म्हणजेच टीव्ही हा सामाजिक अभिनेत्यांचा ऐतिहासिक जगातला संवाद प्रेक्षकांसमोर मांडतो.

२२) टीव्हीवरील वास्तवप्रस्तुती

टीव्हीवरील वास्तव किंवा कथाबाह्य कार्यक्रम प्रस्तुत करण्याच्या चार प्रमुख पद्धती आहेत. त्यांतील पहिली आहे,

टीव्हीवरील वास्तवाची विवरणात्मक पद्धती (Expository mode of television's reality)

विवरणात्मक पद्धत म्हणजे अशी पद्धत, जी कहाणी न सांगता थेट प्रेक्षकांशी संवाद साधते. विवरणात्मक पद्धतीचं सगळ्यात महत्त्वाचं वैशिष्ट्य म्हणजे थेट विधान किंवा वक्तव्य आणि त्याला पुष्टी देणारे पुरावे. या पद्धतीत ऐतिहासिक जगातून (Historical world) काही गोष्टी निवडल्या जातात आणि मग त्यांना थेटपणे प्रेक्षकांच्या समोर सादर केलं जातं. उदाहरणार्थ कोलगेट या टूथपेस्टची जाहिरात. या उत्पादनाच्या दोन वेगवेगळ्या जाहिरातींमध्ये ही टूथपेस्ट उत्तम असल्याचा निर्वाळा दिला जातो. एका जाहिरातीमध्ये ही टूथपेस्ट उत्तम असल्याचं डॉक्टर सांगतात, तर दुसऱ्या जाहिरातीमध्ये ही टूथपेस्ट उत्तम असल्याचं एका संस्थेचा अहवाल सांगतो. आणखी एका जाहिरातीमध्ये हीच टूथपेस्ट आपल्या कुटुंबासाठी उत्तम असल्याचं वेगवेगळ्या कुटुंबांतील माता सांगत असतात. काही वेळा तोंडी, काही वेळा प्रयोगशाळा तर

काही वेळा उपयोगकर्त्यांच्या माध्यमातून संबंधित उत्पादनासंबंधीची माहिती प्रेक्षकाला दिली जाते. कथात्मक पद्धतीपेक्षा विधानात्मक पद्धत इथे वापरली जाते. एक विधान करून त्याचं स्पष्टीकरण तरी दिलं जातं किंवा मग स्पष्टीकरण देऊन विधान केलं जातं. जसं तुमच्या कुटुंबासाठी कोणती टूथपेस्ट चांगली आहे असा प्रश्न विचारून, मग अनेक मातांच्या विधानांमधून आमच्या अनेक पिढ्यांनी कोलगेट हीच टूथपेस्ट वापरली आहे; म्हणून कोलेटगेटच उत्तम टूथपेस्ट आहे असं सांगितलं जातं किंवा मग वैद्यकीयदृष्ट्या सिद्ध झालंय की कोलगेट हीच उत्तम टूथपेस्ट आहे असं सांगून उत्पादनाची परिणामकता सिद्ध केली जाते.

कोणत्याही जाहिरातीमध्ये संवाद हा थेट प्रेक्षकाशी साधला जातो. टीव्हीवरील इतर कार्यक्रमांप्रमाणे जाहिरातीतील पात्र सतत एकमेकांशी संवाद साधत नाही. कोलगेटच्या जाहिरातीतील आई किंवा प्रयोगशाळेतील शास्त्रज्ञ कोणाला उत्तर देतो हे कधी दिसतंच नाही. ते थेट कॅमेऱ्यात बघून बोलत असतात, म्हणजेच ते थेट प्रेक्षकाशी संवाद साधत असतात.

टीव्हीवरील बातम्यांमध्येही हीच पद्धत वापरली जाते. टीव्हीवरील वृत्तनिवेदक हा थेट प्रेक्षकांशी बोलत असतो. टेलिप्रॉम्प्टर ही यंत्रणा त्याला यासाठी मदत करते. वृत्तनिवेदकाने जी बातमी प्रेक्षकांसाठी वाचायची, त्याची संहिता या टेलीप्रॉम्पटरच्या माध्यमातून फिरत असते, वृत्तनिवेदक ती वाचत असतो आणि कॅमेरा याच टेलिप्रॉम्प्टरमधून वृत्तनिवेदकाला रेकॉर्ड करत असतो. प्रेक्षकाला मात्र वृत्तनिवेदक आपल्याशीच बोलत असल्याचा भास होतो. वृत्तनिवेदक जेव्हा एखादी घटना जिथे घडत असते, तिथल्या प्रतिनिधीशी संवाद साधत असतो, तेव्हाही सुरुवातीला ते वृत्तनिवेदक आणि प्रतिनिधी यांच्यातील संभाषण असतं. मात्र लगेचच टीव्हीच्या पडद्यावर प्रेक्षकाशी थेट संवाद साधत असलेला प्रतिनिधी दिसायला लागतो.

बातम्या हे विवरणात्मक माध्यमातून संवाद साधत असल्याचं आणखी एक परिमाण, म्हणजे, बातम्या ऐतिहासिक जगातून माहिती आणतात आणि मग ती जोडतोड करून प्रेक्षकांसमोर सादर करतात. ही जोडतोड अशाप्रकारे केली जाते की, त्या माहितीतून एक महत्त्वाचं विधान प्रेक्षकांसमोर मांडलं जाईल.

त्यामुळे टीव्हीवरील बातम्या आणि जाहिराती यांच्यासाठी प्रामुख्याने विवरणात्मक पद्धती वापरली जाते.

टीव्हीवरील वास्तवाची संवाद पद्धती (Interactive mode of television's reality)

निकोलास आणि बर्टन यांच्या मते Interactive म्हणजेच संवाद-पद्धतीमध्ये

ऐतिहासिक जग आणि टीव्हीचे घटक यांच्यामध्ये संवाद साधला जातो. हा संवाद खरं तर दोन प्रकारे साधला जातो. एक म्हणजे जेव्हा सामाजिक अभिनेते हे टीव्ही प्रसारण-कक्षामध्ये आणले जातात तेव्हा आणि दुसरं म्हणजे जेव्हा टीव्ही जगताचा प्रतिनिधी ऐतिहासिक जगात जाऊन सामाजिक अभिनेत्याशी संवाद साधतो. त्यामुळे टीव्ही आणि ऐतिहासिक जगताचा संवाद हा एकतर टीव्हीच्या पटलावर किंवा मग ऐतिहासिक जगात साध्य होतो.

कोणत्याही पद्धतीने झाला तरी हा संवाद विवरणात्मक पद्धतीपेक्षा वेगळा असतो; कारण यामध्ये सामाजिक अभिनेते हे थेट प्रेक्षकांशी संवाद साधत नाहीत, तर ते टीव्ही-विश्वाच्या प्रतिनिधींशी बोलत असतात. जेव्हा एखादा पत्रकार एखाद्या राजकीय नेत्याची कोणत्याही विषयावर मुलाखत घेत असतो, तेव्हा तो संवाद हा प्रेक्षक आणि राजकीय नेत्यामध्ये नसतो, तर राजकीय नेता आणि पत्रकारामध्ये असतो. प्रेक्षकाला मात्र राजकीय नेते अप्रत्यक्षपणे आपल्याशीच संवाद साधत असतात असं वाटत असतं, मात्र प्रत्यक्षात ते संबंधित पत्रकाराच्या माध्यमातून प्रेक्षकाशी अप्रत्यक्षपणे संवाद साधत असतात.

जर आपण रिआलिटी शोचं उदाहरण घेतलं, तर त्यात सामील झालेल्या पात्रांच्या किंवा सामाजिक अभिनेत्याच्या माध्यमातून कार्यक्रमाचा निवेदक आपल्याशीच संवाद साधत आहे, असं प्रेक्षकाला वाटतं. म्हणजे 'कौन बनेगा करोडपती' या सोनी टीव्हीवरील कार्यक्रमात अमिताभ बच्चन जेव्हा प्रेक्षकांपैकी कुणालातरी निवडतात आणि प्रश्न विचारतात, तेव्हा ते प्रश्न जणू आपल्यालाच विचारले जातायत असं प्रेक्षकांना वाटतं आणि अनेकदा टीव्हीसमोर बसून ते त्याचं उत्तरही देण्याचा प्रयत्न करतात. काही प्रेक्षकांच्या बाबतीत असं होत नसेलही, मात्र प्रेक्षकाला आपण त्या कार्यक्रमाचा भाग आहोत असं वाटतं; पण विवरणात्मक पद्धतीमध्ये प्रेक्षकाशी जसा थेट संवाद साधला जातो, तसा संवाद संवाद-पद्धतीमध्ये मात्र साधला जात नाही. या पद्धतीत प्रेक्षक आणि टीव्हीमधील संवाद हा अप्रत्यक्ष असतो.

सामाजिक अभिनेता हा एकदा का टीव्हीच्या संपर्कात आला की, लगेचच तो टीव्हीच्या नियमांनी बांधला जातो. म्हणजे तो संवाद साधतो स्वत:च्या म्हणजेच प्रेक्षकाच्या जगातून, पण त्याला नियम मात्र टीव्हीचे लागू होतात. म्हणजे सामाजिक अभिनेते टीव्हीवर तेव्हाच संवाद साधू शकतात, जेव्हा कॅमेरा सुरू होतो आणि निवेदक प्रश्न विचारतो. विवरणात्मक पद्धतीमध्ये सगळा तर्क हा विधान करणं आणि त्याला संबंधित पुरावा देणं याच्याभोवती असतो. संवाद-पद्धतीमध्ये हाच तर्क सामाजिक अभिनेत्याची मुलाखत कशी रचण्यात आलेली आहे यावर अवलंबून असतो.

टीव्हीवर प्रामुख्याने दोन पद्धतीच्या मुलाखती घेतल्या जातात, एक म्हणजे संभाषण (Dialogue) आणि दुसरी म्हणजे दिखाऊ स्वगत (Pseudo monologue). संभाषण (Dialogue) पद्धतीमध्ये मुलाखत घेणारा आणि देणारा दोघेही उपस्थित असतात, दोघांचेही चेहरे दिसतात, दोघांचेही आवाज ऐकू येतात. दोघे एकमेकांशी मुक्तपणे बोलू शकतात. अर्थात जो मुलाखत घेतो त्याच्या हातात तुलनेने ताकद जास्त असते; कारण कोणते प्रश्न विचारायचे आणि किती वेळ उत्तर देऊ द्यायचं याचा निर्णय त्याच्याच हातात असतो. त्यामुळे हा संवाद रोजच्या आयुष्यातल्या संवादासारखा अगदी खरा नसतो, तर टीव्हीच्या मर्यादांनी बांधलेला असतो. टीव्हीवरील चर्चात्मक कार्यक्रमांचं उदाहरण घेतलं, तर चर्चेचं निवेदन करणारा निवेदक हा संबंधित वाहिनीचा प्रतिनिधी असतो. चर्चा कोणत्या विषयावर करायची, किती वेळ करायची, चर्चेसाठी कुणाला आमंत्रित करायचं, कोणाला केव्हा प्रश्न विचारायचा आणि किती वेळ बोलू द्यायचं या सगळ्याचे निर्णय फक्त संबंधित वाहिनीच्या हातात असतात. चर्चेत सहभागी होणाऱ्या सामाजिक अभिनेत्यांना मात्र संधी दिली जाईल तेव्हा आणि तितक्याच वेळात विचारलेल्या प्रश्नाचं उत्तर आपलं मत अशा स्वरूपात द्यायचं असतं.

दिखाऊ स्वगत (Pseudo monologue) या पद्धतीतही टीव्ही प्रतिनिधी आणि सामाजिक अभिनेते यांच्यात असाच संवाद होतो, फक्त तो वेगळ्या पद्धतीने दाखवला जातो. म्हणजे या पद्धतीमध्ये मुलाखत घेणारा दिसत नाही, त्याचा आवाज, त्याचा प्रश्नही ऐकू येत नाही. फक्त सामाजिक अभिनेत्याचं उत्तर पाहायला आणि ऐकायला मिळतं. टीव्हीवरील बातम्यांमध्ये अनेकदा बातम्या याच स्वरूपात सादर केल्या जातात. म्हणजे वृत्तनिवेदकाने बातमी सांगितली की, दृश्यांसोबत बातमीबद्दल अधिक माहिती देणारा आवाज सुरू होतो आणि मग लगेचच संबंधित सामाजिक अभिनेते बोलायला सुरुवात करतात.

या पद्धतीमध्ये कथाबाह्य टीव्हीमधील विवरणात्मक आणि संवाद-पद्धतीतील रेषा अत्यंत धूसर होत जाते; कारण सामाजिक अभिनेत्याचं उत्तर हे उत्तराप्रमाणे नाही, तर एखादं वक्तव्य किंवा विधान किंवा मत म्हणून प्रेक्षकांच्या समोर येतं. मात्र अनेक प्रेक्षकांना हे मत नाही तर उत्तर आहे हे कळतं. या वैशिष्ट्यामुळेच जाहिराती बनवतानादेखील अनेकदा या पद्धतीचा वापर केला जातो. कोलगेटच्या जाहिरातीतील आईला प्रश्न कोण विचारतं हे कधीच कळत नाही. या पद्धतीत प्रश्न विचारणारा अंतर्भूत होत नसला, तरी कुणीतरी प्रश्न विचारतंय आणि सामाजिक अभिनेता थेट नाही तर कुणाच्यातरी माध्यमातून प्रेक्षकाशी बोलतोय हे स्पष्ट होतं; कारण तो थेट कॅमेरामध्ये पाहत तर असतो, पण प्रेक्षक त्याच्याशी थेट संवाद साधत नसतो.

टीव्हीवरील वास्तवाची निरीक्षणात्मक पद्धती (Observational mode of television's reality)

विवरणात्मक आणि संवादात्मक-पद्धती या कथाबाह्य टीव्हीमध्ये प्रामुख्याने वापरल्या जाणाऱ्या पद्धती असल्या, तरी आणखी काही पद्धतीसुद्धा कथाबाह्य टीव्हीमध्ये वापरल्या जातात आणि निरीक्षणात्मक पद्धत हीही त्यातलीच एक पद्धत. निरीक्षणात्मक पद्धतीमध्ये टीव्हीचे प्रतिनिधी किंवा निर्माता यांचा ऐतिहासिक जगातला वावर आणि त्यांच्यामार्फत केली जाणारी जोडतोड ही अत्यंत कमी होते.

निरीक्षणात्मक पद्धतीमध्ये कोणतीही विधानं करून त्याला पुरावे देण्यापेक्षा (विवरणात्मक पदधती) किंवा सामाजिक अभिनेत्यासोबत संवाद साधण्यापेक्षा (संवादात्मक-पद्धती) टीव्ही प्रतिनिधी किंवा निर्माता हे त्यांच्यासमोर घडत असलेल्या गोष्टींचं निरीक्षण करतात. अर्थात कॅमेरा जरा दूर झाला की जिथे निरीक्षण सुरू आहे, तिथे टीव्ही निर्माता किंवा प्रतिनिधी यांची जोडतोड सुरू होतेच, मात्र प्रेक्षकांपुढे तरी निरीक्षणात्मक पद्धती म्हणजे टीव्ही निर्मात्यांची लुडबुड नसलेले कार्यक्रम असाच भाव निर्माण केला जातो.

'बिग बॉस' हा कलर्स वाहिनीवर चालणारा कार्यक्रम याचं उत्तम उदाहरण आहे. एकमेकांना अजिबात ओळखत नसलेले किंवा क्वचित ओळखत असलेले अनेक लोक एका अनोळखी घरात अनेक दिवस एकत्र राहतात. त्या घरातील त्यांची प्रत्येक हालचाल ही कॅमेरात टिपली जाते आणि प्रेक्षकांपुढे सादर केली जाते. टीव्हीवर त्यांच्या रोजच्या २४ तासांच्या दिवसातील काही मुख्य क्षण संपादित करून अर्ध्या तासाचा कार्यक्रम दाखवण्यात येतो. मात्र यू ट्युबवर या घरातील प्रत्येक हालचाल अगदी २४ तास दाखवली जात असते. या घरात लोक काय करतात आणि तसे का वागतात किंवा पुढे काय होणार आहे, याबद्दल टीव्ही निर्माते काही बोलत नाहीत, तर घरात जे काही चाललंय ते बिग बॉसच्या माध्यमातून प्रेक्षकांना सांगितले जाते.

एम टीव्हीवर चालणारा 'एम टीव्ही बकरा' हा कार्यक्रमही असाच निरीक्षणात्मक पद्धतीमध्ये मोडतो. ऐतिहासिक जगातल्या कोणत्याही व्यक्तीला एका विशिष्ट परिस्थितीमध्ये यायला भाग पाडलं जातं आणि त्याला चीड येईल किंवा त्याची फजिती होईल अशी परिस्थिती त्याच्यापुढे निर्माण केली जाते. या सगळ्या परिस्थितीत जे होईल ते आणि तसंच ध्वनिचित्रमुद्रित केलं जातं. या प्रक्रियेत टीव्हीजगतातील अगदी थेटपणे खुपच कमी सहभागी होतात किंवा होतच नाहीत फक्त निरीक्षण

करतात, मात्र असं असलं तरी कार्यक्रमाची एकूण संकल्पना, त्याचं ध्वनिचित्रमुद्रिकरण, त्याचं संपादन याच्या माध्यमातून निर्माता कार्यक्रमामध्ये सहभागी असतोच. गेल्या काही काळात तंत्रज्ञानात झालेली क्रांती आणि त्यामुळे आलेले छोटे कॅमेरे, ड्रोन कॅमेरे यांमुळे निरीक्षणात्मक पद्धतीचा वापर करून टीव्हीवरील कार्यक्रम तयार करणे अधिक सोपे झालेय.

टीव्हीवरील वास्तवप्रस्तूतीची परावर्तित पद्धती (Reflexive mode of television's reality)

काही कथाबाह्य कार्यक्रमांमध्ये प्रेक्षकांना टीव्हीच्या प्रसारण-कक्षात किंवा टीव्हीच्या संपर्कात आणलं जात आणि त्यांना टीव्ही कार्यक्रमाच्या संकेत आणि तंत्रज्ञान यांच्याशी ओळख करून दिली जाते. या सगळ्या प्रक्रियेत तयार झालेल्या किंवा रेकॉर्ड झालेल्या गोष्टी पुन्हा टीव्हीच्या पडद्यावर परावर्तित होतात. त्यामुळेच या पद्धतीला परावर्तीत-पद्धती असे म्हटले जाते.

ऐतिहासिक जगाशी असलेले संबंध आणि त्याचं पुनःसादरीकरण यांच्या धर्तीवर विचार केला तर ही परावर्तीत पद्धती, कथाबाह्य टीव्हीच्या इतर पद्धतींपेक्षा खूपच वेगळी आहे. इतर कथाबाह्य टीव्ही पद्धतींप्रमाणे ही परावर्तीत पद्धत ऐतिहासिक जग दाखवत नाही, त्याच्याबद्दल काही विधानं करत नाही, काही पुरावे देत नाही, संवाद साधत नाही किंवा निरीक्षणही करत नाही; तर ती ऐतिहासिक जगाचं सादरीकरण करण्याची जी पद्धत आहे, त्याकडेच प्रेक्षकाचं लक्ष वेधते. ऐतिहासिक जगातील घटनांकडे लक्ष वेधण्यापेक्षा ही पद्धत ऐतिहासिक जग आणि टीव्हीमधील नात्याकडे प्रेक्षकाचं लक्ष वेधते.

अनेकदा टीव्हीवरील हास्य कार्यक्रमांमध्ये ही परावर्तीत-पद्धत वापरली जाते. अनेकदा वृत्तवाहिन्यांमध्ये पाहुणे वृत्तनिवेदक किंवा संपादक बोलावले जातात आणि या पाहुण्यांनी वृत्तवाहिनीमध्ये दिवसभर काय काय आणि कसं काम केलं याची माहिती प्रेक्षकांपर्यंत पोहोचवली जाते. या प्रक्रियेमध्ये नेमकं वृत्तवाहिनीमध्ये काम कसं सुरू असतं याची माहितीही प्रेक्षकांना होते. थोडक्यात कॅमेराच्या मागची टीव्हीमधील दुनिया जेव्हा टीव्हीच्या पडद्यावरच प्रेक्षकांसमोर येते, तेव्हा त्याला परावर्तीत-पद्धती असं म्हटलं जातं.

२३) टीव्ही आणि बातम्या

कथाबाह्य टीव्हीचा एक महत्त्वाचा कार्यक्रमप्रकार म्हणजे टीव्हीवरील बातम्या.

राष्ट्रीय असो किंवा प्रादेशिक असो, कोणत्याही वृत्तवाहिनीवर प्रसारित होणारी बातमी ही जर लक्ष वेधून घेणारी, रोजच्या घटनांपेक्षा वेगळी, आश्चर्यचकित करणारी नसेल, तर ती बातमी नसेल. प्रत्येक बातमीत काहीतरी नवीन (new(s)) असणं अपेक्षित असतं. त्यामुळे काही विशिष्ट सदरात मोडणाऱ्या घटनाच मुख्यत्वे करून बातम्या म्हणून प्रेक्षकांच्या समोर येतात. उदाहरणार्थ,

आपत्ती – नैसर्गिक किंवा मानवनिर्मित

आंतरराष्ट्रीय संबंध – राजकीय आणि युद्धसंबंधी

राष्ट्रीय राजकारण – न्यायिक आणि कायदेशीर कारवाया, निवडणूक प्रचार, राजकीय नेत्यांच्या इतर गोष्टी

कायदा आणि व्यवस्था – गुन्हे आणि गुन्हेगारांच्या कारवाया

अर्थकारण – आर्थिक घटना

प्रकाशझोतातील व्यक्ती – त्यांची लग्नं, मृत्यू किंवा त्यांच्या आयुष्यातील सनसनाटी घटना

वृत्तवाहिनी राष्ट्रीय असो किंवा प्रादेशिक, साधारण बातम्यांचे प्रकार दोघांसाठीही सारखेच असतात. फक्त जेव्हा राष्ट्रीय वृत्तवाहिन्या देशांतील महत्त्वाच्या घडामोडींवर लक्ष केंद्रित करतात, तेव्हा प्रादेशिक वृत्तवाहिन्या मात्र संबंधित राज्यातील राजकारण, राजकीय नेते किंवा इतर महत्त्वाच्या घटनांवर लक्ष केंद्रित करतात.

ऐतिहासिक जगातून मिळवलेली माहिती प्रेक्षकांपर्यंत पोहोचवण्यासाठी वृत्तवाहिन्या प्रामुख्याने विवरणात्मक पद्धतीचा वापर करतात. पत्रकार किंवा संपादक समोर आलेल्या घटनेतून एखादं विधान करतात, दावा करतात आणि मग त्या विधानाला किंवा दाव्याला पुष्टी देणारी माहिती, दृश्यं प्रेक्षकांना देतात. मुंबईतल्या कमला मिलमध्ये एका रेस्टॉरंटमध्ये जेव्हा आग लागते, तेव्हा सुरुवातीला फक्त आग लागल्याची बातमी येते; मात्र त्यानंतर ती आग नेमकी कशी आणि का लागली याच्याबद्दलची माहिती वृत्तवाहिन्या द्यायला सुरुवात करतात आणि पत्रकार त्यादृष्टीने विधानं करून त्यासाठीचे पुरावे प्रेक्षकांना द्यायला सुरुवात करतात. त्यानंतर हे सगळे पुरावे एकत्र करून एकप्रकारचं द्वंद्व निर्माण केलं जातं. मग कधी ते राजकीय पक्षांमध्ये असतं, कधी ते राजकीय पक्षांच्या नेत्यांमध्ये असतं, कधी ते पोलीस आणि सामान्य जनांमध्ये असतं, तर कधी आणखी दोन वेगळ्या घटकांध्ये. कमला मिलचंच उदाहरण घ्यायचं झालं, तर या आगीला जबाबदार कोण हे पहिलं द्वंद्व होतं. ज्यामध्ये पालिकेच्या अधिकाऱ्यांपासून रेस्टॉरंटचे मालक ते कमला मिल कंपाउंडचे मालक अशा सगळ्यांनाच टीव्ही वृत्तवाहिन्यांनी आरोपीच्या पिंजऱ्यात उभं केलं. त्यानंतर काही आरोपींची नावं निश्चित करण्यात आली. आणि मग त्यांच्यावर कारवाईची मागणी करण्यात आली.

म्हणजे ऐतिहासिक जग हे सतत द्वंद्वाच्या स्वरूपात प्रेक्षकांसमोर आणणं ही वृत्तवाहिन्यांची प्रमुख पद्धत असते. वेगवेगळ्या वृत्तवाहिन्यांची विधानं आणि त्याला दिली जाणारी समर्थनं वेगवेगळी असू शकतात. वृत्तवाहिन्या त्याला आपली भूमिका असंही म्हणतात, जसं काही वृत्तवाहिन्या या पालिकेला आगीसाठी जास्त जबाबदार मानत होत्या, तर काही वृत्तवाहिन्या रेस्टॉरंटच्या मालकांना. विधान किंवा भूमिका कोणतीही असली तरी ऐतिहासिक जग द्वंद्वाच्या स्वरूपात समोर आणण्याची पद्धत मात्र प्रत्येक वृत्तवाहिनीसाठी सारखीच असते.

पत्रकारांना सतत ऐतिहासिक जग हे द्वंद्वाच्या स्वरूपातच पाहण्यास शिकवलं जातं, किंवा प्रेरित केलं जातं. त्यामुळे समतोल पत्रकारितेसाठी दोन्ही बाजूंना योग्य पद्धतीने मांडणे हे पत्रकारांसाठी अनिवार्य असतं. म्हणजेच कोणत्याही बाबतीत दोन बाजू आणि पर्यायाने द्वंद्वं असणं अनिवार्य असतं. पत्रकार मग या द्वंद्वाच्या दोन्ही बाजू विवरणात्मक पद्धतीने मांडतो. म्हणजे टीव्हीच्या इतर कोणत्याही कार्यक्रम प्रकारांप्रमाणे द्वंद्व असणं हे बातमीसाठीही अनिवार्य असतं.

बऱ्याच वेळेला हे द्वंद्व एखाद्या व्यक्तीच्या किंवा परिणामांच्या माध्यमातून सांगितलं जातं. वीजभारनियमनाचा परिणाम ग्रामीण भागावर कसा होतो हे अनेकदा कोणत्याही खेड्यातील एका कुटुंबातील विविध व्यक्तींवर होणाऱ्या परिणामांस्वरूप दाखवलं जातं. कधी कधी पत्रकार एखाद्या परिस्थितीमध्ये स्वतःला टाकून ती गोष्ट प्रेक्षकांपर्यंत पोहोचवण्याचा प्रयत्न करतात. म्हणजे रेल्वे वाहतूक बंद पडल्यावर नेमकं काय घडतं हे दाखवण्यासाठी पत्रकार स्वतः एखाद्या प्रवाशासोबत प्रवास करतात. भारतातील जवळपास सर्वच वृत्तवाहिन्या या पाश्चात्य देशातील वृत्तवाहिन्यांनी तयार केलेल्या संरचनेप्रमाणे बातम्या प्रसारित करतात.

वृत्तनिवेदक हा वृत्तवाहिनीला प्रेक्षकांशी जोडणारा एक महत्त्वाचा दुवा असतो. टीव्हीचा प्रवाह वाहता ठेवण्यासाठी वृत्तनिवेदक महत्त्वाची भूमिका बजावतो. पुढली बातमी कोणती आहे, जाहिराती केव्हा सुरू होणार, पुढला कार्यक्रम कोणता आहे किंवा एखाद्या घटनेची थोडक्यात पार्श्वभूमी प्रेक्षकांना सांगण्याची भूमिका वृत्तनिवेदक पार पाडत असतो. ऐतिहासिक जगातून वार्ताहराने पोहोचवलेली माहिती अधिकारवाणीने प्रमाणित करून प्रेक्षकांपर्यंत पोहोचवण्याची भूमिका हा वृत्तनिवेदक पार पाडतो, मग प्रत्यक्षात ती बातमी वृत्तनिवेदकाने निवडलेली असो किंवा संपादकाने. बाहेर जिथे बातमी घडते तिथे जाऊन विवरणात्मक स्वरूपात वार्ताहर बातमी मांडतात, तर वृत्तनिवेदक त्यावर आपल्या होकाराची मोहोर लावतात.

कोणत्या वेळेला बातमी दिली जाते यावरही बातमीचं स्वरूप ठरतं. सकाळच्या

बातमीपत्रात प्रामुख्याने दिवसभरात कोणत्या महत्त्वाच्या घटना घडणार आहेत, वाहतूक व्यवस्था कशी आहे, वातावरण कसं आहे याबाबतील्या बातम्या जास्त सांगितल्या जातात; कारण ही वेळ प्रेक्षकांसाठी घराबाहेर पडण्याची वेळ असते. याउलट संध्याकाळी सांगितल्या जाणाऱ्या बातम्या या दिवसभरातील घटनांचा आढावा घेणाऱ्या असतात. सकाळच्या बातम्या झटपट सांगितल्या जातात तर संध्याकाळच्या बातम्या जरा निवांत पद्धतीने सांगितल्या जातात, कारण सकाळच्या तुलनेत संध्याकाळच्या वेळी प्रेक्षक जास्त निवांत असतो.

वृत्तनिवेदक हा कितीही महत्त्वाचा असला तरी बातम्याची संरचना, चढण-उतरण याचं नियंत्रण हे बातमीपत्र संपादित करणाऱ्या संपादकाकडेच असतं. टीव्ही आणि वृत्तपत्रांसाठी ही संरचना फारशी बदलत नाही. तीन महत्त्वाचे घटक ही संरचना आणि चढण-उतरण ठरवतात,

पत्रकारितेतील तत्त्व/आदर्श

बातम्यांचं सौंदर्य

आर्थिक घटक

टीव्ही आणि वृत्तपत्रं जी मार्गदर्शक तत्त्वं साधारणपणे सारखीच पाळतात, ती खालीलप्रमाणे

वेळ (बातमी नेमकी केव्हा घडलेय)

महत्त्व (बातमीतले सहभागी लोक किती प्रसिद्ध आहेत)

जवळीक (बातमी प्रेक्षकांना किती जवळ वाटते)

संबंध (या बातमीत माझ्यासाठी नेमकं काय आहे, या प्रेक्षकाच्या प्रश्नाला असणारं उत्तर)

अनियमितता (बातमी नेहमीचीच आहे की वेगळी आणि अनियमित आहे)

द्वंद्व (कारण-मीमांसा या रचनेत बातमी बसते की नाही)

टीव्हीवरील बातम्यांच्या बाबतीतले इतर टीव्हीशी संबंधित असणारे घटक म्हणजे

दृश्य परिणाम (सशक्त, परिणामकारक अशी दृश्यं उपलब्ध आहेत का?)

किंमत (बातमी करण्यासाठी येणारा खर्च)

प्रचारात्मक मूल्य (बातमी इतकी वेगळी आणि ठळक आहे का, की त्यामुळे वृत्तवाहिनीला विशेष ओळख मिळेल.)

जर वरील सगळे मुद्दे काही बातम्यांना समान लागू होत असतील, तर वृत्तवाहिन्या नेहमीच्या बातम्यांपासून विशेष बातम्यांकडे, आतराष्ट्रीय बातम्यांकडून राष्ट्रीय आणि

राष्ट्रीय बातम्यांकडून प्रादेशिक बातम्यांकडे वळतात. वृत्तवाहिन्यांचा प्रवास हा हार्ड न्यूज ते सॉफ्ट न्यूज असाही होत असतो. अर्थात या दोन्ही प्रकारच्या बातम्यांमध्ये थेटपणे फरक करणे शक्य नाही. हार्ड न्यूज म्हणजे प्रामुख्याने त्या बातम्या ज्या प्रेक्षकांच्या बुद्धिमत्तेला आव्हान देतात, ज्या समाजातील महत्त्वाच्या घटनांशी निगडित असतात; तर सॉफ्ट न्यूज प्रामुख्याने हलक्याफुलक्या, मनोरंजनात्मक बातम्या असतात, ज्यात हवामान आणि खेळासंबंधीच्या बातम्यांचाही समावेश असतो. वेळ, महत्त्व, जवळीक, अनियमितता हे चार घटक सॉफ्ट न्यूजसाठी फारसे लागू होत नाहीत. सततच्या गंभीर आणि चर्चात्मक बातम्यांपासून प्रेक्षकाला जरा वेगळेपण देण्यासाठीही सॉफ्ट न्यूजचा वार केला जातो.

कोणतंही बातमीपत्र तीन ते चार वेळा जाहिरातींसाठी खंडित केलं जातं. बातमीपत्रामध्ये राजकीय बातम्या, खेळासंबंधी बातम्या, हवामानविषयक बातम्या असे वेगवेगळे विभाग करणं सोपं जातं, ते याच जाहिरातींच्या खंडांमुळे. त्यामुळे साधारणपणे कोणत्याही बातमीपत्रातील बातम्यांची एकूण रचना खालीलप्रमाणे असते.

बातम्या
जाहिराती
बातम्या
जाहिराती
हवामानविषयक बातम्या
जाहिराती
खेळविषयक बातम्या
जाहिराती
मनोरंजनात्मक बातम्या
जाहिराती

जसा बातम्यांचा ओघ जाहिरातींमुळे खंडित होतो असं म्हटलं जातं, तसंच जाहिरातींचा ओघ बातम्यांमुळे खंडित होतो असंही म्हणता येतं. कोणत्याही वृत्तवाहिनीवरील बातमीपत्रामध्ये जवळपास बराचसा भाग हा जाहिरातीतील प्रचारात्मक व्हिडिओने (जे वृत्तवाहिनीने स्वतः बनवलेले असतात) व्यापलेला असतो. तीस मिनिटांच्या बातमीपत्रात बातम्यांसाठी जेमतेम १८ ते २२ मिनिटांचाच वेळ दिला जातो.

टीव्हीवरील बातम्या आणि जाहिराती या दोन्हींमध्ये जर विवरणात्मक पद्धतीच वापरण्यात आलेली असेल, तर मग जाहिराती आणि बातम्या यांत फरक काय असा

प्रश्न विचारला जातो. जाहिराती या सतत काहीतरी उत्पादन विकण्याचा प्रयत्न करत असतात, मात्र बातम्या तसं काही करीत नाहीत, असा याबाबतीत पत्रकारांचा दावा असतो. मात्र जाहिराती आणि बातम्या यांच्यातील आणखी एक फरक हाही आहे की, बातम्यांमध्ये ऐतिहासिक जग हे जितकं वास्तव किंवा जितकं खरं दाखवता येईल, तितकं दाखवावं लागतं.

२४) टीव्ही आणि क्रीडास्पर्धांचे कार्यक्रम

बातम्यांप्रमाणेच क्रीडास्पर्धांचे कार्यक्रम हे ऐतिहासिक जगातूनच टीव्हीच्या पडद्यापर्यंत प्रवास करीत असले, तरी दोघांमध्ये काही महत्त्वाचे फरक आहेत. क्रीडास्पर्धा या प्रामुख्याने प्रेक्षकांसाठी बनवण्यात आलेल्या उत्पादनाप्रमाणे असतात. प्रेक्षकाला आरामशीर बसून पाहता येईल अशा मैदानात त्या खेळवण्यात येतात. त्या काही नियमांच्या आधीन राहूनच खेळण्यात येतात, जेणेकरून प्रेक्षकाला त्यातून अधिकाधिक मनोरंजन करता येईल. बातम्या जशा घडतात, तशा क्रिकेटसारख्या खेळाच्या स्पर्धा जेव्हा व्यावसायिक पातळीवर खेळवण्यात येतात, तेव्हा त्या अचानक, मोफत, एखाद्या अडचणीच्या, असुविधांच्या, प्रायोजक नसलेल्या ठिकाणी, अपरिचित, असंघटित खेळाडूंच्या माध्यमातून खेळवलेल्या अशा नसतात. खेळांचं उत्पादीकीकरण हे टीव्ही येण्याच्या खूप अगोदरच सुरू झालेलं होतं. टीव्हीचा उगम होण्याच्या खूप आधीपासूनच लोक तिकीट विकत घेऊन खेळाचा आस्वाद घेत होतेच.

बातम्यांपेक्षा म्हणूनच खेळाचे कार्यक्रम प्रचंड वेगळे असतात, कारण ते कायमच एक व्यावसायिक घटना असतात, ज्यातून प्रेक्षकाला खूश करायचं असतं आणि अधिकाधिक प्रेक्षक खेचण्याचा प्रयत्नही करायचा असतो. याचा परिणाम टीव्हीवरील क्रीडास्पर्धांविषयक कार्यक्रमांच्या आर्थिक गणितांवर तर होतोच; पण त्याचबरोबर कार्यक्रमांच्या रचनेवरही परिणाम होतो.

आर्थिक गणितांचा विचार केला तर ऐतिहासिक जगात घडलेली एखादी घटना दाखवण्याचे अधिकार विकत घ्यावे लागत नाहीत, मात्र टीव्हीवर एखादी क्रिकेटची स्पर्धा दाखवायची असेल, तर तिचे मात्र अधिकार टीव्ही वाहिनीला विकत घ्यावे लागतात. या अधिकारांची रक्कम कित्येक कोटींच्या घरात असते. बीसीसीआय म्हणजेच भारतीय क्रिकेट नियामक मंडळाची जर दर वर्षीची आर्थिक उलाढाल आपण पाहिली, तर त्यात खूप मोठा वाटा हा स्पर्धेच्या टीव्हीवरील प्रसारणाचे जे हक्क दिले जातात, त्यांचाच असतो. जर इतके पैसे भरून एखादी वाहिनी प्रसारणाचे हक्क विकत घेते, तर मग ते त्या खेळाचा आणि संबंधित स्पर्धेचा प्रसार करणार हे ओघाने

आलंच. त्यामुळे अमुक एक स्पर्धा स्टार स्पोर्ट्सवर बघा अशा जाहिराती आपण टीव्हीच्या अनेक वाहिन्यांवर किंवा इंटरनेटवर पाहत असतो.

प्रसारणाचे हक्क विकत घेण्यासाठी खर्च केलेला पैसा हा प्रामुख्याने जाहिरातींच्या माध्यमातून वसूल केला जातो. त्यामुळे प्रत्येक खेळामध्ये जाहिरातींसाठी खंड तयार करणे हे अत्यंत महत्त्वाचे ठरते. म्हणूनच की काय ज्या खेळांमध्ये जाहिरातींसाठीचे खंड सहज पाडता येतील, असे खेळंच टीव्हीवर सगळ्यात जास्त यशस्वी ठरतात.

जसं टीव्हीला या खेळांची किंवा क्रीडास्पर्धांची गरज आहे तशीच गरज ही खेळांना आणि विविध संघांनाही आहे. म्हणजे, अनेक खेळ हे टीव्हीच्या माध्यमातून मिळालेल्या पैशांमुळेच तग धरतात किंवा फोफावतात. क्रिकेट हा खेळ भारतातलं याचं उत्तम उदाहरण आहे. प्रत्यक्षात स्टेडिअममध्ये जाऊन क्रिकेट बघणारे लोक खूप कमी असतात, पण बहुतांश लोक क्रिकेट हा खेळ टीव्हीच्या माध्यमातूनच पाहतात. त्यामुळे टीव्हीची पद्धत आणि खेळाची पद्धत यांचा संगम होऊन टीव्हीवरील खेळाची म्हणून एक पद्धत तयार होते. बहुतांश खेळांचा आणि त्यांना नियंत्रित करणाऱ्या नियमांचा जन्म हा टीव्हीच्या बराच आधी झालाय, त्यामुळे खेळाच्या बाबतीतील काही गोष्टी खेळाचं टीव्हीवर प्रसारण होतं तेव्हा महत्त्वाच्या ठरतात.

वेळ (एकूण खेळ किंवा खेळातील विविध भाग किती वेळाचे आहेत)

जागा (खेळाचं मैदान नेमकं कोणत्या आकाराचं आहे)

स्पर्धा/ गुणतालिका (कोण जिंकेल)

अर्थात खेळ हा स्टेडियममध्ये पाहिला जाईल अशा अपेक्षेने हे सगळे नियम बनवले गेले आहेत. जेव्ह टीव्हीवर खेळांचं प्रक्षेपण सुरू झालं, तेव्हा मैदानात सुरू असलेले खेळ मैदानातूनच प्रक्षेपित करण्यात येऊ लागले आणि यासाठी मदत घेतली गेली ती अनेक कॅमेरांची. विविध तंत्रज्ञानाच्या साह्याने खेळाचं टीव्हीवर प्रक्षेपण व्हायला लागलं. टीव्हीसोबतच खेळांनीसुद्धा टीव्हीशी जुळवून घेता येतील असे काही बदल करून घ्यायला सुरुवात केली.

हे बदल प्रामुख्याने खेळाची वेळ, जागा आणि गुणतालिका यांच्यात पाहायला मिळाले.

वेळेचं संघटन

क्रिकेट या खेळाचं उदाहरण घेतलं तर टीव्हीवरील एकूण व्यवस्थेत हा खेळ कसा चपखल बसतो हे लगेचच कळायला मदत होते. प्रत्येक ओव्हर संपल्यावर, प्रत्येक खेळाडू बाद झाल्यावर, प्रत्येक वेळा क्षेत्ररक्षणपद्धती बदलताना जे खंड पडतात, ते टीव्हीसाठी अत्यंत महत्त्वाचे असतात. याशिवाय रिप्ले, हळुवारपणे

एखाद्या गोष्टीचं प्रक्षेपण यामुळेसुद्धा प्रत्यक्ष मैदानावरची जागा टीव्हीच्या दुनियेत जोडतोड करून वापरली जाते.

कोणत्याही महत्त्वाच्या क्षणानंतर तो क्षण लगेचच रिप्लेमध्ये पुन्हा दाखवणे ही टीव्हीची खास शैली आहे. स्टेडिअममधल्या प्रत्येक प्रेक्षकाला खेळाचा प्रत्येक क्षण सहज दिसणाऱ्या अंतरावरून सुस्पष्टपणे पाहता येईलंच असं नाही, मात्र टीव्हीसमोर बसलेल्या प्रत्येक प्रेक्षकाने एखादा क्षण चुकवला, तरी अत्याधुनिक कॅमेरे आणि तंत्रज्ञानाच्या माध्यमातून हा क्षण अगदी जवळ आणि त्याचा नैसर्गिक वेग कमी करून प्रेक्षकांना दाखवला जातो. काल्पनिक कार्यक्रमांमध्ये एखादी धक्कादायक घटना जशी पुन्हा पुन्हा आणि प्रत्येक कलाकाराच्या चेहऱ्यावरचे भाव स्वतंत्रपणे टिपून दाखवली जाते, तशीच टीव्हीवरील खेळाच्या बाबतीतली प्रत्येक घटना रिप्लेच्या माध्यमातून सनसनाटी करून दाखवली जाते.

प्रत्येक ओव्हर संपली की दुसरा खेळाडू कोण येणार याचा निर्णय होऊन, चेंडू त्याच्या हातात जाईपर्यंत जो वेळ असतो, तो टीव्ही वाहिन्या जाहिरातींसाठी वापरतात. खेळाडू हा वेळ जितका जास्त घेतील तितकं टीव्ही वाहिन्यांसाठी ते जास्त फायदेशीर असतं. हाच नियम खेळाडू बाद झाल्यावरही लागू पडतो. ज्या खेळांमध्ये असे वारंवार खंड पडत नाहीत, ते खेळ टीव्हीवर फारसे यशस्वी होत नाहीत. कुस्ती, लगोरी, कबड्डी ही अशाच भारतीय खेळांची काही उदाहरणे आहेत.

स्पर्धेतील महत्त्वाच्या मॅचेस केव्हा खेळवायच्या हेही टीव्हीच्या नियमांना अनुसरून ठरवलं जातं. आयपीएलमधील सर्व महत्त्वाचे प्रामुख्याने अंतिम फेरीतील सामने हे शनिवारी संध्याकाळी किंवा रविवारी संध्याकाळी खेळवले जातात. कारण खेळांचा प्रमुख प्रेक्षकवर्ग हा पुरुष असतो, शनिवार आणि रविवार हे आठवड्यातील सुट्टीचे दिवस असतात, कामाचा ताण कमी असतो आणि संध्याकाळी प्रसारित होणाऱ्या बऱ्याचशा मालिका या रविवारी दाखवल्या जात नसल्याने, त्यादिवशी टीव्हीचा महिला प्रेक्षकवर्ग हा रिमोटसाठी पुरुष प्रेक्षकवर्गाशी झगडण्याची शक्यता कमी असते.

टीव्हीवरील खेळांच्या स्पर्धांचे समालोचन करणारे समालोचकही टीव्हीवरील या क्रीडास्पर्धांच्या कार्यक्रमांमध्ये महत्त्वाची भूमिका बजावतात. कलर आणि प्ले टू प्ले असे दोन प्रकारचे समालोचक असतात. कलर समालोचक हे माजी खेळाडू किंवा प्रशिक्षक असतात, जे खेळाशी संबंधित असतात. त्यामुळे ते फक्त समोर चाललेल्या खेळाचं वर्णन करत नाहीत तर आपले अनुभव, त्या खेळातील विविध आकडेवारी समोरच्या घडामोडींशी एकत्र जोडून त्याचं वर्णन करतात. ते प्रत्येक

खेळाडूचं, त्याच्या खेळाचं विशिष्ट प्रकारे वर्णन करू शकतात. त्यामुळे साधारण प्रत्येक खेळाडूला ते एक कलाकार बनवतात आणि मग त्या कलाकाराचं वर्णन करू शकतात. यामुळे कलर समालोचक टीव्हीसाठी अत्यंत आवश्यक असलेलं द्वंद्व निर्माण करू शकतात. अनेकदा आंतरराष्ट्रीय क्रिकेट सामन्यांच्या समालोचनासाठी संबंधित दोन्ही संघांच्या देशातील माजी खेळाडू किंवा प्रशिक्षक हे समालोचक म्हणून बोलावले जातात. हे दोन्ही समालोचक हे सामन्याचं आपापल्या दृष्टीकोनातून असं वर्णन करतात की, एक द्वंद्व मैदानावर सुरू असतं आणि दुसरं समालोचकांमध्ये.

याउलट प्ले-टू-प्ले समालोचक हे अगदी टीव्हीवरील वृत्तनिवेदकाप्रमाणे असतात, जे समोर सुरू असलेल्या खेळाचं तंतोतंत वर्णन करतात. बऱ्याचदा या प्ले-टू-प्ले समालोचकांना संपादक किंवा टीव्ही वाहिनीतील इतर लोकही मदत करीत असतात. हे प्ले-टू-प्ले समालोचक खेळाडूंशी जोडले गेलेले नसतात. वृत्तनिवेदकाप्रमाणे ते ऐतिहासिक जगातील वास्तव प्रेक्षकांपुढे मांडतात आणि टीव्हीचा प्रवाह सुरळीत सुरू राहील याची दक्षता घेतात.

जागेचं संघटन

टीव्हीवरील खेळाचं मैदान आणि प्रत्यक्षातील खेळाचं मैदान याच्यात काहीही फरक नसतो. खेळाचं मैदान आहे त्याच आकारात आणि तसंच टीव्हीवर दाखवलं जातं, मात्र असं असलं तरी काही बाबतीत हे मैदान टीव्हीच्या गरजांना साजेसं बदलण्यात येतं.

संपूर्ण क्रिकेटचं मैदान एकाच कॅमेरातून टीव्हीवर दाखवण्यात आलं तर त्यातील खेळाडू दिसणारंच नाहीत. त्यामुळे मैदानाचे विविध भाग विविध कॅमेऱ्यांच्या माध्यमातून खेळाडूंच्या हालचालींप्रमाणे दाखवण्यात येतात. अनेक वेळा ग्राफिक्सच्या माध्यमातून मैदानाची जागा टीव्हीच्या पडद्याइतकी करण्यात येते आणि खेळाडूंची हालचाल ठिपक्यांच्या माध्यमातून दाखवली जाते.

खेळाडूंचे गणवेश आणि त्यावरील त्यांचे विशिष्ट नंबर यांमुळे खेळाडू आणि त्यांचे संघ यांचे वर्गीकरण करणे प्रेक्षकांना सहज शक्य होते. ही बाब मैदानात उपस्थित असलेल्या प्रेक्षकांसाठी फारशी महत्त्वाची नसली, तरी टीव्हीवरील प्रेक्षकांना खेळाडू हे त्यांच्या गणवेशावरील आकड्यांनुसारही लक्षात राहतात. सचिन तेंडुलकरच्या गणवेशावरील १० हा आकडा सगळ्या प्रेक्षकांना अगदी सवयीचा झाला होता.

टीव्हीवर एखादा खेळाडू खूप जास्त वेळा दाखवला जात असेल, तर तो उत्तम खेळाडू आहे असंच त्यामागचं कारण असेल असं नाही. मैदानाबाहेरीलही काही गोष्टींचा प्रभाव हा खेळाडू टीव्हीच्या पडद्यावर किती वेळ आणि कसा दाखवला जातो

यावर पडतो. आपल्या रागीट स्वभावासाठी प्रसिद्ध असलेली श्रीशांत आणि हरभजन सिंग ही भारतीय क्रिकेट विश्वातली याबाबतीतील काही महत्त्वाची नावं आहेत.

गुणतालिकेचं संघटन

खेळ हा टीव्हीवर जास्तीत जास्त लोकप्रिय व्हावा, म्हणून त्याच्या गुणतालिकेत थेट बदल केले जात नसले, तरी अप्रत्यक्षपणे काही बदल नक्की केले जातात. भारतीय खेळविश्वातलं याचं सगळ्यात महत्त्वाचं उदाहरण म्हणजे आयपीएल. सहा-आठ तासांचा क्रिकेटचा खेळ हा दोन ते तीन तासांवर आणण्यात आला, तो गुणतालिकेच्या प्रमुख घटकांमध्ये बदल करून. खेळाची जागा, खेळाडूंची संख्या, खेळाचे नियम सगळं तेच राहिलं, फक्त पन्नास षटकांचा खेळ हा वीस षटकांचा केला गेला. यामुळे क्रिकेट कधी नव्हे इतका टीव्हीच्या माध्यमात चपखल बसला. वीस षटकांचा खेळ असल्यामुळे त्यातील गती वाढली आणि उत्सुकताही वाढली.

टीव्हीच्या रचनेप्रमाणे फक्त खेळ संपून चालणारं नसतं, तर त्यातून नवं गूढ, नवं द्वंद्व तयार होणं गरजेचं असतं. म्हणजे एक सामना जिंकणारा संघ पुढला सामना जिंकणार का आणि मग अखेरीस मालिका किंवा सीझन कोण जिंकणार, सगळ्यात उत्तम खेळाडू म्हणून कोणाची निवड होणार असे अनेक प्रश्न निर्माण होणं आणि त्यांची उकल होणं आणि मग त्यातून नवे प्रश्न निर्माण होणं टीव्हीसाठी अत्यंत गरजेचं असतं आणि आयपीएल या सगळ्या साच्यात अगदी तंतोतंत बसतं.

२५) टीव्ही आणि गेम शो

क्रीडास्पर्धांप्रमाणे टीव्हीवरील गेम शो हे ऐतिहासिक जगात जन्माला येत नाहीत. टीव्हीवरच जन्माला येतात आणि आधीपासूनच अस्तित्वात असलेलं वास्तव प्रेक्षकांसमोर मांडतात. गेम शो हे टीव्हीवरचं वास्तव तयार करतात आणि त्यामध्ये ऐतिहासिक जगातले सामाजिक कलाकार घेऊन येतात. टीव्हीचं जग गेम शोच्या माध्यमातून ऐतिहासिक जगाशी थेट संवाद साधतं. यात विधानं करून त्याचं स्पष्टीकरण देणं, किंवा टीव्ही जगताने एखाद्या गोष्टीचं निरीक्षण करणं अपेक्षित नसतं. कौन बनेगा करोडपतीसारख्या गेम शोमध्ये सामाजिक अभिनेते हे टीव्हीच्या जगात आणले जातात, मात्र टीव्ही ऐतिहासिक जगात जात नाही.

गेम शो मध्ये जो निवेदक असतो तो टीव्हीवरील बातम्यांच्या वृत्तनिवेदकासारखा किंवा क्रीडास्पर्धांमधील प्ले टू प्ले समालोचकासारखा असतो. टीव्हीने यांना ऐतिहासिक जगात एकाच वेळी सुरू असणाऱ्या अनेक घटनांना एका साच्यात बांधण्याची जबाबदारी दिलेली असते. मात्र याच अर्थाने पाहायचं झालं, तर वृत्तनिवेदक किंवा समालोचकापेक्षा

गेम शोचा निवेदक हा प्रचंड ताकदवान असतो. वृत्तनिवेदक किंवा समालोचकांकडे ते ज्या परिस्थितीचं निवेदन करतात, ती जशी घडते तशी सांगण्याची भूमिका असते. त्या परिस्थितीवर त्यांचं नियंत्रण मात्र नसतं. कोणत्या बातमीत काय घडावं किंवा कोणत्या खेळाडूने कसं खेळावं हे निवेदक किंवा समालोचक सांगत नाहीत. याउलट गेम शोमध्ये मात्र प्रत्येक खेळाडूवर निवेदकाचं पूर्ण नियंत्रण असतं.

गेम शो हा काही अंशी क्रीडा स्पर्धांसारखा असतो, कारण त्यात खेळ असतो आणि कोण जिंकणार हा प्रश्न आणि वाढत जाणारी स्पर्धा आणि उत्कंठा यांमुळे तो टीव्हीवरील मालिकांसारखाही असतो. म्हणजे गेम शो हा कोणत्याही एका विशिष्ट कार्यक्रम प्रकारासारखा नाहीये, तर त्याची स्वतःचीच वैशिष्ट्यं आहेत.

अर्धप्रत्यक्ष संबोधन (Semidirect Address)

कोणत्याही गेम शोमध्ये सुरुवातीला निवेदक थेट प्रेक्षकांशी संवाद साधत असतो. तो प्रेक्षकांकडे पाहतो, त्यांचं कार्यक्रमामध्ये स्वागत करतो. त्यांच्याशी कार्यक्रमाबद्दल बोलतो, जाहिरातींसाठी थांबण्याआधी आणि जाहिराती संपल्यानंतर तो प्रेक्षकांशी बोलतो. या वेळी तो थेट प्रेक्षकांना संबोधित करीत असतो. मात्र जेव्हा खेळ सुरू होतो, तेव्हा तो स्पर्धकांशी बोलायला सुरुवात करतो. इथे मात्र त्या दोघांमधला संवाद हा कोणत्याही काल्पनिक मालिकेमधील पात्रांसारखा असतो. मात्र प्रेक्षकाला याची पक्की जाणीव असते की, स्पर्धक हा काल्पनिक कथेतील मालिकेतील पात्रासारखा नाही तर त्यांच्याच जगातून आलेली एक व्यक्ती आहे.

जेव्हा निवेदक प्रेक्षकाला प्रश्न विचारतो तेव्हा प्रेक्षकांनी खरंतर फक्त कार्यक्रम पाहणं अपेक्षित असतं, मात्र प्रत्यक्षात तेही आपण स्पर्धक असल्यासारखे स्पर्धकाला दिलेल्या वेळात उत्तर सांगण्याचा प्रयत्न करतात. जणू प्रेक्षक स्पर्धकाशीच स्पर्धा करायला लागतात. म्हणजे इथे निवेदक खरंतर प्रेक्षकाशी संवाद साधत नसतो किंवा प्रेक्षकाला संबोधतही नसतो, मात्र प्रेक्षकाच्या मनात जे काही सुरू असते, ते पाहता तो अप्रत्यक्षपणे प्रेक्षकाशी संवाद साधत असतो. अनेक वेळेला प्रेक्षकांची मदत घ्यायच्या पर्यायाच्या निमित्ताने प्रेक्षकांनासुद्धा या कार्यक्रमात सामील करून घेतलं जातं. त्यामुळे प्रेक्षक आणि स्पर्धक यांच्यात एक अदृश्य स्पर्धाच सुरू होते. त्यामुळे प्रेक्षकांना संबोधताना थेट संबोधन, स्पर्धकांशी बोलताना प्रेक्षकांशी अप्रत्यक्ष संबोधन आणि स्पर्धकाला प्रश्न विचारताना प्रेक्षकांशी अप्रत्यक्ष संवाद यांमुळे एकूण गेम शोमध्ये अर्धप्रत्यक्ष संबोधन वापरलं जातं.

गेम शोमधील वेळ आणि जागेचं संघटन

खेळाच्या स्पर्धा असोत किंवा बातम्यांचे कार्यक्रम असोत, त्यांना बाहेरच्या जगात म्हणजेच ऐतिहासिक जगात काय आणि कुठे चाललंय याच्याशी जुळवून घ्यावं लागतं. मात्र गेम शो स्वतःची जागा स्वतःच तयार करतात. टीव्हीच्या एकूण गरजांशी जुळेल अशी जागा ते स्वतः निर्माण करतात.

टीव्हीवरील गेम शो वेळेचं नियोजन किंबहुना कार्यक्रमातील स्पर्धेचं नियोजन अशा प्रकारे करतात की, त्यामुळे टीव्हीचा प्रवाह आणि खंड पाडणे या दोन्ही गोष्टी सहज साध्य होतात. प्रत्येक स्पर्धा विविध खंडांत अशी विभागली जाते की, प्रत्येक वेळेला जाहिरातींच्या खंडासाठी स्पर्धा थांबेल तेव्हा पुढे काय होणार, दिलेल्या प्रश्नाचं उत्तर बरोबर असेल की चूक, संबंधित स्पर्धक खेळात टिकेल की बाहेर पडेल, अखेरीस खेळ कोण जिंकणार असे अनेक प्रश्न निर्माण करून प्रेक्षकांपुढे ठेवले जातात. त्यामुळे गेम शोच्या एका भागाकडून दुसऱ्या भागाकडे प्रेक्षकाचा प्रवास सुरू राहतो.

गेम शोमधील स्पर्धा

गेम शोमधील स्पर्धेचा प्रकार किंवा रचना ही गेम शो आणि क्रीडास्पर्धा यांच्यातील अंतर स्पष्ट करते. शारीरिक क्षमतेच्या जोरावर मैदानातील खेळ खेळले जातात, मात्र गेम शोमध्ये विविध प्रकारचे प्रश्न स्पर्धकाला विचारले जातात आणि आपल्या बुद्धीच्या जोरावर स्पर्धकाने त्याची उत्तरे देणे अपेक्षित असते. तथ्थ्याधारित, शैक्षणिक, रोजच्या जीवनातले, लोकांबद्दलचे, किंवा एखाद्या विशिष्ट व्यक्तीबद्दलचे असे अनेक प्रश्न विचारले जातात. बहुतांश प्रश्नांचा रोख या स्पर्धकाच्या डोक्यात असलेली माहिती किती लवकर प्रक्रियान्वित होऊन उत्तराच्या स्वरूपात बाहेर येते, हे पाहण्यावर असतो.

थोडक्यात, गेम शो हा असा कथाबाह्य कार्यक्रम आहे की, जो टीव्हीच्या गरजांनुसार तयार करण्यात आला आहे. त्याचा ताल हा टीव्हीच्या तालाशी जुळतो. त्याची जागा ही टीव्हीची जागा आहे. त्याची रचना ही खास करून टीव्हीच्या प्रेक्षकांना आकर्षित करण्याच्या दृष्टीने करण्यात आलेली आहे. हा असा कार्यक्रम प्रकार आहे की जो ऐतिहासिक जगाशी संवाद तर साधतो, पण आपल्या स्वतःच्या अटीशर्ती आणि गरजांनुसार.

२६) टीव्ही आणि रिआलिटी शो

रिअलिटी शो हा टीव्हीवरील एक वेगळा कार्यक्रम प्रकार म्हणून मान्य करायचा

की नाही यावर अजूनही एकमत झालेलं नाही. रिअलिटी शो हे टीव्हीच्या एकूण रचनेवर आणि अर्थकारावर प्रचंड परिणाम करणारे आहेत, असाही एक मतप्रवाह पाश्चिमात्य देशांमध्ये प्रचलित आहे. भारतीय टीव्हीवर सुरू असणारे रिआलिटी शो हे प्रामुख्याने पाश्चिमात्य देशांतील टीव्हीवर दाखविल्या जाणाऱ्या रिआलिटी शोजच्या कल्पनांवरच आधारित आहेत.

तीन महत्वाच्या बाबी रिआलिटी शो हा स्वतंत्र कार्यक्रम प्रकार म्हणून पाहताना विचारात घ्याव्या लागतात. पहिलं म्हणजे कथात्मक किंवा कथाबाह्य कार्यक्रमांच्या तुलनेत रिआलिटी टीव्ही शोमध्ये कमीत कमी संवाद हे लिहिले गेलेले असतात. बहुतांश संवाद हे उत्स्फूर्तपणे झालेल्या बातचीतीमधूनच निर्माण झालेले असतात. रिअलिटी शोमधील पात्रं ही थेट ऐतिहासिक जगातूनच आलेली असतात, ती काल्पनिक कार्यक्रमातील पात्रांप्रमाणे नसतात. रिआलिटी शोमधील कार्यक्रमांची रचना ही गेम शो आणि लुघुपट यांच्या धर्तीवर आधारित असते. रिआलिटी शो हे कथाबाह्य टीव्हीमधील सगळ्या पद्धतींचा वापर करतात. रिआलिटी शोमध्ये विवरणात्मक पद्धतीचा वापर होतो आणि जेव्हा जे दाखवलंय ते खरं आहे असं प्रेक्षकांना सांगितलं जातं किंबहुना भासवलं जातं. आणि प्रत्यक्षात मात्र अर्ध्या किंवा एक तासाचा कार्यक्रम हा अनेक तासांच्या चित्रीकरणानंतर संपादित करून दाखवला जातो. 'खतरोंके खिलाडी' हा काही वर्षांपूर्वी भारतीय टीव्हीवाहिनीवर दाखवला गेलेला कार्यक्रम याचंच प्रतीक होता. याला अपवाद म्हणजे बिग बॉस हा रिआलिटी शो. हा कार्यक्रम इंटरनेटवर २४ तास सुरू असतो. म्हणजे बिग बॉसच्या घरात काय सुरू आहे, हे प्रेक्षकाला कोणत्याही वेळी पाहता येतं. अर्थात टीव्हीवर येताना मात्र हा कार्यक्रम विवरणात्मक पद्धतीचा वापर करूनच येतो. टीव्हीवरील विविध कार्यक्रमांत प्रेक्षक जेव्हा आपलं मत विविध मार्गांने नोंदवत असतो, तेव्हा अप्रत्यक्षपणे तो आणि रिआलिटी शो संवादच साधत असतात. टीव्ही आणि वास्तविक जगतातलं नातं मोडून काढून रिआलिटी शो हे परावर्तीत पद्धतीचाही दिलखुलास वापर करतात. बिग बॉसच्या घरातील प्रत्येक व्यक्तीच्या गळ्यात असलेली बॅग ही माईकसाठी ठेवण्यात आलेली असते आणि घरात अनेक ठिकाणी लावलेले कॅमेरे सतत प्रेक्षकांच्या नजरेला पडत असतातच. १९९० च्या दशकात जेव्हा पाश्चिमात्य देशात टीव्हीला उतरती कळा लागली, तेव्हा रिआलिटी शो हे टीव्हीसाठी खूप मदत करणारे ठरले. त्यामुळे या काळात खूप मोठ्या प्रमाणावर रिआलिटी शोची निर्मिती व्हायला लागली आणि त्यानंतर जगभरात त्याचा प्रसारही झाला.

प्रकरण पाच
टीव्हीवरील जाहिराती

जाहिराती आणि टीव्ही यांचं नातं अतूट आहे. जाहिराती हा टीव्हीच्या अर्थकारणाचा मुख्य स्रोत असतात. टीव्हीवरील कोणतीही वाहिनी जाहिरातींशिवाय तग धरू शकत नाही. जाहिराती आणि टीव्हीविश्वाच्या संबंधांचा ऊहापोह या प्रकरणात करण्यात आलाय.

२७) टीव्हीवरील जाहिराती आणि अर्थकारण

टीव्हीवरील जाहिराती या टीव्हीच्या एकूण आर्थिक जगताचा कणा मानल्या जातात. जाहिराती या टीव्हीवर सादर होणाऱ्या जवळपास सर्वच कार्यक्रमांच्या मध्ये प्रसारित होतात. किंबहुना टीव्हीवरील सर्व कार्यक्रम हे जाहिरातींचे खंड कार्यक्रमांमध्ये कसे टाकता येतील आणि त्या खंडांनंतरही प्रेक्षक मूळ कार्यक्रम पाहण्यास कसे बाध्य होतील, याच अनुषंगाने तयार केलेले असतात. टीव्हीवर दाखवले जाणारे कार्यक्रम बनवण्यासाठी जो खर्च येतो, तो प्रामुख्याने जाहिरात आणि प्रेक्षकांनी संबंधित वाहिनी पाहण्यासाठी दिलेले पैसे यांच्यातून वसूल होतो. जगभरातील बहुतांश देशांमध्ये टीव्हीला जो महसूल मिळतो, त्यात जाहिरातींचा वाटा सगळ्यात मोठा असतो. भारतात टीव्हीला मिळणाऱ्या महसुलामध्ये जाहिरातींचा वाटा हा ६० ते ९० टक्क्यांपर्यंत आहे.

कोणत्याही उत्पादनाची जाहिरात जेव्हा टीव्हीवर प्रसारित होते, तेव्हा ते उत्पादन विकत घेण्यासाठी जाहिरात पाहणाऱ्या प्रेक्षकाला उद्युक्त करणं, हा जाहिरात विकणाऱ्या उत्पादन कंपनीचा प्रमुख हेतू असतो. जितके जास्त लोक जाहिरात पाहून उत्पादन विकत घेण्यासाठी उद्युक्त होतील, तितका कंपनीचा फायदा जास्त असतो. याच फायद्यावर नवी जाहिरात बनवण्यासाठी किती खर्च करायचा आणि जाहिरात टीव्हीवरील कोणत्या वाहिन्यांमध्ये द्यायची याची गणितं ठरतात. त्यामुळे जाहिरात बनवताना आणि प्रसारित करताना ती प्रेक्षकांना कशी प्रभावित करेल, यासोबतच

तिचा आर्थिक खर्च आणि आर्थिक उपलब्धता हे घटक सर्वांत जास्त महत्त्वाचे ठरतात.

दुसरीकडे टीव्हीवर जेव्हा जाहिरात देण्यासाठी वाहिन्यांची निवड केली जाते, तेव्हा ती जाहिरात विशिष्ट वाहिनीवर विशिष्ट वेळी आणि विशिष्ट कार्यक्रमात प्रसारित करण्यासाठी किती खर्च होणार हा सगळ्यात कळीचा मुद्दा असतो. किंबहुना जाहिराती कोणत्या कार्यक्रमाला अधिक मिळतात, यावर कार्यक्रमाची आणि वाहिनीची आर्थिक गणितं अवलंबून असतात. म्हणजेच जाहिरात देणारी उत्पादन कंपनी असो किंवा जाहिरात प्रसारित करणारी टीव्ही वाहिनी असो, दोघांच्याही दृष्टीने जाहिरातीच्या बाबतीतला आर्थिक मुद्दा सगळ्यात महत्त्वाचा ठरतो. टीव्हीवरील इतर कुठल्याही कार्यक्रमाच्या बाबतीत, मग ती मालिका असो किंवा बातमीपत्र असो, त्यांच्या बाबतीत आर्थिक गणितांपेक्षा ते किती प्रेक्षकवर्ग आपल्याकडे खेचून घेतायत, ते किती प्रसिद्ध होतायत हा मुद्दा सगळ्यात महत्त्वाचा असतो. मात्र पुढे जाऊन ही प्रसिद्धीसुद्धा आर्थिक गणितांशीच जोडली जाते.

२८) टीआरपी (TRP-Television Rating Point)

टीव्ही वाहिनी मग ती कोणतेही कार्यक्रम प्रसारित करणारी असो, ती सगळ्यात जास्त अवलंबून असते ती जाहिरातींमधून येणाऱ्या महसुलावर. टीव्ही वाहिन्या किंवा त्यांना चालविणाऱ्या कंपन्या ह्या त्यांच्या वाहिनीवरील कार्यक्रम पाहणाऱ्या प्रेक्षकांचा वेळ जाहिरातदारांना विकतात, त्यामुळे हा वेळ ह्या टीव्ही जगतात अत्यंत महत्त्वाचा ठरतो. प्रेक्षकांचा हा वेळ ज्या परिमाणावर मोजला जातो त्याला म्हणतात रेटिंग. हे रेटिंग प्रामुख्याने प्रत्येक वाहिनीकडे आणि त्या वाहिनीवरील प्रत्येक कार्यक्रमाकडे किती प्रेक्षकवर्ग आहे आणि तो कोणत्या प्रकारचा आहे याचं गणित टीव्हीविश्वासमोर मांडतात.

सध्याच्या टीव्ही जगतामध्ये जास्त प्रेक्षक म्हणजे जास्त जाहिराती आणि संबंधित वाहिनीचा जास्त फायदा, किंवा कमी रेटिंग म्हणजे कमी जाहिराती आणि संबंधित वाहिनीचा कमी फायदा असंच गणित नसतं, तर असलेला प्रेक्षकवर्ग नेमका कोणता आहे यावरही जाहिरातींचा ओघ ठरतो. म्हणजे एखादं उत्पादन पुरुष वर्गाला विकायचं असेल, म्हणजे एखादी दुचाकी किंवा दाढी करण्याचं क्रीम, तर त्याची जाहिरात ही मालिकांमध्ये करण्यापेक्षा क्रीडावाहिन्यांवर किंवा वृत्तवाहिन्यांवर करणं जाहिरातदार पसंत करतात. कारण ही उत्पादनं वापरणारा पुरुषवर्ग प्रामुख्याने या प्रकारच्या वाहिन्या पाहतो. तसंच सौदर्यप्रसाधनांच्या जाहिरातीसाठी मालिका, तर तरुण वर्गाशी संबंधित उत्पादनांसाठी Mtvसारख्या वाहिन्यांची निवड केली जातो.

निल्सन मिडिया रिसर्च ही कंपनी TRP (Television Rating Points) मोजण्यासाठी अमेरिकेत आणि अगदी अलीकडच्या काळापर्यंत भारतातही प्रसिद्ध होती. मात्र आता भारत सरकारच्या पुढाकाराने BARC (Broadcast-Audience Research Council) ही संस्था टीआरपी मोजण्याचं काम करते.

टीव्हीची आर्थिक गणितं ही जाहिरातींवरील महसुलावर आणि जाहिरातींचे निर्णय हे रेटिंगवर ठरत असल्यामुळे रेटिंगचे आकडे हे टीव्हीच्या आर्थिक गणितांमध्ये सर्वांत जास्त महत्त्वाचे असतात. पाश्चिमात्य देशात टीव्ही वाहिन्यांच्या महसुलापैकी ५० ते ६० टक्के महसूल हा जाहिरातींच्या माध्यमातून येतो. भारतात मात्र टीव्ही वाहिन्यांना मिळणाऱ्या महसुलामध्ये ६० ते ९० टक्के वाटा हा जाहिरातींचा असतो. त्यामुळे भारतीय टीव्हीविश्व हे जवळपास संपूर्णपणे जाहिरातीतून येणाऱ्या महसुलावर अवलंबून आहे. म्हणूनच रेटिंगचे आकडे भारतीय टीव्हीविश्वात अत्यंत महत्त्वाचे ठरतात. मात्र असं असलं तरी रेटिंगचे आकडे फक्त संख्यात्मक असतात, गुणात्मक नाहीत. म्हणजेच कोणती वाहिनी, कोणता कार्यक्रम, किती प्रेक्षक, किती वेळ पाहतात याचेच आकडे रेटिंग देऊ शकतं. मात्र प्रत्यक्ष तो कार्यक्रम प्रेक्षकांना आवडला का किंवा त्या कार्यक्रमाबद्दल प्रेक्षकांचं काय मत आहे, हे मात्र रेटिंगच्या माध्यमातून कळू शकत नाही.

२९) जाहिराती आणि समाजजीवन

खरेदी-विक्रीच्या संस्कृतीवर बेतलेल्या आधुनिक जगावर टीव्हीवरील जाहिराती प्रकाश टाकतात. टीव्हीवरील जाहिरातीच प्रेक्षकाला सांगतात की ग्राहक असणं म्हणजे नेमकं काय असतं आणि कोणत्या कृती आपण ग्राहक म्हणून आत्मसात करायला हव्यात. खरंतर ग्राहकानं काय खरेदी करावं किंवा कोणत्या सेवा खरेदी कराव्यात याबद्दलंच जाहिराती सतत प्रेक्षकाला सांगत असतात, मात्र अनेकदा या जाहिराती हे सगळं थेटपणे सांगत नाहीत. अनेक जाहिराती तर छोट्या कथांप्रमाणे किंवा मानवी भावनांना साद घालणाऱ्या एखाद्या लहानशा प्रसंगांच्या माध्यमातून प्रेक्षकांपुढे किंवा ग्राहकांपुढे येतात. मात्र जाहिरात कोणतीही असो, ती येते ती मात्र ग्राहकाच्या बुद्धीला हाक घालतच. कारण प्रत्येक जाहिरातीमध्ये अनेक अर्थ लपलेले असतात आणि प्रेक्षकांना त्यांचा अर्थ लावायचा असतो. जाहिरात कोणतीही असली तरी त्यातील मुख्य संदेश एकच असतो आणि तो म्हणजे हे उत्पादन विकत घ्या. मात्र या मुख्य संदेशासोबतच आणखीही काही अर्थ जाहिरातींमध्ये लपलेले असतात. अमुक उत्पादन विकत घेतलंत तर सगळ्यांना तुम्ही आवडू लागाल, तमुक उत्पादन घेतलंत तर तुम्ही अत्यंत सुंदर दिसाल, या उत्पादनाने तुमचं घरं अत्यंत सुंदर दिसेल

वगैरे वगैरे. त्यामुळे एखाद्या देशातील किंवा समाजातील जाहिराती पाहिल्या तरी त्या देशात किंवा समाजात नेमकी कोणती उत्पादने जास्त विकली जातात, त्या देशातील किंवा समाजातील ग्राहकांचा कल नेमका कोणत्या गोष्टींकडे आहे, त्या देशातील किंवा समाजातील ग्राहक उत्पादने विकत घेताना नेमक्या कोणत्या भावनांच्या आधारे निर्णय घेतो, तेथील संस्कृतीचा ग्राहकाच्या निर्णयक्षमतेवर नेमका काय परिणाम होतो, अशा अनेक गोष्टींचा अंदाज लावता येतो. कारण हे सगळे अर्थ जाहिरातींमध्ये लपलेले किंबहुना वापरलेले असतात.

३०) जाहिरातींमध्ये दडलेले अर्थ

कोणत्याही वस्तूची किंवा उत्पादनाची जाहिरात करताना कंपन्या किंवा जाहिरातदार अशा प्रकारे मानवी संवेदना आणि भावनांना हात घालतात की, ती वस्तू विकत घेण्याचा मोह व्यक्तीला व्हावा. वेगवेगळ्या उत्पादनांसाठी वेगवेगळ्या प्रकारच्या भावनांना आणि संवेदनांना साद घालण्याचा उद्योग जाहिरातींमधून बेमालूमपणे केला जातो.

आराम, ऐश आणि दिखाऊ खप

श्रीमंत व्यक्तीच वापरू शकतील अशा गोष्टी जेव्हा कोणतीही व्यक्ती पाहते, तेव्हा ती गोष्ट आपल्याकडेही असावी अशी इच्छा निर्माण होणे, हा अगदी साधारण मानवी स्वभाव असतो आणि म्हणूनच आरामदायी आणि नजरेत भरणारी आणि म्हणूनच श्रीमंत लोकांची पसंत असलेली अशी अनेकदा उत्पादनांची जाहिरात केली जाते. ज्यामुळे ते उत्पादन लोकांना विकत घ्यावंसं वाटतं.

Conspicuous consumption, म्हणजे गरज म्हणून नाही तर नजरेत भरण्यासाठी म्हणून विकत घेतलेलं उत्पादन ही संज्ञा साधारण १९६० च्या दशकात जन्माला आली. ज्या व्यक्ती श्रीमंत नसतात परंतु त्यांना श्रीमंत बनण्याची हौस असते, अशा व्यक्ती श्रीमंत लोक ज्या वस्तू वापरतात त्या वस्तू वापरून आपणही श्रीमंत असल्याचा दावा करतात. अशा प्रकारे अनुकरण करणे हे फक्त श्रीमंती दाखवण्याचं लक्षण म्हणूनच जाहिरातींमध्ये वापरलं जात नाही, तर आपण एखाद्या विशिष्ट समूहाचे घटक आहोत असं दाखवण्यासाठीही वापरलं जातं. मनगटावर बांधलेलं दोनशे रुपयांचं साधं घड्याळ आणि रोलेक्स कंपनीचं लाखो रुपये किंमतीचं महागडं घड्याळ हे वेळ एकच दाखवतं; मात्र जो रोलेक्स कंपनीचं घड्याळ वापरतो तो फक्त श्रीमंतच नसतो, तर खासगी कंपनीत एखाद्या मोठ्या पदावर काम करणारा किंवा एखादा व्यावसायिक असतो. म्हणजेच अत्यंत यशस्वी व्यक्ती म्हणजे रोलेक्स घड्याळ अशी साधारण

जुळवणूक आहे. त्यामुळे आपण समाजातले अत्यंत हुशार आणि यशस्वी लोकांमधले एक आहोत हे दाखवण्यासाठी किंवा याचं प्रतीक म्हणजे रोलेक्स घड्याळ असा समज होणारीच त्याची जाहिरात असते. म्हणूनच रोलेक्स घड्याळाच्या जाहिरातीतील व्यक्ती ही कायम सुटाबुटातली आणि हातात ब्रीफकेस घेतलेली साधारण तिशीच्या आतली आणि थोडासा बेदरकार भाव असलेलीच असते.

जाहिरातींमध्ये विविध प्रसिद्ध व्यक्तींना किंवा कलाकारांना घेण्यामागचं कारणही हे अनुकरणच असते. आपले आवडते कलाकार किंवा लोक जी उत्पादनं वापरतात, तीच आपण वापरतो ही भावना निर्माण करण्याचं काम जाहिराती करतात. म्हणूनच साबण, टूथपेस्टपासून ते पाणी शुद्धीकरण यंत्रापर्यंत सगळ्या जाहिरातीत सिनेअभिनेते किंवा अभिनेत्री पाहायला मिळतात.

अर्थात फक्त श्रीमंती आणि दिखावा करायचा म्हणून या वस्तू खरेदी करायला लोकांना उद्युक्त करणे इतक्याच मर्यादित अर्थाने या जाहिरातींकडे पाहता येणार नाही, तर गरजेच्या गोष्टी आणि अनावश्यक खरेदी यांतील फरक सहजपणे पुसून टाकण्याचं कामही या जाहिराती करतात, असाही एक मतप्रवाह आहे.

व्यक्तिवाद

आपण जेव्हा एका समाजाचा घटक असतो तेव्हा त्या समाजाचे काही नियम, अटी, शर्थी आपल्याला पाळाव्या लागतात. जाहिराती मात्र असे कोणतेही संकेत पाळत नाहीत. उलट सामाजिक मूल्यांपेक्षा वैयक्तिक मूल्यांकडेच जाहिरातींचा ओढा सगळ्यात जास्त असतो. मग ती मूल्यं चांगली म्हणून गणली गेलेली असोत किंवा वाईट म्हणून. ही वैयक्तिक मूल्यं अनेकदा व्यक्तीच्या 'स्व'वर बेतलेली असतात, म्हणजे स्व-इच्छापूर्ती, स्व-निर्भर, स्व-अभिव्यक्ती, स्व-नियंत्रण किंवा अगदी स्वार्थ. त्यामुळे स्वतःची प्रगती, स्वतःचं दिसणं, स्वतःच्या आवडी अशा गोष्टींचाच भडिमार जाहिरातींमध्ये सर्वाधिक असतो.

अमुक एक उत्पादन फक्त तुमच्यासाठीच तयार करण्यात आलंय असं कायम जाहिरातीमध्ये सांगण्यात येतं. प्रत्यक्षात मात्र कोणतीही जाहिरात ही एका व्यक्तीसाठी एक उत्पादन अशा अर्थाची नसते, तर असे अनेक 'एक' ती जाहिरात पाहत असतात आणि प्रत्येकाला ती जाहिरात स्वतंत्र व्यक्ती म्हणून संबोधते. त्यामुळे लाखो लोक ती जाहिरात एकाच वेळी पाहत असले, तरी त्यांतील प्रत्येकासाठी ती जाहिरात जणू त्याच्या एकट्यासाठीच बनवण्यात आलेय अशा प्रकारे प्रसारित केली जाते. 'क्या

आपके टूथपेस्टमे नमक है' असा प्रश्न जाहिरातीत जेव्हा विचारण्यात येतो, तेव्हा तो विचारला जातो तो जाहिरातीतील पात्राला, मात्र प्रत्येक प्रेक्षकाला तो आपल्यालाच विचारला जातोय असं वाटतं.

भारतासारख्या देशात मात्र अशा प्रकारच्या जाहिरातींचा प्रभाव पाश्चिमात्य देशांपेक्षा थोडा कमी दिसतो; कारण कुटुंब ही व्यवस्था भारतामध्ये खूप प्रभावी आहे आणि म्हणूनच स्वपेक्षा कुटुंब या घटकावर आधारित जाहिराती भारतामध्ये खूप मोठ्या संख्येने पाहायला मिळतात. म्हणजे भविष्य सुरक्षित करणारी विमा पॉलिसी ही घरातील पुरुष काढतो, मात्र ती त्याचं भविष्य सुरक्षित करण्यासाठी कधीच नसते. ती कायम त्याच्या कुटुंबातील इतर सदस्यांचं भविष्य सुरक्षित करण्यासाठीच असते. कारपासून ते घरातील पाणी शुद्धीकरण यंत्रापर्यंत अनेक गोष्टी या कुटुंबाच्या भल्यासाठी म्हणूनच विकत घेतल्या जातात. म्हणजेच भारतात स्वपेक्षा कुटुंब या घटकाला जाहिरातीत जास्त महत्त्व दिलं जातं.

नावीन्य आणि प्रगती

काही जाहिराती समाजातील अनादी काळापासून चालत आलेल्या रूढी-परंपरा-संस्कृती यांवर भर देतात, तर काही जाहिरातींध्ये कायम नवेपणावर भर दिला जातो. म्हणजे अमुक एक उत्पादन हे नवीन आहे आणि ते नव्या गरजांना अनुसरून आहे अशी त्याची जाहिरात केली जाते. हा नवेपणा अनेकदा सुधारणा किंवा प्रगती या मूल्यांबरोबर जाहिरातींमध्ये येतो. त्यामुळे नावीन्य आणि प्रगती ही दोन मूल्यं अनेक जाहिरातींमध्ये एकत्र दिसतात. बहुतांश वेळा ही दोन्ही मूल्यं प्रस्थापित उत्पादनांसाठी वापरली जातात, कारण एखाद्या गोष्टीत काही नवीन दिसलं तरच ग्राहक ती वस्तू विकत घेण्यासाठी उद्युक्त होतो. भारतात कोलगेट टूथपेस्ट आणि लाईफबॉय साबण ही याची दोन उत्तम उदाहरणे आहेत. कोलगेट हे उत्पादन दर वर्षागणिक टूथपेस्टमध्ये काहीतरी नवा पदार्थ मिसळलेला आहे आणि म्हणून ते उत्पादन चांगलं आहे अशी जाहिरात घेऊन येतं. गेल्या दोनतीन वर्षांत कधी मीठ, कधी लवंग, कधी कोळसा तर कधी लिंबू अशा विविध घटकांच्या माध्यमातून कोलगेट हे उत्पादन पुन्हा पुन्हा नवं करून ग्राहकांच्या समोर आणलं गेलंय. लाईफबॉय साबणाच्या बाबतीतही ठराविक काळानंतर विविध सुवास आणि विविध रंग वापरून एकच लाईफबॉय नवनव्या उत्पादनांच्या रूपात ग्राहकांसमोर आणला गेलाय. संपूर्णपणे नवं उत्पादन आणणं जिथे शक्य नसतं किंवा मूळ उत्पादनाचं नाव बदलणं शक्य नसतं, तिथे नावीन्य आणि सुधारणा हा घटक उत्पादनाच्या जाहिरातीसाठी वापरला जातो.

लैंगिकता आणि प्रणय

लैंगिकता आणि प्रणय हा अनेक जाहिरातींचा आत्मा आहे. उत्पादनाचा प्रत्यक्ष लैंगिकतेशी संबंध आहे की नाही, याचा जाहिरातीत हे घटक वापरताना फारसा विचार केला जात नाही. त्यामुळे कारपासून ते कॉफीपर्यंत अनेक उत्पादनांमध्ये लैंगिकता आणि प्रणय हे सर्रासपणे वापरले जातात. दोन महत्त्वाच्या हेतूंसाठी लैंगिकता आणि प्रणय हे मुद्दे जाहिरातींमध्ये वापरले जातात. त्यांतील पहिला हेतू म्हणजे संबंधित जाहिरातीतील उत्पादन हे ते उत्पादन वापरणाऱ्याला लैंगिकतेच्या पातळीवर अधिक हवहवसं बनवले आणि दुसरं म्हणजे त्या जाहिरातीमुळे प्रेक्षकाच्या लैंगिक भावना चाळवल्या जातील आणि त्यामुळे त्याचं लक्षं जाहिरातीकडे आणि पर्यायाने त्यातील उत्पादनाकडे वेधलं जाईल. 'स्लाईस' या आंब्याच्या रसाच्या जाहिरातीत कतरिना कैफ या अभिनेत्रीने भूमिका केली होती. कतरिना कैफ या जाहिरातीत आंब्याचा रस आपल्या ओठांवर घेते, तेव्हा ती जाहिरात ही लैंगिक भावना चाळवणारी आहे हे सहज लक्षात येते.

३१) जाहिराती, निसर्ग आणि लोकजीवन

अनेक उत्पादने ही निसर्गाच्या विविध घटकांशी संबंधित असतात, म्हणजे आरोग्य, शुद्धता किंवा नैसर्गिकता या घटकांवर आधारित असतात. सामान्यपणे सौदर्यप्रसाधने, औषधे, काही पेये किंवा खाण्याचे काही पदार्थ हे सतत आपण नैसर्गिक घटकांचाच उत्पादनांमध्ये वापर केलाय असं ठासून सांगतात. मेडिमिक्स किंवा हिमालया या साबणांच्या जाहिराती असोत किंवा फॉर्च्युन किंवा अन्य कंपन्यांच्या खाद्यतेलाच्या जाहिराती असोत, या सगळ्या उत्पादनांमध्ये आपण फक्त नैसर्गिक वस्तूंचाच कसा वापर केला आहे हे सांगण्याचा आटोकाट प्रयत्न केला जातो. बाटलीबंद पाण्याच्या जाहिरातींमध्ये पर्वतामधून आलेल्या पाण्याची दृश्यं वापरली जातात, जेणेकरून नैसर्गिक शुद्ध पाण्याशी बाटलीबंद पाण्याला जोडता यावं. आपलं उत्पादन नैसर्गिक आहे हे सांगण्यासाठी आणखी एक प्रभावी मार्ग जाहिरातींमध्ये वापरला जातो आणि तो म्हणजे, आपलं उत्पादन इतर उत्पादनांसारखं कृत्रिम कसं नाही हे सांगणं. पतंजली हे भारतातील त्याचं उत्तम उदाहरण. बाजारात असलेली सर्व उत्पादनं ही कृत्रिम पदार्थांपासून बनलेली आहेत आणि फक्त आपली कंपनी ही नैसर्गिक उत्पादनं बनवते, अशा प्रकारे पतंजलीच्या उत्पादनांची जाहिरात बाबा रामदेवकडून केली जाते.

अनेक जाहिरातींमध्ये कला, संस्कृती यांचा उत्तम वापर केला जातो, जेणेकरून प्रेक्षकाला ते उत्पादन आपलंसं वाटावं. सांस्कृतिक प्रतिकांचा जाहिरातींमध्ये वापर

केला, की त्यात अंतर्भूत असणारी मूल्ये, साधेपणा, विश्वासार्हता, आणि देशभक्ती या प्रेक्षकाच्या मनाला भावणाऱ्या गोष्टींना साद घालणं जाहिरातदारांना सोपं जातं. बजाज प्लॅटिना या बाईक कंपनीच्या प्लॅटिना कंफर्ट या उत्पादनाच्या जाहिरातीत, राजस्थानमधल्या वाळवंटातील एक महिला अत्यंत वैतागून रस्त्यात उभी असते, कारण प्रचंड गर्दी असलेली बस निघून जाते. त्यानंतर मागून आलेला दुचाकीस्वार तिला दुचाकीवर बसण्याचं आमंत्रण देतो. हा दुचाकीस्वार मात्र राजस्थानी नाही तर शहरी पोशाखात असतो. अनोळखी माणसाच्या गाडीवर कसं बसायचं हा प्रश्न तिच्या चेहऱ्यावर स्पष्ट दिसतो. त्यानंतर त्याने पुन्हा एकदा विनंती केल्यावर ती जवळच्या पाच मडक्यांकडे बोट दाखवते. दुचाकीवर हेल्मेट घालून, एकाच बाजूला दोन्ही पाय सोडून, ती सगळी मडकी डोक्यावर एकावर एक घेऊन ही महिला प्रवास सुरू करते, तेव्हा प्रत्येक खड्ड्यामध्ये आपण आणि मडकी पडू अशी भीती तिच्या डोळ्यांमध्ये दिसते. या महिलेचा पोशाख, तिच्या डोक्यावरची मडकी, आणि अनोळखी व्यक्तीच्या गाडीवर बसताना तिची होणारी अडचण या सगळ्या गोष्टी जरी राजस्थानातील संस्कृतीवर बेतलेल्या असल्या, तरी बऱ्याच अर्थाने त्या भारतातील बहुतांश ग्रामीण संस्कृतींना सहज आपल्याच वाटणाऱ्या आहेत.

३२) जाहिराती – महत्त्वपूर्ण संज्ञा

रूपक (Metaphor)

कोणतंही उत्पादन प्रेक्षकांपर्यंत किंबहुना ग्राहकांपर्यंत पोहोचवायचं असेल किंवा त्यांना ते आवडावं असं वाटत असेल, तर ते त्यांना आवडणाऱ्या व्यक्तीशी, घटनांशी किंवा क्रियांशी जोडणं हा जाहिरातींनी अवलंबलेला सगळ्यात सोपा मार्ग आहे. साधारणपणे अशा जाहिराती या ती आवडती गोष्ट आणि उत्पादन यांच्यात सूचक साधर्म्य साधण्याचा प्रयत्न करतात. त्यामुळे ही उत्पादने थेटपणे नाही तर सूचकपणे आपली जाहिरात प्रेक्षकांपर्यंत पोहोचवतात. उदाहरणार्थ भारतात उन्हाळ्यात दाखवली जाणारी स्लाईस कंपनीच्या आंब्याच्या रसाची जाहिरात. सिनेअभिनेत्री कतरीना कैफ या उत्पादनाची जाहिरात करते. या जाहिरातीत तिची प्रत्येक हालचाल किंवा भाव हा प्रणय हालचाल आणि भाव यांच्याशी जोडला गेलेला आहे आणि या सगळ्याला 'आमसूत्र' या शब्दाने बांधण्यात आलंय. कामसूत्र या शब्दात थोडासा बदल करून आमसूत्र हा नवा शब्द या जाहिरातीत वापरण्यात आलाय. मात्र कामसूत्राशी सूचक साधर्म्य साधणारा शब्द आणि त्याला पुरक अशा अभिनेत्रीच्या हालचाली यांमुळे लैंगिक भावना चेतावणारी ही जाहिरात प्रेक्षकांचं लक्ष वेधून घेते. खरं पाहता आंब्याचा रस, प्रणय भावना, लैंगिकता आणि कामसूत्र यांचा अर्थाअर्थी काहीही थेट

संबंध नाही, मात्र जाहिरातीत सूचक संबंध निर्माण केला गेलाय.

सूचक संबंध असणारी दृश्ये ही एकामागोमाग एक अशी रचूनही प्रेक्षकांपर्यंत हवा तो संदेश पोहोचवता येतो. जाहिरातीमधील दृश्ये आणि त्यातील शब्द हे थेटपणे उत्पादनाच्या उपयुक्ततेबद्दल सांगत नाहीत, मात्र सूचकपणे ते सूचित करतात. उदाहरणार्थ 'टाटा टी'या उत्पादनाची जाहिरात किंवा 'अमुल माचो' या उत्पादनाची जाहिरात पाहा. या दोन्ही जाहिराती त्या जाहिरात करत असलेल्या उत्पादनाबद्दल काहीही सांगत नाहीत. टाटा टीची जाहिरात ही समाजातील वाईट प्रथा किंवा वाईट वृत्तींबद्दल आवाज उठवणाऱ्या लोकांची कथा सांगते. लाच न देता मी माझं काम करून घेईन असं ठामपणे सांगणारी महिला आणि चहा यांचा खरंतर काहीही संबंध नाही. मात्र हा चहा पिणारे लोक असे तडफदार असतात, असा प्रत्येक सामान्य माणसाला मनस्वी हवाहवासा वाटणारा भाव मात्र ही जाहिरात निर्माण करते.

ग्राफिक्स आणि ॲनिमेशन (Graphics and Animation)

ग्राफिक्स आणि ॲनिमेशनचा वापर केला नसेल अशी जाहिरात क्वचितच बनत असेल. बहुतांश जाहिरातींमध्ये कोणत्या ना कोणत्या कारणासाठी ग्राफिक्सचा वापर होतोच होतो. ग्राफिक्स हे वेगवेगळ्या प्रकारे वापरले जातात; म्हणजे कधी आकडे, कधी मजकूर, कधी व्यंगचित्र तर कधी एखाद्या उत्पादनाचा लोगो म्हणून. जेव्हा जाहिरातीत सूत्रसंचालक जाहिरातीची माहिती त्याच्या आवाजात प्रेक्षकांपर्यंत पोहोचवत असतो, तेव्हा त्या आवाजासोबतच किंबहुना आवाजात दिलेली माहितीच मजकुराच्या स्वरूपातही प्रेक्षकांसमोर पडद्यावर येत असते. शिवाय संबंधित उत्पादनाला अधोरेखित करणारा लोगोही पडद्यावर दिसतो. प्रामुख्याने जाहिरातीच्या शेवटच्या काही सेकंदांत हे ठळकपणे पाहायला मिळते. अर्थात हे मजकूर काही फक्त आपण ऐकलेली माहिती वाचावी या एकाच हेतूने वापरलेले नसतात, तर दृश्यांमधून अदृश्यपणे दिसणारे अर्थ अधोरेखित करण्यासाठी आणि संवादामधून थेटपणे जाहीर होणारे अर्थ नाकारण्यासाठीसुद्धा त्यांचा उपयोग होतो. बऱ्याचशा इन्शुरन्स कंपन्यांच्या किंवा म्युच्युअल फंडाच्या जाहिराती आपलीच कंपनी कशी उत्तम सेवा आणि उत्पादने देते असं जाहिरातीत सांगत तर असते, मात्र जाहिरातीच्या शेवटी अत्यंत छोट्या अक्षरांमध्ये हे सगळं भांडवली बाजारावर अवलंबून असल्याचं स्पष्ट करते. 'थम्स अप'च्या जाहिरातीत सलमान खान विविध स्टंट्स करतो. मात्र जाहिरात सुरू असताना अत्यंत छोट्या अक्षरात हे स्टंट्स अत्यंत सुरक्षित वातावरणात तज्ज्ञांच्या मार्गदर्शनाखाली करण्यात आलेत आणि त्याची प्रात्यक्षिके करण्याचा प्रयत्न करू नये असं सांगतात. म्हणजेच प्रत्यक्ष जाहिरातीत दाखवलेली दृश्ये आणि उत्पादन यांचा थेट संबंध नसतो.

प्रेक्षकांचं लक्ष वेधून घेण्यासाठीसुद्धा ग्राफिक्सचा खूप उपयोग होतो. कारण फक्त पडद्यावरची माहिती वाचण्यापेक्षा पडद्यावर हालचाल करणारी माहिती वाचणं हे कधीही प्रेक्षकांचं लक्ष वेधून घेण्यासाठी मदत करतं. टीव्हीच्या उगमाच्या वेळीच ॲनिमेशन प्रकार वाढीला लागला होता. हालचाल करणारं ग्राफिक्स हे तोंडी सांगितलेल्या माहितीचं थेट दृश्य स्वरूप म्हणून वापरता येतं.

ग्राफिक्समध्ये वापरला जाणारा आणखी एक महत्त्वाचा प्रकार म्हणजे कार्टून्स. लहान मुलांशी संबंधित उत्पादनांच्या जाहिरातींमध्ये कार्टून्सचा खूप मोठ्या प्रमाणात वापर होतो. मॉमी पॉको पॅन्ट्स असं म्हणत येणारा डायपरच्या जाहिरातीतला छोटा बाहुला हे त्याचंच उदाहरण आहे.

उत्पादन भिन्नता आणि श्रेष्ठता (Product Differentiation and Superiority)

एकाच प्रकारची अनेक उत्पादने वेगवेगळ्या उत्पादकांकडून बाजारात आणली जातात. त्यामुळे आपलंच उत्पादन कसं श्रेष्ठ आहे हे प्रत्येक उत्पादकाला आपल्या जाहिरातीच्या माध्यमातून प्रेक्षकांना सांगायचं असतं, जेणेकरून आपल्या कंपनीचं उत्पादन म्हणजेच ब्रँड हा प्रेक्षकांच्या लक्षात राहील. त्यामुळे हमाम साबणाला आपला साबण मेडिमिक्सपेक्षा कसा चांगला आहे, कोलगेटला आपण पेप्सोडेंट टूथपेस्टपेक्षा कसे उत्तम आहोत, टाईडला आपण सर्फ एक्सेल किंवा एरिअल या कपडे धुण्याच्या पावडरीपेक्षा कसे उत्तम आहोत हे प्रेक्षकांना सांगावेच लागते. या सगळ्यासाठीची गुरूकिल्ली म्हणजे उत्पादनाचा युएसपी (Unique selling proposition). युएसपी म्हणजे एखाद्या उत्पादनाला त्याच्याशी स्पर्धा करू पाहणाऱ्या उत्पादनापासून वेगळं किंवा विशेष करून दाखवणारा घटक. जर असा घटक नसेल तर मात्र त्याला Brand Parity असंही म्हटलं जातं. इतर सर्व कपडे धुण्याचे साबण आणि पावडर हे आपलं उत्पादन सफेद कपड्यांना कसं चकचकीत धुऊन काढतं याची जाहिरात करतात, तेव्हा टाईड मात्र 'सफेदीकी नयी पहचान' असं म्हणत सफेद दिसणारा कपडा हा प्रत्यक्षात सफेद नसतोच, तर टाईड वापरल्यावरच तो पूर्ण सफेद होतो अशी जाहिरात करतो, तेव्हा तो त्याचा युएसपी ठरतो.

रिफ्लेक्सिव्हिटी आणि इंटरटेक्स्चुआलिटी (Reflexivity and intertextuality)

Reflexitvity म्हणजे परिवर्तीत होणारं वास्तव. टीव्हीवरील काही कार्यक्रम प्रकारांमध्ये, प्रामुख्याने रिआलिटी कार्यक्रमांमध्ये प्रेक्षकांना आकर्षित करून घेण्यासाठी वापरला जाणारा हा प्रकार अनेकदा जाहिरातींमध्येही वापरला जातो. चित्रपट किंवा टीव्हीच्या कार्यक्रमांमधून प्रेक्षकांच्या भेटीला आलेला मजकूर अनेकदा जाहिरातींमध्येही

वापरला जातो. याचं सगळ्यात उत्तम उदाहरण म्हणजे मलाईका अरोराची काही दिवसांपूर्वी आलेली झंडू बामची जाहिरात. खरं तर मलाईका अरोराने दबंग चित्रपटात 'मुन्नी बदनाम हुई' हे आयटम साँग सादर केलं होतं आणि त्यात झंडू बामचा उल्लेख होता. त्यानंतर हेच आयटम साँग आणि मलाईका अरोरा यांना चित्रित करून झंडू बामची जाहिरात करण्यात आली. अनेकदा जुन्या चित्रपटातील गाण्यांचा वापरही जाहिरातींमध्ये करण्यात येतो. इम्पेरिअल ब्लुच्या जाहिरातीमध्ये 'प्यार की राह मे..' या जुन्या हिंदी चित्रपटातील गाण्याचा वापर करण्यात आला होता. म्हणजे टीव्ही किंवा चित्रपटाच्या माध्यमातून प्रेक्षकांपर्यंत पोहोचलेला मजकूर सूचक पद्धतीने किंवा उत्पादनाच्या प्रचारासाठी योग्य ठरेल अशा पद्धतीने जाहिरातींमध्ये वापरला जातो, यालाच intertextuality असं संबोधलं जातं.

३३) टीव्हीवरील कार्यक्रम, जाहिराती आणि दृश्यसंयोजन

टीव्हीवरील जाहिराती या टीव्ही या माध्यमातून जरी प्रेक्षकांपर्यंत पोहोचत असल्या, तरी त्या टीव्हीवरील इतर कार्यक्रम प्रकारांप्रमाणे टीव्हीचे सगळे नियम मान्य करीत नाहीत. किंबहुना जाहिराती स्वतःसाठी काही वेगळे मार्ग तयार करतात आणि त्याद्वारे स्वतःचं वेगळेपण प्रेक्षकांसमोर सिद्ध करण्याचा प्रयत्न करतात. त्यामुळेच जाहिरातींसाठी वापरली जाणारी दृश्यसंयोजना, आवाजाचं तंत्र, संगीत हे सगळंच टीव्हीवरील इतर कार्यक्रमांपेक्षा वेगळं असतं. टीव्हीवरील सर्व कार्यक्रम प्रकार म्हणजे, टीव्हीवरील सीरीज, मालिका किंवा टीव्हीवरील बातम्या यांच्यासाठी दृश्यसंयोजनाचे काही नियम ठरलेले असतात आणि ते नियम त्या त्या कार्यक्रम प्रकारांमध्ये वापरले जातात. मात्र जाहिरातींसाठीच्या दृश्यसंयोजनामध्ये या सगळ्या शास्त्रीय नियमांना फाटा दिला जातो. म्हणूनच जाहिरातींच्या या दृश्यसंयोजनाला, counter television Videography म्हणजेच विरोधी दृश्यसंयोजन असे म्हटले जाते.

टीव्ही दृश्यसंयोजनाच्या पारंपरिक नियमांनुसार कोणतंही दृश्य हे टीव्हीची चौकट पूर्णपणे भरते. मात्र जाहिरातींच्या विरोधी दृश्यसंयोजनुसार कोणतंही एक दृश्य हे टीव्हीची चौकट भरत नाही, तर अनेकदा काही रिकामे भाग किंवा एकाच भागात अनेक दृश्यं हे टीव्हीची चौकट भरतात. म्हणजेच एकाच चौकटीमध्ये अनेक गोष्टी दाखवल्या जातात. अनेकदा दृश्यांमधील प्रमुख गोष्टींसोबतच लिखित मजकूरसुद्धा जाहिरातींच्या चौकटीचा अविभाज्य भाग असतो. सिनेअभिनेता अजय देवगण भूमिका करत असलेल्या विमल पान मसालाच्या जाहिरातीमध्ये दुसऱ्या चौकटीपासून ते सातव्या चौकटीपर्यंत प्रत्येक चौकटीमध्ये अजय देवगण हा चौकटीच्या डाव्या बाजूला आहे आणि त्यानंतरच्या प्रत्येक चौकटीमध्ये अनेक लोक आहेत. प्रमुख पात्र हे

शास्त्रीय चित्रीकरणाच्या नियमामध्ये थेटपणे आणि ठळकपणे चौकटीमध्ये दाखवलं जातं, मात्र जाहिरातीच्या तंत्रात हाच थेटपणा किंवा ठळकपणा टाळला जातो. म्हणजेच विमल पान मसालाच्या याच जाहिरातीमध्ये अजय देवगणला दृश्यित करताना हे दृश्य नेमकं कुठे चित्रित केलंय हे दाखवण्यासाठी पहिल्या काही चौकटींमध्ये अजय देवगणपेक्षा राजस्थानातील राजवाडा ठळकपणे दाखवण्यात आलाय. किंबहुना जाहिरातीच्या अगदी पहिल्या चौकटीमध्ये तर विमल पान मसाल्याच्या पाकिटांनी भरलेलं तबक समोर येतं.

टीव्हीवरील सर्व कार्यक्रमांमध्ये पात्रांची कृती आणि एकूण कथा सांगण्याचा वेग हा ठरलेला असतो आणि तो त्या त्या कार्यक्रम प्रकारानुसार कायम राहतो, फारसा बदलत नाही. मात्र जाहिराती सांगण्याचा वेग मात्र या सगळ्या कार्यक्रम प्रकारांच्या तुलनेत खूपच जास्त असतो किंबहुना कधीकधी हा वेग खूपच कमी असतो. म्हणजे विमल पान मसाला जाहिरातीमध्ये केसर हातात लपवून चालणाऱ्या अजय देवगणचा वेग, दुचाकी चालवणाऱ्या दुचाकीस्वाराचा वेग, हत्तीवरून अंबारी घेऊन जाणाऱ्या माहुताचा आणि हत्तीचा वेग, राजस्थानी लोकनृत्य करणाऱ्या नर्तकींचा वेग, डिस्कोमध्ये नाचणाऱ्या तरुणींचा वेग हा नैसर्गिक हालचालींचा नाही, तर त्यापेक्षा खूप कमी म्हणजेच Slow Motion आहे. फक्त जाहिरातीच्या अखेरच्या क्षणांमध्ये अजय देवगण नृत्य करत असतानाच्या चौकटीमध्ये नैसर्गिक वेग कायम ठेवण्यात आलाय.

टीव्हीवरील कार्यक्रमांमध्ये बहुतेक सर्वच चौकटी या रंगीत असतात, पण जाहिरातींमधल्या चौकटी या एकाच जाहिरातीत रंगीत, कृष्णधवल किंवा वेगळ्या रंगाच्या धाटणीच्या असू शकतात. अजय देवगण जेव्हा विमल पान मसाल्याच्या जाहिरातीत प्रवेश करतो तेव्हा चौकटीचा असणारा रंग आणि मूळ राजस्थानी पोशाखात नसलेले लोक जेव्हा त्या जाहिरातीत प्रवेश करतात, तेव्हा चौकटीमध्ये वापरलेले रंग यांत खूप तफावत आहे. अजय देवगणचा समावेश असलेल्या चौकटी जिथे चकचकीत, संपूर्ण प्रकाशमय आणि नैसर्गिक स्वरूपात प्रेक्षकांच्या समोर येतात, तिथे मूळ राजस्थानी पोशाखात नसलेल्या लोकांच्या चौकटी किंवा अजय देवगण ज्या चौकटीमध्ये नाही त्या चौकटी या खूप गडद रंगातल्या आहेत, त्या चौकटीमधले चेहरे फारसे ओळखूही येत नाहीत.

टीव्हीवरील इतर सर्व कार्यक्रम प्रकारांमध्ये जितक्या गतीने किंवा जितक्या वेळा कॅमेरा हालचाल करतो, त्यापेक्षा कितीतरी वेगळ्या गतीने किंवा खूप अधिक वेळा जाहिरातीतील कॅमेरा आपली हालचाल करतो. किंबहुना जाहिरातीतील कॅमेऱ्याची

हालचाल तुलनेने खूपच वेगवान असते असं म्हणायला हरकत नाही. टीव्हीवरील कार्यक्रम प्रकारांमध्ये कॅमेऱ्याची जागा आणि त्याच्या हालचाली या ठरावीक पद्धतीने किंबहुना साचेबद्ध पद्धतीने होत असतात, मात्र जाहिरातीतील प्रत्येक चौकट ही वेगळी आणि जलद असते आणि त्याच अनुषंगाने कॅमेऱ्याची हालचालही.

टीव्हीमधल्या बहुतांश कॅमेरा प्रकारामध्ये कॅमेरा हा अभिनय करणाऱ्या कलाकाराच्या नजरेच्या पातळीत असतो. मात्र जाहिरातींमध्ये शक्य तितक्या वेळेला हा नियम तोडलेला पाहायला मिळतो. कारण जाहिरातीतील बहुतांश चौकटींमध्ये कॅमेरा हा एकतर नजरेच्या पातळीच्या खूप खाली (low angle) आणि नजरेच्या पातळीच्या खूप वर (high angle) अशा पद्धतीने वापरलेला असतो. टीव्हीच्या पडद्याला साजेशा अशा प्रकारची चौकटीची रचना ही टीव्हीवरील बहुतांश कार्यक्रम प्रकारात असते, म्हणजेच या कार्यक्रमांमध्ये बहुतेक चौकटी या पात्राचा चेहरा आणि शरीराच्या वरचा तीस टक्के भाग दिसतील अशा रीतीने रचलेल्या असतात. बहुतेक चौकटी या चार भिंतींच्या आत निर्माण करण्यात आलेल्या असतात, मात्र जाहिरातीतील बहुतांश चौकटी या अभिनय करणारं पात्र आणि तो ज्या परिसरातून किंवा परिस्थितीतून प्रेक्षकांशी संवाद साधतोय ते स्पष्ट करण्यासाठी बहुतांश वेळा या विस्तृत आकारात चित्रित केल्या जातात.

३४) टीव्हीवरील जाहिराती आणि संपादन

टीव्हीवरील कोणत्याही कार्यक्रमापेक्षा जाहिरातींचं संपादन हे खूप वेगळं असतं. जाहिरात पाहणारा प्रेक्षक–ज्याचा जाहिरात बनवण्याच्या प्रक्रियेशी फारसा संबंध येत नाही, त्यालाही जाहिरातीचं संपादन हे टीव्हीवरील इतर कार्यक्रमाच्या संपादनापेक्षा वेगळं असतं हे समजायला फारसा वेळ लागत नाही. टीव्हीवरील कार्यक्रमांचं संपादन आणि जाहिरातीचं संपादन यांच्यातील सगळ्यात मोठा फरक म्हणजे वेग. जाहिरातींच्या संपादनातील वेग प्रचंड असतो. म्हणजे जाहिरातीतील प्रत्येक चौकटीला मिळणारा वेळ हा इतर कार्यक्रमातील चौकटींना मिळणाऱ्या वेळेपेक्षा कितीतरी कमी असतो. एकामागोमाग एक जाणाऱ्या चौकटी या प्रेक्षकाला प्रत्येक चौकटीगणिक नवी माहिती देत जातात. आणि पर्यायाने प्रेक्षकसुद्धा नव्याने येणाऱ्या चौकटी, त्यातील कॅमेऱ्याची हालचाल, त्यांचं संयोजन याच्यासोबत स्वतःला जुळवून घेण्याचा प्रयत्न करत असतो. जाहिरातीतील प्रत्येक 'कट' हा प्रेक्षकाला एका कॅमेऱ्याच्या स्थितीतून दुसऱ्या स्थितीत घेऊन जातो आणि नवी दृश्यं सतत प्रेक्षकांच्या समोर मांडत जातो. विभिन्न आणि एका सुरात न जाणारी दृश्यं हीच प्रेक्षकाला जाहिरात आणि पर्यायाने जाहिरातीमध्ये प्रचार करण्यात येणारं उत्पादन पाहायला उद्युक्त करतात. विमल पान मसाल्याच्या

जाहिरातीचंच उदाहरण पुन्हा लक्षात घेतलं, तर यातील प्रत्येक चौकट ही एक ते दोन सेकंदांपेक्षा जास्त वेळ प्रेक्षकाच्या समोर राहत नाही. यातील सगळ्या चौकटी एकत्र जोडल्या तर त्यातून कोणतंही एक कथानक समोर येत नाही, मात्र 'केशर' हा पदार्थ जो या उत्पादनाचा युएसपी आहे आणि राजस्थानातील संस्कृती या दोनपैकी एक घटक बहुतांश सगळ्या चौकटींमध्ये दिसतात आणि त्याच या चौकटी एकत्र बांधतात. राजस्थानातील लोककलेपासून ते आधुनिक संगीतामध्ये रंगणाऱ्या प्रत्येकाला या केशरच्या रंगाने एकत्र बांधण्याचा प्रयत्न या ४३ सेकंदांच्या जाहिरातीत करण्यात आलाय. वेळ आणि माहिती यांना जाहिरातीच्या प्रत्येक चौकटीमध्ये एकत्र कोंबलेलं असतं. अशा प्रकारे इतक्या गतीने आणि इतकी माहिती प्रेक्षकांच्या समोर ठेवणाऱ्या कोणत्याही चौकटी किंवा संपादनपद्धती या टीव्हीवरील इतर कोणत्याही कार्यक्रमात वापरल्या जात नाहीत आणि म्हणूनच ज्या कार्यक्रमात आणि प्रेक्षकांमध्ये जाहिराती खंड पाडतात त्याच कार्यक्रमापासून त्या अत्यंत वेगळा प्रकार म्हणून जाहिराती प्रेक्षकांसमोर येतात. जाहिराती आणि कार्यक्रम या दोघांमध्ये प्रेक्षकाला सहज फरक करता आला, तरच जाहिराती प्रेक्षकांपर्यंत पोहोचू शकतात अन्यथा जाहिराती यासुद्धा प्रेक्षकाला कार्यक्रमाचा भाग वाटून जाहिरातीचा एकूण उद्देशच बाद होऊ शकतो आणि म्हणूनच जाहिरातीचं संपादन हे टीव्हीवरील इतर कार्यक्रमांपेक्षा वेगळं असतं.

जाहिरातीतील आवाजाचं संपादनही यात महत्त्वाची भूमिका पार पाडतं. आवाजाचं संपादन हे प्रामुख्याने जाहिरातीत वापरण्यात आलेले संवाद किंवा बोल आणि जाहिरातीत वापरण्यात आलेलं संगीत या दोन घटकांशी संबंधित असतं. इतर कार्यक्रमांप्रमाणे जाहिरातीतील पात्रांचे संवाद हे फक्त कथा सांगण्यापुरते मर्यादित नसतात, तर प्रेक्षकांना उत्पादन घेण्यासाठी उद्युक्त करणं हा उद्देश त्यामध्ये अग्रणी असतो. जाहिरातीतील उत्पादनाची माहिती देणाऱ्या संवादकाचा आवाज किंवा त्याची बोलण्याची पद्धत ही टीव्हीवरील कथात्मक कार्यक्रमांप्रमाणे नाही, तर साधारण टीव्हीवर बातम्या देणाऱ्या वृत्तनिवेदकाप्रमाणे किंवा क्रीडास्पर्धांचं समालोचन करणाऱ्या समालोचकाप्रमाणे असते. मात्र तरीही हा आवाज वृत्तनिवेदक किंवा समालोचकाप्रमाणे फक्त माहिती देण्यापुरता मर्यादित नसतो, तर प्रेक्षकाला उत्पादन घेण्यासाठी उद्युक्त करणे हे त्याचं प्रमुख उद्दिष्ट असतं.

जाहिरातींमध्ये वापरलेलं संगीत हेदेखील टीव्हीवरील इतर कार्यक्रमात वापरलेल्या संगीताप्रमाणे प्रेक्षकांच्या भावनांना हात घालण्यासाठी वापरलं जात नाही, तर आपलं उत्पादन प्रेक्षकांपर्यंत पोहोचवण्यासाठी आणि त्यांना ते विकत घेण्यास उद्युक्त करण्यासाठी वापरलं जातं. त्यामुळेच जाहिरातीत वापरलं जाणारं संगीत हे दीर्घकाळ त्यातील

निवडक शब्दांसह प्रेक्षकांच्या लक्षात राहील अशा पद्धतीने वापरलं जातं. या जिंगल्समध्ये उत्पादनाचं नाव अधिकाधिक वेळा येईल याची काळजी मात्र नक्की घेतली जाते. त्यामुळे अनेक उत्पादनं ही त्यांच्या गाण्यांच्या ओळींवर आणि तालावरच लक्षात राहतात. निरमा या कपडे धुण्याच्या पावडरच्या जाहिरातीतील संगीत गेली कित्येक वर्षं प्रेक्षकांच्या लक्षात राहिलंय.

३५) माध्यमांचं विकेंद्रीकरण आणि एककेंद्रीकरण

विविध माध्यमांचा जसजसा प्रसार होत गेला तसतसं जाहिरातींचंही विविध माध्यमांमधील विभाजन वेगाने व्हायला लागलं. प्रत्येक नवं माध्यम हे मर्यादित जाहिरातींमधील अधिकाधिक वाटा घेण्यासाठी प्रयत्न करू लागलं. या सगळ्याचा परिणाम माध्यमांच्या मालकीवर झालं. माध्यमांची मालकी ही विकेंद्रीकरणाऐवजी एककेंद्रीकरणाकडे वळू लागली.

टीव्हीचा उदय होण्यापूर्वी रेडिओ, वृत्तपत्रे, चित्रपट आणि पुस्तके ही सगळ्यात महत्त्वाची प्रसारमाध्यमं होती. टीव्हीचा उदय झाला आणि त्यानंतर जगभरातील विविध देशांमध्ये त्याचा जोरदार प्रसारही झाला. भारतात साधारण १९५० च्या दशकात प्रवेशकर्ता झालेला टीव्ही लवकरच देशाच्या विविध भागांत पोहोचला. सुरुवातील इंग्रजी आणि हिंदी माध्यमांपर्यंत मर्यादित असणारा टीव्ही लवकरच विविध भारतीय भाषांमध्ये उपलब्ध झाला. सध्या भारतात सुरू असणाऱ्या विविध वाहिन्यांमध्ये सर्वाधिक वाटा हा प्रादेशिक भाषेत प्रसारित होणाऱ्या वाहिन्यांचा आहे. टीव्हीचा हा प्रसार जोरदार सुरू असतानाच साधारण १९८० च्या दशकात पाश्चिमात्य देशांत इंटरनेटचा प्रवेश झाला. भारतात इंटरनेट आणि संगणकाचा प्रसार व्हायला ९०चं दशक उजाडलं. मात्र त्यानंतर लगेचच इंटरनेट आणि संगणक भारताच्या विविध भागांत पसरला. इंटरनेटनंतर आलेलं सगळ्यात मोठं तंत्रज्ञान होतं ते इंटरनेटची सुविधा असणाऱ्या मोबाईलचं. सध्या भारत ही मोबाईलच्या विश्वात सगळ्यात मोठी बाजारपेठ मानली जातेय. जसजशी नवीनवी तंत्रज्ञानं येत गेली, तसतसे प्रेक्षकांना विविध माहिती आणि मनोरंजनासाठी विविध व्यासपीठ किंबहुना पडदे उपलब्ध व्हायला लागले. एकच कार्यक्रम विविध पडद्यांवर पाहण्याचीही सोय उपलब्ध झाली. विविध माध्यमांना सोयीचे ठरतील असे मजकूरही तयार व्हायला लागले. टीव्हीच्याच बाबतीत विचार करायचा तर राष्ट्रीय आणि प्रादेशिक भाषांमध्ये वेगवेगळे कार्यक्रम बनायला लागले, जे त्या त्या भाषांशी जोडल्या गेलेल्या संस्कृतींवर आधारित होते. बातम्यांच्या बाबतीतही अशीच परिस्थिती निर्माण झाली. देशभरातली बातम्यांपेक्षा, आपल्या राज्यातील किंवा जिल्ह्यातील बातम्या प्रेक्षकांना जास्त महत्त्वाच्या जाणवायला

लागल्या. त्यानंतर इंटरनेटच्या प्रसारासोबतच हे कार्यक्रम पाहण्यासाठी टीव्हीची गरज संपुष्टात आली आणि हव्या त्या वेळी कार्यक्रम पाहण्याची सोय निर्माण झाली. आणि सध्या तर हव्या त्या गोष्टीसाठी हवं ते ॲप्लिकेशन अशी परिस्थिती निर्माण झालीय.

माध्यमांमध्ये हे तंत्रज्ञान आणि मजकुराच्या बाबतीतलं विश्व हे असं फोफावत असताना, माध्यमांवर मालकी असणाऱ्या कंपन्या मात्र हे सगळं विस्तारत जाणारं जाळं आपल्या ताब्यात ठेवण्याचा आटोकाट प्रयत्न करत होत्या. भारतात टाइम्स ऑफ इंडिया, झी मिडिया, स्टार ग्रूप हे समूह त्याची उत्तम उदाहरणं ठरतायत. इंग्रजी वृत्तपत्र (टाइम्स ऑफ इंडिया, इकॉनॉमिक टाइम्स), हिंदी व मराठी वृत्तपत्र (नवभारत टाइम्स, महाराष्ट्र टाइम्स), त्यानंतर इंग्रजी वृत्तवाहिनी (टाइम्स नाउ), विविध वेबसाईट्स आणि मोबाईल ॲप्लिकेशन्स म्हणजे वृत्त माध्यमांशी संबंधित सर्वच पटलांवर टाइम्स ग्रूप आपलं अस्तित्व टिकवून आहे. दुसरीकडे मनोरंजन वाहिनी म्हणून सुरू झालेला झी मिडिया ग्रूप सध्या राष्ट्रीय व प्रादेशिक वृत्तवाहिन्या, मनोरंजन वाहिन्या, चित्रपट निर्मिती व वितरण, वृत्तपत्रे, दिवाळी अंक, संगीत वाहिन्या, मोबाईल ॲप्लिकेशन्स अशा अनेक पटलांवर यशस्वी आहे.

स्टार ग्रूप हा तर परदेशी गुंतवणुकीतून सुरू झालेला आणि आता प्रादेशिक स्तरावरही पसरलेला ग्रूप आहे. अनेक पाश्चिमात्य देशांमध्ये एकच ग्रूप विविध माध्यमांवर अधिराज्य गाजवतो. तशी परिस्थिती भारतात नसली, तरी एकच ग्रूप सगळ्या माध्यमांमध्ये उपस्थित असणे हा मात्र भारतात जणू नियमच झाला आहे. त्यामुळे जसं जसं तंत्रज्ञान विकसित होत गेलं, नवी माध्यमं आणि नवे कार्यक्रम प्रकार जन्माला आले तशा भारतात माध्यम कंपन्या माध्यमसमूह बनत गेल्या.

प्रकरण सहा

टीव्हीवरील कार्यक्रम निर्मिती

कोणत्याही दृकश्राव्य कार्यक्रमाची निर्मिती करताना गरजेचं असणारं सगळयात मुख्य साधन म्हणजे कॅमेरा. प्रत्येक कार्यक्रमाची निर्मिती करताना कोणते आणि किती कॅमेरे कसे वापरले जातात याची पद्धतशीर योजना आखणं क्रमप्राप्त असतं. कॅमेऱ्याच्या बाबतीतले सगळे निर्णय हे कार्यक्रमनिर्मितीचं अर्थकारण, वेळेचं गणित याच्याशी जितके संबंधित असतात, तितकेच ते कार्यक्रमाच्या गुणवत्तेवरही परिणाम करणारे असतात. त्यामुळे टीव्ही समजून घेताना कॅमेऱ्याचा वापर समजून घेणंही तितकंच महत्त्वाचं आहे. या प्रकरणात कॅमेऱ्यावर आधारित कार्यक्रमनिर्मितीची चर्चा करण्यात आली आहे.

३६) एक–कॅमेरा निर्मिती पद्धती (Single Camera Mode of Production)

एक–कॅमेरा निर्मिती पद्धती ही खरं तर खूप वेळ, शक्ती आणि पैसा खर्च करणारी आहे, त्यामुळे ही पद्धती टीव्ही निर्मात्यांनी वापरणं म्हणजे अधिक खर्चाला निमंत्रण देण्यासारखं ठरतं. मात्र टीव्हीवरील सर्वच कार्यक्रमांची निर्मिती ही फक्त आर्थिक गणितं समोर ठेवून होत नसते किंवा आर्थिक गणितं हीच सर्व कार्यक्रमांच्या निर्मितीमधील सगळ्यात महत्त्वाचा घटक नसतात. कार्यक्रमात सौंदर्य हा मुद्दाही तितकाच महत्त्वाचा असतो, त्यामुळे एक–कॅमेरा पद्धती ही महागडी असली, तरी अनेक कार्यक्रमांच्या निर्मितीमध्ये वापरली जाते. एक–कॅमेरा पद्धती ही निर्मात्याला त्याच्या कामावर खूप नियंत्रण ठेवायला मदत करते. त्यामुळेच ज्या कार्यक्रमपद्धतीमध्ये दृश्यांनी अधिकाधिक बोलण्याची गरज असते त्यात एक–कॅमेरा निर्मिती पद्धती हमखास वापरली जाते. उदाहरणार्थ जाहिराती. जाहिरातींना प्रेक्षकांपर्यंत पोहोचण्यासाठी त्या सर्व मार्गांचा वापर करावा लागतो, जो टीव्हीवरील इतर कार्यक्रमांमध्ये होत नाही; कारण जाहिराती इतर कार्यक्रमांपेक्षा वेगळ्या दिसाव्या लागतात, त्या जर इतर कार्यक्रमांप्रमाणेच दिसल्या तर प्रेक्षक त्यांच्याकडे आकर्षिले जाणार नाहीत, त्यामुळे

टीव्हीवरील अन्य कार्यक्रम प्रकारांमध्ये न वापरली जाणारी निर्मिती पद्धती म्हणजेच एक-कॅमेरा निर्मिती पद्धती ही जाहिरातींमध्ये वापरली जाते.

निर्मिती पातळ्या : टीव्हीवरील कोणत्याही कार्यक्रमाची निर्मिती ही तीन पातळ्यांवर होत असते.

पूर्व-निर्मिती (Pre-Production)

एक-कॅमेरा निर्मिती पद्धती जर आर्थिक पातळीवर सुसह्य करायची असेल, तर सगळ्यात जास्त काम हे पूर्व-निर्मितीमध्येच करावं लागतं. पूर्व-निर्मितीमधील सगळ्यात महत्त्वाचा घटक म्हणजे संहिता. एक-कॅमेरा निर्मिती पद्धतीच्या पूर्व-निर्मितीमध्ये संहितेचे चार मसुदे तयार करावे लागतात. लेखक मसुदा, टेबल मसुदा, नेटवर्क मसुदा आणि निर्मिती मसुदा. पूर्व-निर्मितीमध्ये किती काम करण्यात आलंय, प्रत्येक मसुदा किती काटेकोरपणे तयार करण्यात आलाय यावरच निर्मिती आणि निर्मितीनंतरच्या पातळ्यांवर किती काम करावं लागणार, हे ठरतं. लेखक जेव्हा आपला पहिला मसुदा तयार करतो, तेव्हा तो अत्यंत संक्षिप्त स्वरूपात असतो. टीव्ही वाहिनीला किंवा कार्यक्रम निर्मिती करणाऱ्या कोणत्याही संस्थेला तो ऐकवला जातो. जर त्यांना तो पसंत पडला, तरच टेबल मसुद्याची निर्मिती करण्यात येते. टेबल मसुदा हा कार्यक्रमाशी संबंधित प्रत्येक घटक एकत्र बसून ऐकतो आणि आपले मुद्दे किंवा मतं लेखकाला आणि निर्मात्याला देतो. ही मतं आणि मुद्दे आवश्यक त्या पद्धतीने वापरून नेटवर्क मसुदा तयार केला जातो आणि त्यानंतर तो मसुदा संबंधित संस्था मंजूर करते आणि मग शेवटी लेखक आणि निर्माता अंतिम म्हणजे निर्मिती मसुदा तयार करतात.

जाहिराती किंवा त्यांच्यासारखी अत्यंत महत्त्वाची समजली जाणारी निर्मिती जेव्हा एक-कॅमेरा निर्मिती पद्धतीचा वापर करते, तेव्हा पूर्व-निर्मिती प्रकारात ते एक पाऊल पुढे जातात आणि कथाफलक (story लेरीव) तयार करतात. यामध्ये कार्यक्रमात निर्मित केलं जाणारं प्रत्येक दृश्य हे चित्रित स्वरूपात कागदावर मांडलं जातं आणि ते दृश्यित करण्यासाठी कॅमेरा ज्या पद्धतीने वापरला जाणार असतो, त्याचीही संपूर्ण माहिती आधीच कागदावर नमूद केली जाते. म्हणजे एका अर्थाने कॅमेरा सुरू झाल्यानंतर काय चित्रित केलं जाणार आहे याची संपूर्ण तयारी आधीच झालेली असते.

निर्मिती (Production)

या पातळीमध्ये निर्मितीमंचावर फक्त एकच कॅमेरा वापरला जातो आणि सगळी दृश्यं ही क्रमाने दृश्यित करण्यात येत नाहीत. वेगवेगळ्या तुकड्यांमध्ये प्रत्येक दृश्य

चित्रित केलं जातं आणि त्यानंतर ती जोडली जातात. निर्मिती पातळी ही संपूर्णपणे दिग्दर्शकाच्या नियंत्रणात असते, कारण एकच कॅमेरा वापरला जात असल्याने प्रत्येक दृश्यावर नियंत्रण ठेवणे दिग्दर्शकाला सहज शक्य होते. प्रकाश संयोजना आणि कॅमेऱ्याच्या बाबतीत प्रत्येक नियंत्रण दिग्दर्शकाकडून केलं जातं. मात्र आता बऱ्याच कार्यक्रम प्रकारात जेव्हा एक-कॅमेरा निर्मिती पद्धती वापरली जाते, तेव्हा संहिता-लेखन आणि संपादन या पातळ्यांवर दिग्दर्शक काम करीत नाही, तर फक्त निर्मिती पातळीवरील जबाबदारी ही दिग्दर्शकाची असते.

निर्मिती पश्चात (Post-Production)

वेगवेगळ्या तुकड्यांमध्ये चित्रित केलेली दृश्यं ही संहितेनुसार एकत्र जोडणे हे काम निर्मितीनंतरच्या पातळीवर तंत्रज्ञ करतात. हे तंत्रज्ञ दृश्य जोडताना निर्माता आणि दिग्दर्शकाशी सल्लामसलत करतात. दृश्य जोडण्याचे काम पूर्ण झाल्यानंतर ध्वनी संपादक आणि संगीत दिग्दर्शक हा विविध प्रकारे आवाज आणि संगीताची रचना करून दृश्यांच्या जोडणीमध्ये अधिक सौंदर्य आणण्याचं कार्य पार पाडतात.

३७) बहु-कॅमेरा पद्धती (Multiple Camera Mode of Production)

बहु-कॅमेरा निर्मिती हा सध्याच्या काळात टीव्ही कार्यक्रम निर्मितीच्या बाबतीत जणू नियम बनलाय. टीव्हीवरील बहुतांश कार्यक्रम हे बहु-कॅमेरा निर्मिती पद्धती वापरूनच बनवले जातात. बहु-कॅमेरा निर्मिती ही एक-कॅमेरा निर्मितीच्या तुलनेत आर्थिकदृष्ट्या खूपच स्वस्त ठरते. शिवाय बहु-कॅमेरा निर्मिती प्रक्रियेचे टीव्ही सौंदर्यीकरणाच्या दृष्टीनेही काही महत्त्वाचे फायदे दिग्दर्शकाला मिळतात.

बहुकॅमेरा निर्मिती आणि निर्मिती प्रक्रिया पातळ्या

पूर्व-निर्मिती (Pre-Production)

एक-कॅमेरा निर्मिती प्रक्रियेमध्ये कॅमेऱ्यात चित्रित होण्याआधी दृश्यं कागदावर उमटतात, मात्र बहु-कॅमेरा निर्मिती प्रक्रियेमध्ये दृश्यांआधी शब्द कागदावर उमटतात. बहु-कॅमेरा निर्मिती ही कथात्मक कार्यक्रमांसाठी वापरताना संहिता आधी तयार केली जाते, मात्र या संहितेमध्ये सगळ्यात जास्त संवादांचं विवरण असतं. किंबहुना संवाद त्यांच्या क्रमाने लिहिले जातात आणि कॅमेरा हालचालीचं वर्णन करण्यासाठी जागा मोकळी सोडली जाते, जी नंतर दिग्दर्शकाकडून भरली जाते. म्हणजेच कागदावर शब्द लिहिले जातात आणि त्यानंतर त्या शब्दांना सूचक अशी दृश्यं चित्रित केली जातात.

कथाबाह्य कार्यक्रम म्हणजेच रिआलिटी शो, चर्चात्मक कार्यक्रम, गेम शो

इत्यादी तयार करताना तर याहीपेक्षा कमी तयारी केली जाते. या कार्यक्रमांना एक साचा जरूर असतो, ज्याची सुरुवात आणि शेवट कसा करायचा हे ठरलेलं असतं. मात्र यातील पात्रांना नेमकं काय बोलायचं याची संहिता तयार केली जात नाही. काही वेळेला निवेदक प्रश्न लिहून तयार ठेवतो, मात्र ते कसे आणि कोणत्या क्रमाने विचारायचे किंवा विचारलेल्या प्रश्नाला उत्तर देणाऱ्याने नेमकं काय उत्तर द्यायचं, हे मात्र ठरलेलं नसतं. यातील पात्र संहिताकाराच्या नाही, तर स्वतःच्या शब्दांत बोलत असतात.

निर्मिती (Production)

निर्मिती पातळीवर बहु-कॅमेरा निर्मिती पद्धती ही चित्रीकरणाच्या तंत्रज्ञानावर फारशी अवलंबून नसते. सुरुवातीला रीळ-पद्धती तंत्रज्ञान वापरलं जात होतं, मात्र त्यानंतर व्हिडिओ तंत्रज्ञानाचा उगम झाला आणि त्यातील नवनवे प्रयोगच चित्रीकरणात वापरले जाऊ लागले. बहु-कॅमेरा निर्मिती प्रक्रियेमध्ये कलाकार हे अनुक्रमानुसार आपली दृश्यं चित्रित करतात. ज्या क्रमाने दृश्य पडद्यावर दिसणं अपेक्षित असतं, त्याच क्रमाने दृश्यं चित्रित करणं बहु-कॅमेरा पद्धतीमध्ये शक्य होतं. जर नियोजन आणि त्याची अंमलबजावणी योग्य असेल तर अर्ध्या तासाचा कार्यक्रम हा साधारण तीन ते चार तासांत चित्रित होऊ शकतो. ज्या कार्यक्रमांचं थेट प्रक्षेपण करायचं असतं, त्यांची तयारीही संपादन करून दाखवण्यात येणाऱ्या कार्यक्रमांसारखीच असते, फक्त त्यांचं दृश्यं चित्रीकरण थोडं वेगळं असतं. एकदा चित्रीकरण सुरू झालं की मग ते कार्यक्रम संपल्यावरच थांबतं. स्विचरचा (वेगवेगळ्या कोनातून लावलेल्या कॅमेऱ्यांतून चित्रित होणारी दृश्यं वेगवेगळ्या वेळी पडद्यावर घेण्याचं तंत्रज्ञान) वापर करून संपूर्ण कार्यक्रम थेट प्रेक्षेपित करण्यात येतो.

मालिकांचं चित्रीकरण करताना मात्र संहितेप्रमाणे किंवा पडद्यावर दिसणार असतील त्या क्रमाने दृश्यं चित्रित करण्यात येत नाहीत. निर्मिती प्रक्रियेला सोपं जाईल अशा क्रमाने दृश्यं चित्रित करण्यात येतात. म्हणजे एका मालिकेत जर दोन किंवा त्यापेक्षा जास्त सेट लावलेले असतील, तर एका सेटवर घडणारी सगळी दृश्यं एकदा चित्रित करण्यात येतात आणि त्यानंतर दुसऱ्या सेटवरची. ही दृश्यं मालिकेत नेमकी कोणत्या क्रमाने वापरली जातात याचा संबंध त्यांच्या चित्रीकरणाच्या क्रमाशी नसतो, मात्र यामुळे चित्रीकरणाचा वेळ वाचतो.

निर्मिती-पश्चात (Post-Production)

बहु-कॅमेरा निर्मिती प्रक्रियेमध्ये फक्त मामुली बदल करणे इथपासून ते पूर्णपणे

कार्यक्रमाची जोडणी करण्यापर्यंतच्या प्रक्रिया निर्मिती-पश्चात पातळीवर केल्या जातात. जे कार्यक्रम थेट प्रक्षेपित केले जातात, त्यांच्या संगीत संपादन प्रक्रियेपासून अनेक प्रक्रियाही थेटच केल्या जातात. काही कार्यक्रम हे थेट प्रक्षेपित कार्यक्रमांप्रमाणे चित्रित केले जातात, मात्र त्यांचं थेट प्रक्षेपण होत नाही, त्यांचं संपादन मात्र निर्मिती पश्चात पातळीवरच होतं. एक-कॅमेरा निर्मिती प्रक्रियेप्रमाणेच संपादन करणाऱ्या तंत्रज्ञाला विविध वेळी विविध क्रमाने चित्रित झालेले तुकडे एका सलग क्रमाने जोडावे लागतात. वृत्तवाहिन्यांवरील अनेक मुलाखतींचे कार्यक्रम हे आधी चित्रित केले जातात आणि त्याचं प्रक्षेपण मात्र नंतर करण्यात येतं.

३८) मिश्र-निर्मिती पद्धती (Hybrid Mode of Production)

फक्त एक-कॅमेरा निर्मिती पद्धती किंवा फक्त बहु-कॅमेरा निर्मिती पद्धती अशा खूप कमी प्रमाणात वापरल्या जातात. बहुतांश कार्यक्रम प्रकारांमध्ये दोन्ही पद्धती एकत्रितपणे म्हणजेच मिश्र-निर्मिती पद्धती वापरली जाते. एक-कॅमेरा निर्मिती पद्धतीमध्ये अनेकदा दुसरा कॅमेरा सेटवर आणला जातो आणि बहु-कॅमेरा निर्मिती पद्धतीने चित्रीकरण सुरू असताना काही वेळेला फक्त एका कॅमेऱ्याच्या आधारे काही दृश्यं चित्रित केली जातात. बहु-कॅमेरा निर्मिती पद्धती वापरून गेम शोचं चित्रीकरण केलं जातं. मात्र कार्यक्रमाच्या शेवटी जाहिरातींचे खंड घोषित करण्यासाठी एका कॅमेऱ्याच्या चौकटीमध्ये फक्त निवेदकाला ठेवून दृश्यं चित्रित केली जातात. त्याचप्रमाणे फक्त एका कॅमेऱ्याचा उपयोग करून घेतलेल्या मुलाखतीच्या कार्यक्रमात मुलाखतकार आणि मुलाखत देणारा अशा दोघांनाही वेगवेगळ्या चौकटींमध्ये कैद करण्यासाठी दुसऱ्या कॅमेऱ्याचा वापर करण्यात येतो. म्हणजेच एक-कॅमेरा निर्मिती पद्धती ही बहु-कॅमेरा निर्मिती पद्धतीकडून काही तंत्र आत्मसात करते, तर बहु-कॅमेरा निर्मिती पद्धती ही एक-कॅमेरा निर्मिती पद्धतीकडून काही तंत्र आत्मसात करते. म्हणजेच फक्त कॅमेऱ्यांची संख्या ही निर्मिती पद्धतीचं परिमाण नाही, तर कार्यक्रमाचं सौंदर्य नेमकं कशात आहे यावर कार्यक्रम निर्मितीची पद्धती ठरते. बहु-कॅमेरा निर्मिती पद्धती ही आपलं सौंदर्य हे नाट्यमंचाकडून घेते. नाटकामध्ये जसा प्रेक्षक हाच कॅमेरा असतो, सगळं काही प्रेक्षकाच्या समोर घडत असतं म्हणजे जणू पात्रांच्या हालचाली आणि त्यांचे संवाद यांच्यावर कॅमेऱ्याचं काहीही नियंत्रण नसतं. हे संपूर्णपणे खरं नसलं तरीही प्रेक्षकाच्या समोर जे घडतंय ते खरोखर घडत आहे असा आभास निर्माण करणं, हेच या पद्धतीचं खरं उद्दिष्ट आहे.

एक-कॅमेरा पद्धती ही आपलं सौंदर्य हे चित्रपटाकडून घेते. म्हणजे या निर्मिती पद्धतीमध्ये पात्र आणि ते बोलत असलेले संवाद यांच्यावर कॅमेऱ्याचं पूर्ण नियंत्रण

आहे, पात्रांचे संवाद आणि त्यांनी केलेला अभिनय हे शेवटी संपादित करण्यात आलेले आहेत आणि ते जे करतात ते वास्तवात नसतं, असा आभास निर्माण केला जातो.

आपल्या शुद्ध स्वरूपात या दोन्ही पद्धती सध्याच्या टीव्ही जगतात अगदी क्वचितच वापरल्या जातात, मात्र एक-कॅमेरा पद्धती वापरायची की बहु-कॅमेरा पद्धती वापरायची याच्या निर्णयावर नेमकं कोणतं तंत्रज्ञान वापरायचं, किती कॅमेरे वापरायचे आणि सगळ्यात महत्त्वाचं म्हणजे अर्थकारण कसं जमवायचं या सगळ्याचा निर्णय अवलंबून असतो. आणि त्यावरच पूर्वनिर्मिती, निर्मिती आणि निर्मिती पश्चात पातळ्यांचे अनेक घटकही अवलंबून असतात.

प्रकरण सात
प्रसारण-कक्ष आणि सेट निर्मिती

टीव्हीवरील कोणत्याही कार्यक्रमाची निर्मिती एका नियंत्रित जागेमध्ये केली जाते, ज्याला प्रामुख्याने सेट असे संबोधण्यात येते. प्रत्येक कार्यक्रमाच्या गरजेनुसार प्रत्यक्ष जागेवर जाऊन कार्यक्रमांची निर्मिती करणे अनेक कारणांमुळे शक्य नसते. त्यामुळे संबंधित कार्यक्रमाच्या गरजेची जागा तयार करण्यात येते आणि तिथेच कार्यक्रमांची निर्मिती केली जाते. कार्यक्रमाचा प्रकार, त्याचं कथानक यावर सेटची निर्मिती अवलंबून असते. या प्रकरणात कार्यक्रम प्रकार आणि त्यावर आधारित सेट निर्मितीची चर्चा करण्यात आली आहे.

३९) कथात्मक कार्यक्रम आणि सेट निर्मिती

कथेतील पात्रांना त्यांच्या विशिष्ट जागेमध्ये बसवणं हे खरं तर set designingचं खरं उद्दिष्ट असतं. मात्र एखाद्या कथेला मदत करणारी चित्रं उभी करणं हेच फक्त set designingचं उद्दिष्ट नसतं, तर विविध कथात्मक अर्थ प्रेक्षकांपर्यंत पोहोचवणं हेदेखील कथेचं उद्दिष्ट असतं. खरंतर set म्हणजे कोणत्याही कथेला पूरक अशी चिन्हं ठरतात. अर्थात कथा ह्या एकमेव परिमाणावर set designing अवलंबून नसतं; तर आर्थिक, तांत्रिक आणि कथेच्या सौंदर्याशी संबंधित परिमाणंसुद्धा set designingमध्ये महत्त्वाची भूमिका पार पाडतात.

तांत्रिक परिणामाच्या मुद्द्यावर बोलायचं तर कोणत्याही कार्यक्रमाच्या सेटवर छप्पर नसतं. याचं महत्वाचं कारण म्हणजे कार्यक्रमाच्या सेटसाठीची प्रकाशयोजना ही कायम डोक्यावर केलेली असते. त्यामुळे कोणतंही दृश्यं कॅमेरा खालून वर चित्रित करतोय असं करता येत नाही. कारण तसं झालं तर संबंधित पात्राच्या डोक्यावरील प्रकाशयोजना आणि त्यासाठी करण्यात आलेली सगळी तांत्रिक जोडणी ही कॅमेऱ्यामध्ये कैद होईल. त्यामुळे छप्पर हे टीव्हीवरील कोणत्याही कार्यक्रमांमध्ये सहसा वापरलं जात नाही. प्रसारण-कक्ष हे सहसा खोल असण्यापेक्षा रुंद असतात आणि चौकोनी

असण्यापेक्षा आयताकृती असतात. अगदी सर्वसामान्य भाषेत सांगायचं तर प्रसारण-कक्ष हे उथळ असतात. कोणत्याही प्रसारण-कक्षाच्या सेटमध्ये कायम फक्त तीनच भिंती असतात. कारण चौथी भिंत ही कॅमेरा ठेवण्यासाठी वापरली जाते. ही रचना साधारण नाटकाच्या रंगमंचासारखी असते, जिथे प्रेक्षकाच्या जागी कॅमेरा ठेवलेला असतो. कलाकाराच्या समोर ठेवलेला कॅमेरा डाव्या-उजव्या बाजूला म्हणजेच चौथ्या भिंतीला समांतर फिरत असतो. बहु-कॅमेरा निर्मिती पद्धतीमध्ये किमान तीन कॅमेरे कलाकाराच्या समोर ठेवलेले असतात. हे सगळे कॅमेरे सहसा पुढेमागे होऊ शकत नाहीत, कारण एक कॅमेरा पुढे गेला तर तो त्याच्या मागच्या दुसऱ्या कॅमेऱ्यामध्ये चित्रित होऊ शकतो. कॅमेऱ्याला लागू असलेलं बंधन मग कलाकारांनाही लागू होतं, त्यामुळे कथात्मक कार्यक्रमातील कलाकारांची हालचाल ही जास्तीत जास्त डाव्या-उजव्या बाजूला होत असते मात्र ती पुढेमागे अशी क्वचितच होत असते.

Set designing करताना दरवाजांची रचना ही कायम एका बाजूला केलेली असते, जेणेकरून इतर कलाकारांच्या दृश्यामध्ये येण्याजाण्यात अडथळा निर्माण होणार नाही. हे दरवाजे अदृश्य अशा चौथ्या भिंतीवरसुद्धा नसतात, कारण तशा प्रकारे त्यांची रचना जर केली गेली तर दरवाजाकडे जाणारा प्रत्येक कलाकार हा कॅमेऱ्याच्या दिशेने चालत येईल आणि शिवाय यामुळे रंगमंचाच्या सौंदर्यप्रतिकात्मकतेला बाधा पोहोचेल; कारण चौथ्या अदृश्य भिंतीकडे चालत येणारा कलाकार म्हणजे थेट प्रेक्षकांमध्ये जाणारा किंवा प्रेक्षकांमधून येणारा कलाकार असा त्याचा अर्थ होईल. कोणत्याही कथात्मक कार्यक्रमात विशेषत: मालिकांमध्ये प्रत्येक दृश्यात कलाकारांचं येणंजाणं हे सतत सुरूच असतं, म्हणजे प्रत्येक दोन व्यक्ती बोलत असताना तिसऱ्या व्यक्तीचा प्रवेश हा साधारण ठरलेलाच असतो. त्यामुळे दरवाजांची रचना कार्यक्रम प्रकाराचा विचार करूनच करावी लागते. त्यामुळे set designing हे कथेनुसार आणि कार्यक्रम प्रकारानुसार बदलत जातं.

आर्थिक गणितांची बंधनंसुद्धा set designingवर परिणाम करतात. बहु-कॅमेरा निर्मिती पद्धतीमध्ये फक्त दोन ते तीन सेट्स एका कार्यक्रमाच्या निर्मितीसाठी करणं शक्य असतं. त्यामुळे कथेची रचना करताना ती दोन किंवा तीन सेट्सभोवतीच फिरेल अशा रीतीनेच करावी लागते. त्यामुळे कथेत किती कलाकार असतील आणि ते कोणत्या वेळी नेमके कुठे असतील आणि त्या दृष्टीने नेमकी कथा कशी फिरेल हे सगळं सेटवर आधारित असतं. त्यामुळे टीव्हीवरील कथात्मक कार्यक्रमांचा विचार करताना कथा set designing ठरवते असं म्हणण्यापेक्षा set designing कथेची दिशा ठरवते असं म्हणणं वावगं ठरणार नाही.

४०) कथाबाह्य कार्यक्रम आणि सेट निर्मिती

बहुतांश कथाबाह्य कार्यक्रमांमध्ये म्हणजे बातम्या, क्रीडा कार्यक्रम, गेम शो यांच्यामध्ये वापरलं जाणारं set designing हे टीव्हीच्या इतर कार्यक्रमांमध्ये वापरल्या जाणाऱ्या set designingपेक्षा खूप वेगळं असतं. कथाबाह्य कार्यक्रमांमध्ये जागेचा उपयोग हा प्रामुख्याने प्रेक्षकाला कसं संबोधित करता येईल या अनुषंगाने केलेला असतो, कारण कथात्मक कार्यक्रमांप्रमाणे प्रेक्षक समोर अस्तित्वात नाहीत असा भास कथाबाह्य कार्यक्रमांमध्ये निर्माण करायचा नसतो. कोणत्याही वृत्तवाहिनीचा वृत्तनिवेदक किंवा क्रीडा–स्पर्धांचा समालोचक किंवा गेम शोचा निवेदक हे सगळे थेट कॅमेऱ्यामध्ये पाहत बोलत असतात, म्हणजेच ते थेट प्रेक्षकाशी संवाद साधत असतात. चर्चात्मक कार्यक्रमांमध्येसुद्धा हे निवेदक आणि ज्यांची मुलाखत सुरू आहे त्या व्यक्ती साधारण ३० अंश कोनामध्ये बसलेल्या असतात, म्हणजे ज्या वेळी त्या एकमेकांशी बोलत असतात त्याच वेळी त्या कॅमेऱ्यामध्ये पाहत प्रेक्षकांशीही बोलत असतात. त्यामुळेच बहुतांश वृत्तवाहिन्यांवरील चर्चात्मक कार्यक्रमांचं set designing हे अर्धवर्तुळाकार असतं.

वृत्तवाहिन्यांवरील set designingमध्ये प्रामुख्याने टेबलचा वापर केला जातो आणि वृत्तनिवेदक त्या टेबलाच्या मागे बसलेला असतो. वृत्तनिवेदक हा व्यस्त आहे हे दाखवण्यासाठी या टेबलचा प्रामुख्याने वापर होतो. अनेकदा या वृत्तनिवेदकाच्या पाठीमागच्या बाजूला न्यूजरूम दाखवली जाते. न्यूजरूममध्ये अनेक लोक काम करत असतात. घाईघाईने फिरत असतात. अशा पद्धतीने न्यूजरूम दाखवल्याने सतत काहीतरी महत्त्वाचं घडत असल्याचा भास निर्माण करता येणं शक्य होतं. विश्लेषणात्मक किंवा चर्चात्मक कार्यक्रमामध्ये टेबलाचा वापर केला जातो आणि हे टेबल कार्यक्रमाचा सूत्रधार आणि सहभागी पाहुणे यांच्यातील अंतर स्पष्ट करते. या पाहुण्यांसाठी सहसा टेबलाची व्यवस्था नसते. याचा अर्थ पाहुण्यांपेक्षा सूत्रधाराचं महत्त्व कार्यक्रमात जास्त आहे किंवा सूत्रधाराकडे कार्यक्रमाचं नियंत्रण आहे अशा अनुषंगाने हा सेट तयार केला जातो.

गेम शो जेव्हा टीव्हीवर दाखवले जातात, तेव्हा प्रेक्षक त्या कार्यक्रमात सहभागी होतात. अनेक गेम शोमध्ये तर स्पर्धक हे त्या प्रेक्षकांमधूनच निवडले जातात, त्यामुळे प्रेक्षक आणि सहभागी स्पर्धक यांच्यातील अंतर जवळपास अस्पष्ट होत जातं. त्यामुळे गेम शोसाठी set designing करताना स्पर्धकांसाठी मंच आणि प्रेक्षकांसाठी बसण्याची व्यवस्था ही केलेलीच असते. गेम शोचं आणखी एक वैशिष्ट्य आहे आणि ते म्हणजे गेम शोमध्ये कायम गुणफलक दाखवायचा असतो आणि प्रत्येक गेम शो हा गुणफलक

आपापल्या कार्यक्रमाच्या दृष्टीने वेगवेगळ्या पद्धतीने तयार करतो. म्हणजे सारेगमप या संगीत स्पर्धेमध्ये गुण देण्याऐवजी सारेगमप यांचा वापर करण्यात आला होता. म्हणजे सा दिला तर कमी गुण आणि परीक्षकांना नी दिला तर अधिक गुण. आणि हे गुण प्रेक्षकांना दिसण्यासाठी परीक्षकांना आपल्या समोरची एक कळ दाबायची असते आणि त्यानंतरच ते गुण प्रेक्षकांना परीक्षकांच्या टेबलाला जोडलेल्या पटलावर दिसतात.

४१) सेट निर्मिती आणि जागेची निवड

बहुतांश बातम्या किंवा क्रीडा प्रकार हे प्रसारण-कक्षाच्या बाहेर, ऐतिहासिक जगात चित्रित केले जातात. याचं कारण स्पष्ट आहे की हे सगळे कार्यक्रम ऐतिहासिक जगात घडत असतात आणि तेथून ते टीव्हीच्या जगात प्रवेश करतात. मात्र ऐतिहासिक जगातील सगळ्याच घटना टीव्हीवर येत नाहीत, तर काही निवडक घटना ज्या टीव्हीला महत्त्वाच्या वाटतात त्याच टीव्हीवर येतात, अन्य घटना या टीव्हीवर येत नाहीत. म्हणजेच टीव्हीवर न येणाऱ्या घटना या सामान्य असतात.

काही टीव्हीवरील घटना या जशा घटना म्हणून महत्वाच्या असतात, त्याचप्रमाणे त्या कोणत्या ठिकाणी घडतात या अनुषंगानेही महत्त्वाच्या असतात. म्हणजेच महाराष्ट्राच्या राजकारणात घडणाऱ्या अनेक राजकीय घडामोडी या जशा राजकीय घटना म्हणून टीव्हीच्या पडद्यावर महत्त्वाच्या ठरतात, त्याचप्रमाणे जेव्हा त्या विधीमंडळाच्या आवारातून सांगितल्या जातात, तेव्हा त्या जास्त महत्त्वाच्या ठरतात. कारण विधीमंडळ हे या सगळ्या राजकीय घडामोडींचं केंद्र म्हणून पाहिलं जातं.

एखाद्या ठरावीक जागेला एखाद्या घटनेचं चिन्ह बनवण्याची कृती टीव्हीवरील बातम्यांमध्ये बेमालूमपणे केली जाते. म्हणजे प्रत्यक्षात अपघात होतो तेव्हा वार्ताहर तिथे नसतो, मात्र ज्या वेळी तो तिथे पोहोचतो, त्या वेळी तो अशा ठिकाणी उभा राहून वार्तांकन करतो की, जिथून अपघात झाल्याच्या खुणा कॅमेऱ्यामध्ये कैद होतील. म्हणजे अपघात झालेली गाडी वार्ताहराच्या मागे दिसेल किंवा अपघातामुळे तोडफोड झालेल्या वस्तू कॅमेऱ्यामध्ये दिसतील. यात आणखी एक उद्दिष्ट साध्य होतं आणि ते म्हणजे प्रत्यक्ष अपघात झालेल्या ठिकाणी वार्ताहर पोहोचलेला आहे, त्यामुळे त्या संबंधित जागेवरून माहिती आपल्यापर्यंत पोहोचवली जाते, म्हणजेच तंतोतंत खरी माहिती आपल्यापर्यंत पोहोचवली जाते असा विश्वास प्रेक्षकांना देणं शक्य होतं.

क्रीडास्पर्धा या तर कायमच ऐतिहासिक जगात घडत असल्यामुळे त्या कायमच मैदानावरून प्रेक्षकांपर्यंत पोहोचवल्या जातात. क्रीडास्पर्धा आणि बातम्या हे फक्त असे दोनच प्रकार नाहीत की, जे प्रत्यक्ष जागेवर जाऊन चित्रित केले जातात, तर अनेक कथात्मक कार्यक्रमांमध्येही प्रत्यक्ष जागेवर जाऊन काही दृश्यं चित्रित केली

जातात. सध्या भारतीय टीव्हीवर दाखवल्या जाणाऱ्या अनेक मालिकांमध्ये मधुचंद्रासाठी पती-पत्नी परदेशात जातात असं दाखवलं जातं. त्यामुळे हिंदीच नाही तर अगदी प्रादेशिक वाहिन्यांवरील कार्यक्रमांमध्येसुद्धा कार्यक्रमाचे काही भाग थेट परदेशात जाऊन चित्रित करण्याची नवी पद्धत रूढ झालेय. त्यामुळे प्रेक्षकांनासुद्धा नेहमीच्या सेट्सपेक्षा वेगळी आणि काहीतरी डोळ्यांना सुखावणारी दृश्यं रोजच्या मालिकांमध्ये पाहायला मिळतात आणि त्यामुळेच मालिका अधिकाधिक लोकप्रिय करणंसुद्धा शक्य होतं. म्हणजेच कार्यक्रम चित्रित करण्याची जागा ही कथात्मक आणि कथाबाह्य अशा दोन्ही कार्यक्रम प्रकारांसाठी महत्त्वाची असते.

४२) सेट निर्मिती आणि वेषभूषा

कथात्मक टीव्हीमध्ये वेषभूषा आणि set designing यांचा फार जवळचा संबंध असतो. जसे एखाद्या set designing मध्ये वापरण्यात आलेल्या वस्तू या त्या कथेला अधिक ठळकपणे प्रेक्षकांच्या समोर मांडतात, त्याचप्रमाणे वेषभूषा कथा मांडणीमध्ये पूरक ठरते. त्यामुळे कथेतील पात्रांचे पोशाख हे त्या कथेसाठी अत्यंत महत्त्वाचे ठरतात.

प्रत्येक कार्यक्रमातील वेषभूषा ही अशी एक गोष्ट असते की, ज्यामुळे प्रेक्षक त्या पात्रासंबंधी आपले अंदाज बांधतो. म्हणजे साडी ही मराठी मालिकांमधील अभिनेत्रींची नेहमीची वेषभूषा असली, तरी कोणत्या प्रकारची साडी कशी नेसलेय यावरून त्या व्यक्तीसंबंधी अंदाज बांधले जातात. म्हणजे बिनबाह्यांचा ब्लाऊज आणि त्यावर पारदर्शक अशी साडी नेसलेली असेल, तर ती स्त्री शहरी आणि अत्यंत उच्चभ्रू समाजातील आहे असा अंदाज लावला जातो; मात्र सुती काठपदराची, कुठेही सुरकुत्या न पडलेली, आणि खांद्यावरून पदर घेऊन जर एखादी स्त्री साडी नेसली असेल, तर ती स्त्री ग्रामीण महाराष्ट्रातल्या श्रीमंत कुटुंबातील असल्याचा सहज समज करून घेतला जातो. मात्र हीच सुती साडी चुरगळलेली असेल आणि काटेकोरपणे नेसलेली नसेल, तर मात्र ती स्त्री ग्रामीण भागातील गरीब कुटुंबातील असल्याचा प्रेक्षकांचा समज होतो. अर्थातच या वेषभूषेला जोडून केशभूषा आणि रंगभूषा नेमकी कशी केलीय याचाही संबंध इथे असतोच. वेषभूषेवरून कार्यक्रमाची कथा नेमक्या कोणत्या भौगोलिक आणि सांस्कृतिक परिस्थितीवर बेतलेय याचाही अंदाज लावता येतो. म्हणजे एखादा कार्यक्रम राजस्थानातील आहे, गुजरातेतील आहे की महाराष्ट्रातील आहे याचा अंदाज वेषभूषेवरून लावता येतो. 'तारक मेहता का उल्टा चष्मा' हा कार्यक्रम याचं उत्तम उदाहारण आहे; कारण भारतातील अनेक संस्कृतींची आणि भौगोलिक परिसीमांची शहरी भागात होणारी गाठभेट हाच या कार्यक्रमाचा मुख्य पाया आहे.

वेषभूषा ही फक्त कथात्मक कार्यक्रमांसाठीच महत्त्वाची असते असं नाही, तर ती कथाबाह्य कार्यक्रमांसाठीही तितकीच महत्त्वाची असते. टीव्हीवरील बातम्या आणि क्रीडास्पर्धात्मक कार्यक्रम यांच्यासाठी वेषभूषेचे काही संकेत ठरलेले आहेत. टीव्हीवर प्रेक्षकाला एखादा खेळाडू कोणत्या संघातील आहे हे सहज ओळखता येतं ते त्याने घातलेल्या कपड्यांच्या रंगावरूनच. त्याहीपुढे जाऊन कोणत्या खेळाडूच्या गणवेशावर कोणता आकडा आहे, यावरून प्रेक्षकाला दुरूनही तो खेळाडू ओळखणं सहज शक्य होतं. दुसरीकडे या खेळांचं समालोचन करणारे क्रीडासमालोचक किंवा वृत्तनिवेदक हे कायम पाश्चिमात्य कपड्यांमध्ये वावरताना दिसतात. या वेषभूषेमुळे त्यांच्या एकूण कामाबद्दल गंभीर असा भाव निर्माण होण्यास मदत होते. टीव्हीवरील वृत्तवाहिन्यांमध्ये निवेदक हे कायमच कार्यालयीन, गांभीर्यपूर्ण अशा पाश्चिमात्य कपड्यांमध्ये वावरत असतात, मात्र वार्ताहर जे प्रसारण-कक्षच्या बाहेर ऐतिहासिक जगात काम करत असतात, ते मात्र बऱ्यापैकी अनौपचारिक कपड्यांमध्ये वावरत असतात. त्यामुळे ते सर्वसामान्य लोकांमध्ये मिसळून, त्यांच्या आयुष्यातील घडामोडी आपल्यापर्यंत पोहोचवत असल्याचा भास निर्माण करणं सहज शक्य होतं. मात्र गेल्या काही वर्षांमध्ये हे संकेत बदलताना दिसत आहेत. सणासुदीच्या दिवशी प्रादेशिक वृत्तवाहिन्यांवरील निवेदक हे थेट पारंपरिक पोशाखात प्रेक्षकांसमोर येतात. बहुधा सणाच्या दिवशी बातमीतील गंभीरता कमी करून प्रेक्षकांसोबतच आपणही सणाच्या उत्साहात सामील आहोत, असा भास निर्माण करण्यासाठी वेषभूषेत हे बदल करण्यात येत असावेत. त्यामुळे कार्यक्रम कथात्मक असो अथवा कथाबाह्य, मात्र दोन्ही कार्यक्रमप्रकारांमध्ये वेषभूषा हा अत्यंत महत्त्वाचा घटक ठरतो.

४३) सेट निर्मिती आणि प्रकाशयोजना

तीन बिंदू प्रकाशयोजना ही टीव्हीसाठीच्या set designing मधील अत्यंत महत्त्वाचा घटक आहे. तीन बिंदू प्रकाशयोजनेचा उगम हा चित्रपटात झाला आणि त्यानंतर त्याचा प्रसार टीव्हीकडेही झाला. तीन-बिंदू प्रकाश योजनेनुसार कोणताही कलाकार हा तीन बाजूंनी प्रकाशझोतात असायला हवा. या तीन प्रकाशझोतांचे तीन उगम म्हणजे, मुख्य प्रकाश (Key light), भरीव प्रकाश (Fill light) आणि मागील प्रकाश (Back light).

मुख्य प्रकाश बिंदू हा सेटवरील तीव्र प्रकाशझोताचा स्रोत असतो. कलाकाराच्या चेहऱ्याच्या समोरच्या बाजूला, डोक्यापासून थोड्या अधिक उंचीवर हा प्रकाशझोत टांगलेला असतो. मात्र हा प्रकाशझोत चेहऱ्याच्या सरळ रेषेत नसल्यामुळे कलाकाराच्या नाकाची आणि हनुवटीची सावली त्याच्या चेहऱ्यावर आणि मानेवर पडते. ही सावली

पुसून काढण्यासाठी दुसरा प्रकाशबिंदू तयार करण्यात येतो, त्याला भरीव प्रकाशबिंदू (Fill light) असं म्हणतात. हा प्रकाशबिंदू मुख्य प्रकाशबिंदूच्या विरुद्ध बाजूला, मात्र त्याच्यापासून थोड्या कमी उंचीवर टांगलेला असतो. या बिंदूमधून येणाऱ्या प्रकाशाची तीव्रता ही मुख्य प्रकाशबिंदूपासून येणाऱ्या प्रकाशाच्या तीव्रतेपेक्षा निम्मी असते. तिसरा प्रकाशबिंदू म्हणजे मागील प्रकाश (Back light) हा प्रकाशस्रोत कलाकाराच्या मागे आणि त्याच्या डोक्यापासून थोडा अधिक उंचीवर टांगलेला असतो आणि कलाकाराचा खांदा आणि बाह्या या प्रकाशमान करून त्यांना पृष्ठभागावरील रचनेपासून ठसठशीत वेगळे दाखवणे हे या प्रकाशबिंदूचं काम असतं.

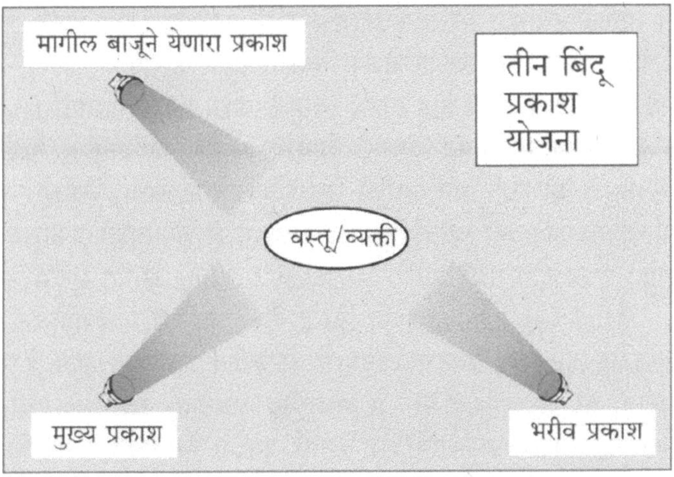

कोणत्याही कार्यक्रमात set designing करताना जी प्रकाशयोजना केली जाते, त्यात तीन बिंदू प्रकाशयोजना ही तीनपेक्षा अधिक प्रकाशबिंदू वापरून साध्य केली जाते. ही प्रकाशयोजना कशी असेल याचं कागदावर नकाशा काढून केलेलं वर्णन म्हणजेच प्रकाशयोजना प्रतिकृती (Lighting Plot). मात्र सेटवर कितीही प्रकाशयोजना वापरलेल्या असल्या तरीही एक मुख्य प्रकाशस्रोत, एक भरीव प्रकाशस्रोत आणि एक पाठीमागून दिलेला प्रकाशस्रोत हे मूळ समीकरण मात्र कोणत्याही प्रकाशयोजनेत पक्क असतं. टीव्हीवरील कथात्मक कार्यक्रम असोत अथवा कथाबाह्य कार्यक्रम असोत या सगळ्या कार्यक्रम प्रकारांमध्ये set designing करताना प्रकाशयोजनेचं हे सूत्र मात्र कायम पाळलं जातं. हे सूत्र इतक पक्कं आहे की, यापेक्षा वेगळी प्रकाशयोजना केली तर ती प्रकाशयोजना ही विशिष्ट कारणासाठी किंवा विशिष्ट अर्थ प्रेक्षकांपर्यंत पोहोचवण्यासाठी केली आहे, हे लगेचच स्पष्ट होतं. तीन-बिंदू प्रकाशयोजनेचा विचार करताना आणखीही काही महत्त्वाच्या संकल्पना जाणून घेणं आवश्यक आहे.

High key lighting आणि Low Key lighting.

High key lighting म्हणजे असा सेट ज्यावर प्रकाशयोजना अत्यंत समप्रमाणात आहे, म्हणजे सेटवरील कोणत्याही बिंदूवरील प्रकाश हा सारख्याच तीव्रतेचा आहे. थोडक्यात सेटवरील अधिक प्रकाशित बिंदू आणि कमी प्रकाशित बिंदू यांच्यातील फरक हा अत्यंत कमी असतो. साधारणपणे मुख्य प्रकाशबिंदू आणि भरीव प्रकाशबिंदू या दोघांमधून येणाऱ्या प्रकाशाची तीव्रता ही सारखीच ठेवली जाते, त्यामुळे मुख्य प्रकाशबिंदूतून येणाऱ्या प्रकाशामुळे तयार होणाऱ्या कोणत्याही सावल्या या गडद राहत नाहीत. टीव्हीवरील बहुतांश कार्यक्रम हे बहु-कॅमेरा निर्मिती पद्धतीमध्ये चित्रित केले जातात. त्यामुळे सेटवर सतत कॅमेऱ्यांची हालचाल होत असते. त्यामुळे प्रत्येक कॅमेऱ्याच्या अनुषंगाने प्रकाशयोजना बदलत राहणे हे तांत्रिक आणि आर्थिक अशा दोन्ही पातळ्यांवर शक्य होत नाही, त्यामुळे अशा कार्यक्रमांसाठी High key lighting हे अत्यंत सोयीस्कर असते. शिवाय अनेक कार्यक्रम हे लाईव्ह स्वरूपाचे असल्यामुळे कोणतंही पात्र कधीही सेटवर जाऊयेऊ शकतं, ज्याचं नियंत्रण अनेकदा निर्मात्याच्या हाताताही नसतं, त्यामुळे अशा वेळी वेगवेगळी प्रकाशयोजना नियंत्रित करणंही शक्य होत नाही आणि High key lighting अत्यंत सुलभ ठरते.

High key lighting च्या विरुद्ध केली जाणारी प्रकाशयोजना म्हणजे Low Key Lighting. या प्रकाशयोजनेमध्ये सेटवरील प्रकाशित भाग हे खूप प्रकाशित असतात, तर अप्रकाशित भाग हे अंधारमय असतात. अशा प्रकारची प्रकाशयोजना करण्यासाठी मुख्य प्रकाशबिंदूतून येणारा प्रकाश हा भरीव प्रकाशबिंदूतून येणाऱ्या प्रकाशाच्या तुलनेत अत्यंत तीव्र असतो, म्हणजेच मुख्य प्रकाशबिंदूतून येणाऱ्या प्रकाशामुळे तयार होणाऱ्या सगळ्या सावल्या या भरीव प्रकाशबिंदूतून येणाऱ्या प्रकाशाने भरून काढल्या जात नाहीत. त्यामुळे जिथे High Key Lighting ही सामान्य परिस्थितीची जाणीव करून देणारी असते, तिथे Low Key Lighting ही काहीतरी अकल्पित, भयंकर किंवा अनपेक्षित घडणार असल्याची जाणीव करून देते. बहुधा भयप्रद घटनांचं चित्रिकरण करण्यासाठी अशा प्रकारची प्रकाशयोजना वापरली जाते.

अनेकदा ढगाळ वातावरणामध्ये सूर्यकिरणांमुळे पडणारी सावली ही अस्पष्ट असते किंवा तिला स्पष्ट बाह्यरेषा नसते. जेव्हा टीव्हीवर हाच परिणाम साधला जातो, तेव्हा त्याला Soft Light असं म्हटलं जातं. ही प्रकाशयोजना ही एखादं पात्र अधिक तरुण दाखवण्यासाठी किंवा धोकादायक परिस्थितीत आहे असं दाखवण्यासाठी केली जाते. Hard light ही याच्या अगदी विरुद्ध म्हणजे सूर्याचे अत्यंत तीव्र आणि चकचकीत किरण पडल्यावर एखाद्या वस्तूची जी सुस्पष्ट सावली तयार होते, तसा

परिणाम जेव्हा टीव्हीवरील कार्यक्रमांमध्ये साधला जातो, तेव्हा त्या प्रकाशयोजनेला High Key Lighting असं म्हटलं जातं. या तऱ्हेच्या प्रकाशयोजनेमध्ये सामान्यतः भरीव प्रकाशबिंदूस्रोत वापरलाच जात नाही. फक्त मुख्य प्रकाशबिंदूस्रोत वापरून ही प्रकाशयोजना साधली जाते.

Shallow space and deep space

टीव्हीवरील कार्यक्रमांसाठी करण्यात येणाऱ्या Set Designingमध्ये सेट हे बहुतांश उथळ असतात. त्यांची खोली खूप कमी असते. सेटची चौथी भिंत कायम अदृश्य असते, कारण तिथे कॅमेरे ठेवलेले असतात. त्यामुळे कॅमेरा आणि कलाकार यांना फक्त बाजूच्या हालचाली करता येतात, मात्र त्यांना पुढेमागे अशा हालचाली करता येत नाहीत. सेटवरच्या याच जागेला Shallow Space असं म्हटलं जातं. याच्याउलट काही कार्यक्रमांमध्ये सेटची खोली दाखवण्यासाठी एका कलाकाराला कॅमेऱ्याच्या समोर उभं करून दुसऱ्या कलाकाराला त्याच्या मागे काही अंतरावर उभं केलं जातं आणि त्यामुळे आहे ती जागा अधिक खोल असल्याची दाखवण्याचा प्रयत्न केला जातो, यालाच Deep Space म्हणून ओळखलं जातं. मात्र भारतीय टीव्हीवरील कार्यक्रमांमध्ये Deep Spaceचा वापर खूप कमी प्रमाणात केला जातो.

प्रकरण आठ
कॅमेरा आणि चित्रीकरण

टीव्हीवरील कार्यक्रमांमध्ये कॅमेऱ्याचा उपयोग कसा केला जातो हे आपण याआगोदर पाहिलं आहे. या प्रकरणात आपण कॅमेऱ्यासंबंधीच्या काही महत्त्वाच्या तांत्रिक बाजू समजून घेण्याचा प्रयत्न करणार आहोत.

४४) कॅमेऱ्यासंबंधीच्या महत्त्वाच्या संज्ञा

केंद्रस्थ लांबी (Focal length):

केंद्रस्थ लांबी ही साधारण मिलीमीटरमध्ये मोजली जाते. भिंगाच्या मध्यबिंदूपासून ते त्याच्या केंद्रस्थ बिंदूपर्यंतचं (Focal Point) अंतर म्हणजे केंद्रस्थ लांबी. केंद्रस्थ बिंदू म्हणजे तो बिंदू जिथे भिंगामुळे वळून येणारे प्रकाशकिरण एकत्र मिळतात आणि केंद्रीय पटलावरील (Focal Plane) चित्रीकरण करणाऱ्या फिल्मवर आदळण्यापूर्वी पुन्हा एकदा प्रसरण पावतात.

Wide angle lens :

Wide angle lens ही प्रेक्षकाला रुंद दृश्याचा अनुभव देते. प्रामुख्याने एखाद्या दृश्यातील खोली या परिमाणाचा आभास आणखी तीव्र करण्यासाठी ही लेन्स वापरली जाते. टीव्हीमध्ये बहुतांश जग हे द्विमितीय असतं, प्रत्यक्षात ते त्रिमितीय असतं. त्यामुळे टीव्हीमधील कोणत्याही दृश्याला खोली नसते. टीव्हीमधील सर्व दृश्यांना डावं, उजवं, वर, खाली अशीच परिमाणं असतात. एखाद्या दृश्यातील दोन वस्तू किंवा व्यक्ती एकमेकांपासून दूर आहेत हे दाखवण्यासाठी wide angle lens चा वापर करतात. एखाद्या विशिष्ट दृश्यामध्ये असलेल्या खोलीचा आभास वाढवण्यासाठी म्हणून ही लेन्स वापरली जाते.

Normal lens :

सामान्य भिंग तशी दृश्यं चित्रित करतं जशी सामान्यपणे मनुष्य पाहतो. मात्र

याचा अर्थ सामान्य माणसाच्या डोळ्याला दिसतात तशीच्या तशी ही दृश्यं चित्रित होत नाहीत, तर ब्रिटिश काळात चित्रं आणि दृश्यं पाहण्याची जी पद्धत विकसित झाली, त्याला अनुसरून ही दृश्यं दिसतात.

Telephoto lens :

Telephoto lens ही Wide angle lensपेक्षा एखादं दृश्य जास्त अरुंद असल्याचा भास निर्माण करून देतं. Wide angle lens च्या तुलनेत Telephoto lensच्या साहाय्याने चित्रित केलेलं दृश्य किंवा चित्र हे जास्त जवळ असल्याचा भास निर्माण करून देतं. Wide angle lens जसा खोलीचा आभास वाढवतं, तसाच Telephoto lens हा खोलीचा आभास कमी करतं किंवा जवळपास नाहीसा करतं. क्रीडा स्पर्धांच्या चित्रीकरणामध्ये जास्तीत जास्त Telephoto lensचा वापर केला जातो.

Focus, depth of field, focus distance

झोत (Focus) हा कॅमेराचा एक मूलभूत गुणधर्म आहे. टीव्हीवर दाखवण्यात येणारी बहुतांश दृश्यं ही कॅमेऱ्याच्या झोतातच असतात. त्यांच्यावरील प्रकाशही बहुतांश सारख्याच प्रमाणात असतो. मात्र टीव्हीवरील क्रीडास्पर्धांचं चित्रीकरण करताना काही गोष्टी किंवा खेळाडू हे कॅमेऱ्याच्या झोताच्या बाहेर असू शकतात, कारण मैदानावर सतत होणारी हालचाल टिपण्याचा कॅमेरा प्रयत्न करीत असतो.

Focus Distance म्हणजे कॅमेरा ते कॅमेऱ्याने लक्ष केंद्रित केलेली प्रमुख वस्तू किंवा व्यक्ती यांच्यामधील अंतर. ही वस्तू किंवा व्यक्ती यांच्या पाठीमागे कॅमेऱ्याच्या झोतात असलेली प्रत्येक वस्तू आणि कॅमेरा यांच्यातील अंतराला Depth of Field असं म्हटलं जातं. जेव्हा Depth of Field ही अत्यंत कमी असते, तेव्हा त्याला Shallow focus असंही संबोधलं जातं. Soft Focus म्हणजे कॅमेऱ्याने लक्ष केंद्रित केलेली संपूर्ण व्यक्ती किंवा गोष्ट ही अस्पष्ट दिसते. यासाठी विशिष्ट प्रकारची प्रकाशयोजना केली जाते. याउलट Deep Focus म्हणजे कॅमेऱ्याची अशी योजना की, कॅमेऱ्याच्या झोतात येणाऱ्या सगळ्या वस्तू किंवा व्यक्ती स्पष्ट दिसतील. अशा प्रकारे चित्रित केलेली दृश्यं ही मानवी डोळ्याने पाहिल्या जाणाऱ्या दृश्यांच्या अत्यंत जवळ जाणारी असतात.

४५) कॅमेऱ्याची चौकट

Framing म्हणजेच चौकट तयार करणे हा शब्द टीव्हीविश्वात तांत्रिक आणि संहिता या दोन्ही बाबतीत वापरला जातो. तांत्रिक अर्थाने जेव्हा चौकट तयार करण्याबाबत

चर्चा होते, तेव्हा कॅमेरा नेमके काय चित्रित करणार आणि काय चित्रित करणार नाही याबद्दल निर्णय होतो, म्हणजेच चित्रीकरणाची चौकट नियंत्रित केली जाते. संहिता किंवा मजकूर यांबाबतीत जेव्हा चौकट हा शब्द वापरला जातो, तेव्हा तो प्रामुख्याने टीव्हीवर कोणता विशिष्ट मजकूर कशा प्रकारे दाखवावा याच्या निर्णयाबाबत वापरला जातो. टीव्हीवरील कार्यक्रम जेव्हा सुरुवातीच्या काळात बनायला सुरुवात झाली, तेव्हा तंत्रज्ञान अत्यंत बाल्यावस्थेत होतं. कॅमेरे अत्यंत अवजड होते आणि त्यामुळे चित्रीकरणासाठी सहसा एकच चौकट निश्चित केली जायची. मात्र जसजसं तंत्रज्ञान विकसित होत गेलं, तसतसे कॅमेरे अधिक लहान, सुटसुटीत, हालचालीसाठी सोपे व्हायला लागले. त्यानंतर टीव्ही कार्यक्रम दिग्दर्शकांनी टीव्हीला योग्य ठरतील अशा चौकटी तयार करायला सुरुवात केली. टीव्हीवर सगळ्यात जास्त वापरली जाणारी कॅमेऱ्याची चौकट म्हणजे Close up. अर्थात ही चौकट चित्रपटामध्येही वापरली जातेच. मात्र टीव्हीच्या पडद्याला दिसणारा close up आणि चित्रपटाच्या पडद्याला दिसणारा close up हे वेगवेगळे असू शकतात, कारण दोन्ही पडद्यांचा आकार एकमेकांपेक्षा भिन्न आहे.

टीव्हीवरील बहुतांश चौकटी या मानवी देहाला प्रमाण मानून निश्चित केल्या जातात, कारण ही प्रतिकृती टीव्हीच्या पडद्यावर सगळ्यात जास्त काळ दिसत असते. टीव्हीच्या उगमापासून ज्या वेगवेगळ्या चौकटी सर्वमान्य झाल्यात त्या खालीलप्रमाणे आहेत.

Extreme Long Shot (XLS) : या प्रकारच्या चौकटीमध्ये मानवी देह हा अत्यंत लहान दिसतो, कारण अशा प्रकारची चौकट ही खूप दूरपर्यंतचं दृश्य प्रेक्षकाच्या समोर ठेवते. काही जागा किंवा घटना प्रस्थापित करण्यासाठी अशा प्रकारची चौकट वापरली जाते.

Long Shot (LS) : या प्रकारच्या चौकटीमध्ये कलाकाराचं संपूर्ण शरीर पडद्यावर दिसतंच, मात्र त्याच्या आजूबाजूच्या काही गोष्टीसुद्धा प्रेक्षकांच्या समोर मांडल्या जातात.

Medium Long Shot (MLS) : या प्रकारच्या चौकटीत कलाकाराच्या शरीराचा निम्म्यापेक्षा अधिक भाग हा पडद्यावर दिसतो, मात्र त्याच्या आजूबाजूच्या खूपच कमी गोष्टी प्रेक्षकाला पाहायला मिळतात.

Medium Shot (Ms) : या प्रकारच्या चौकटीमध्ये कलाकाराच्या मांडीपासून किंवा कंबरेपासून वरच्या बाजूचा शरीराचा भाग कॅमेऱ्यामध्ये चित्रित होतो.

Medium Close Up (MCU) : या प्रकारच्या चौकटीमध्ये साधारण कलाकाराच्या डोक्यापासून छातीच्या खालपर्यंतचं शरीर चित्रित झालेलं असतं.

Close Up (CU) : कलाकाराच्या छातीपासून ते डोक्यापर्यंतचा भाग या प्रकारच्या चौकटीत चित्रित करण्यात येतो आणि त्याला सिंगल (Single) शॉट असंही म्हटलं जातं.

Extreme Close Up (XCU) : वरील चौकटीपेक्षा कलाकाराच्या शरीराचा कोणताही भाग अधिक जवळ जाऊन दाखविण्यासाठी अशा प्रकारची चौकट वापरण्यात येते.

प्रत्यक्षात चित्रीकरण करताना या संज्ञा किंवा संकेत असेच्या असेच वापरण्यात येतात असं नाही. कारण एका दिग्दर्शकासाठी जी चौकट Medium Close Up चौकट असेल ती दुसऱ्या दिग्दर्शकासाठी Close up चौकट असू शकते. कथात्मक टीव्हीमध्ये Long Shot हे कथानकातील पात्र आणि त्याच्या आजूबाजूचं जग स्पष्ट करण्यासाठी वापरले जातात. मोकळ्या शेतात काम करणारा माणूस हे दृश्य संबंधित पात्र शेतकरी आहे हे स्पष्ट करण्यासाठी वापरलं जातं, तर वृत्तपत्राच्या कार्यालयात उभी असणारी महिला असं दृश्य संबंधित महिला पत्रकार आहे हे दर्शवण्यासाठी वापरलं जातं. या प्रकाराच्या दृश्यांना कथा प्रस्थापित करणारी दृश्यं म्हणूनही ओळखलं जातं. दोन कलाकारांमधील संबंध स्पष्ट करण्यासाठी Medium Shot ची चौकट वापरली जाते, ज्यात दोन्ही कलाकार हे साधारण कंबरेपासून शरीराच्या वरच्या भागापर्यंत पडद्यावर दिसू शकतात. अर्थात कोणत्या दृश्यासाठी कोणती चौकट वापरायची हे ते दृश्य नेमकं कोणत्या कारणासाठी किंवा कोणते अर्थ प्रेक्षकापर्यंत पोहोचवण्यासाठी चित्रित केलं जातंय यावरही ठरतं. Close up प्रामुख्याने कलाकाराच्या चेहऱ्यावरील भाव टिपण्यासाठी उपयोगात आणले जातात, तर क्रीडा कार्यक्रमांमध्ये किंवा थरारक दृश्य चित्रित करताना Medium Shotचा वापर केला जातो.

४६) कॅमेऱ्याची हालचाल आणि उद्देश

कॅमेरा किती उंचीवर ठेवून दृश्य चित्रित करण्यात आलंय यावरूनही त्या दृश्यातून नेमके काय अर्थ प्रतीत होतील याचा अंदाज बांधता येतो. किंबहुना ठरावीक अर्थ प्रतीत व्हावेत यासाठी कॅमेरा ठरावीक उंचीवर ठेवून दृश्यं चित्रित केली जातात. कोणत्याही पात्राच्या नजरेच्या उंचीवर कॅमेरा ठेवून सर्वसामान्यपणे टीव्हीवरील बहुतांश कार्यक्रमातील दृश्यं चित्रित केली जातात. मात्र जेव्हा वेगळे अर्थ अपेक्षित असतात, तेव्हा कॅमेऱ्याची ही सामान्य उंची बदलली जाते आणि कॅमेरा नजरेच्या उंचीपेक्षा अधिक किंवा कमी उंचीवर ठेवला जातो.

Low Angle : जेव्हा कॅमेरा चित्रित केल्या जाणाऱ्या व्यक्ती किंवा वस्तूपेक्षा कमी उंचीवर ठेवला जातो.

High Angle : जेव्हा कॅमेरा चित्रित केल्या जाणाऱ्या व्यक्ती किंवी वस्तूच्या उंचीपेक्षा अधिक उंचीवर ठेवला जातो.

साधारणपणे जेव्हा एखादं पात्र खूप खंबीर किंवा ताकदवान दाखवायचं असेल, तेव्हा साधारणतः कॅमेरा संबंधित पात्रापेक्षा कमी उंचीवर ठेवून दृश्य चित्रित केलं जातं. मात्र जेव्हा एखादं पात्र कमजोर किंवा थकलेलं दाखवायचं असेल, तेव्हा मात्र कॅमेरा संबंधित पात्रापेक्षा अधिक उंचीवर ठेवून दृश्यं चित्रित केली जातात. अर्थातच एखाद्या वस्तूकडे किंवा व्यक्तीकडे मनुष्य नजर वर करून पाहतो, तेव्हा ती व्यक्ती मोठी वाटते आणि जेव्हा एखाद्या व्यक्तीकडे मुनष्य नजर खाली करून पाहतो, तेव्हा ती व्यक्ती लहान दिसते. अर्थातच हे नियम किंवा संकेत काही अभेद्य नाहीत. अनेकदा Low Angle आणि High Angle या संकेतात्मक अर्थांपेक्षा अगदी विरुद्ध अर्थांच्या परिस्थितीतही वापरले जातात. म्हणजे टीव्हीवरील प्रत्येक कार्यक्रमाच्या प्रत्येक low Angle चौकटीतील व्यक्ती ही ताकदवान असेलच असे नाही. त्यामुळे ठरावीक पद्धतीने चित्रित केलेलं दृश्य काही विशिष्ट अर्थ प्रेक्षकांच्या समोर ठेवतं जरूर, मात्र हे अर्थ कायम ज्या कार्यक्रमांच्या संदर्भात ही दृश्यं चित्रित केली जातात, त्या कार्यक्रमांच्या संदर्भातच ठरतात. याचा अर्थ तंत्रज्ञानाने निर्माण केलेल्या अर्थाला जोड असते ती संबंधित मजकुराची.

४७) कॅमेरा आणि दृश्य परिणाम

कॅमेऱ्याने टिपलेल्या दृश्यांना दिले जाणारे परिणाम हे प्रामुख्याने दृश्य चित्रित झाल्यावर दिले जातात. त्यासाठी कॅमेऱ्याव्यतिरिक्त इतर तंत्रज्ञानं वापरली जातात. ही तंत्रज्ञानं बहुतांश वेळा डिजिटल असतात, संगणकाच्या साहाय्याने वापरली जातात. मात्र दृश्यांना दिले जाणारे काही परिणाम हे फक्त कॅमेऱ्याच्या माध्यमातून दिले जाऊ शकतात आणि त्यासाठी संगणकाची आवश्यकता असत नाही.

Keying हा टीव्हीवरील अनेक कार्यक्रमांमध्ये दृश्यांवर वापरला जाणारा परिणाम आहे, जो कॅमेऱ्याच्या साहाय्याने नियंत्रित केला जातो. या परिणामामध्ये कॅमेरा टिपत असलेल्या दृश्यांमधील काही भाग कापून त्या ठिकाणी दुसरं एखादं दृश्य किंवा विशिष्ट मजकूर टाकता येतो. टीव्हीवरील वृत्तवाहिन्यांमध्ये जेव्हा एखादी बातमी सुरू असते, तेव्हा त्या बातमीचा आवाज आणि दृश्यांसोबत अनेक लिखित मजकूर पडद्यावर दिसत असतात. उदाहरणार्थ टीव्हीवरील कोणत्याही वृत्तवाहिनीवर बातमी सुरू असताना टीव्हीच्या वरच्या बाजूला एक किंवा दोन आणि खालच्या बाजूला

दोन किंवा तीन अशा पट्‌ट्या असतात, ज्यांच्यावर सतत नवीन मजकूर प्रसारित केला जात असतो. अशा प्रकारे दृश्यांवर केला जाणारा परिणाम हा अत्यंत जलद पद्धतीने केला जातो आणि अगदी थेट प्रक्षेपणामध्येही हा परिणाम साध्य करता येतो.

कॅमेऱ्याच्या मदतीने केला जाणारा दुसरा एक महत्त्वाचा परिणाम म्हणजे Chroma Key. हा एका विशिष्ट पद्धतीचा Keying परिणाम आहे. या परिणामामध्ये संपूर्ण दृश्यामधील एक विशिष्ट रंग काढून घेतला जातो आणि त्याऐवजी नवं दृश्य किंवा चित्र टाकलं जातं. साधारणतः टीव्हीवरील तापमानाचे अंदाज सांगणाऱ्या कार्यक्रमांमध्ये याचा वापर केला जायचा. मात्र सध्या टीव्ही वृत्तवाहिन्यांवरील जवळपास सर्वच कार्यक्रमांमध्ये या पद्धतीचा वापर केला जातो. यासाठी एक विशिष्ट सेट तयार केला जातो, ज्यामध्ये एक भिंत विशिष्ट रंगाने, मुख्यत: हिरव्या किंवा निळ्या रंगाने रंगवली जाते किंवा त्या रंगाचा पडदा टांगला जातो आणि त्यासमोर वृत्तनिवेदकाला उभं केलं जातं. म्हणजे वृत्तनिवेदक बोलत असताना संबंधित बातमीची दृश्यं त्याच्यामागे दिसत असतात.

कॅमेऱ्याच्या माध्यमातून साधला जाणारा आणखी एक दृश्य परिणाम म्हणजे संबंधित दृश्याचा वेळ कमी किंवा जास्त करणे. नॅशनल जिओग्राफीवरील विविध कार्यक्रमांच्या सुरुवातीला किंवा कार्यक्रमाच्या अगदी कोणत्याही टप्प्यावर सूर्योदय, सूर्यास्त किंवा आकाशातील ढगांची हालचाल जलद गतीने दाखवली जाते. एखाद्या हाणामारीच्या दृश्यामध्ये अत्यंत महत्त्वाचं दृश्य हे त्याच्या नैसर्गिक गतीपेक्षा अत्यंत कमी वेगात दाखवलं जातं. क्रीडास्पर्धांच्या प्रक्षेपणात हे परिणाम सातत्याने वापरले जातात. सध्या बहुतांश मोबाईलमधील कॅमेऱ्यामध्येही हे परिणाम साधता येतात.

४८) कॅमेऱ्याच्या हालचाली आणि उद्दिष्टे

चित्रपटांसाठी जेव्हा कॅमेरा वापरात येऊ लागला, तेव्हा कॅमेरे हे अत्यंत जड होते, त्यांचं तंत्रज्ञान फारसं विकसित झालेलं नव्हतं आणि परिणामी कॅमेऱ्याची हालचाल करणं अत्यंत अवघड काम होतं. त्यामुळे कॅमेरा एका ठिकाणी ठेवूनच बहुतांश दृश्यं चित्रित केली जायची. मात्र जसजसं तंत्रज्ञान विकसित होत गेलं, तसतसं कॅमेऱ्याचं वजन कमी व्हायला लागलं आणि सोबतच कॅमेऱ्याला मदत करू शकणारी विविध उपकरणंही तयार व्हायला लागली. त्यानंतरच कॅमेऱ्याची हालचाल करून विविध दृश्यं चित्रित करणं सोपं झालं. टीव्हीवरील कार्यक्रमांच्या बाबतीतही कॅमेऱ्याची हालचाल करून विविध दृश्यं चित्रित करणं लवकरच सुरू झालं. अर्थातच कॅमेऱ्याची हालचाल करून विविध दृश्यं चित्रित करण्यामागेही काही महत्त्वाचे उद्देश होते.

कॅमेरा जेव्हा हलवला जातो तेव्हा एक महत्त्वाचा उद्देश असतो, तो म्हणजे

एखादी विशष्ट जागा किंवा स्थळ प्रेक्षकांच्या समोर प्रस्थापित करणे. दुसरा उद्देश असतो तो म्हणजे, एखाद्या विशिष्ट जागेत असलेल्या दोन व्यक्तींमधील किंवा वस्तूंमधील नातेसंबंध प्रस्थापित करणे. तिसरा उद्देश असतो तो म्हणजे एखादी घटना जर समोर घडत असेल, तर त्या घटनेमध्ये बाधा न आणता ती जशी घडतेय तशी चित्रित करणे आणि चौथा उद्देश असतो, तो म्हणजे एका विशिष्ट जागेतील एक ठरावीक भाग, किंवा व्यक्ती किंवा वस्तू यांचं महत्त्व स्थापित करणे किंवा नष्ट करणे. ही विविध उद्दिष्टं साध्य करण्यासाठी कॅमेऱ्याच्या विविध हालचाली निर्माण करण्यात आल्या आहेत, ज्या खालीलप्रमाणे आहेत.

Panning and Tilting

Pan म्हणजे जेव्हा कॅमेरा एकाच ठिकाणी स्थिर राहून डाव्या किंवा उजव्या बाजूला वळतो आणि दृश्य चित्रित करतो. कॅमेरा हा तिपाईवर लावलेला असतो आणि फक्त तिपाईचं डोकं ज्यावर कॅमेरा बंदिस्त करून ठेवलेला असतो, डाव्या किंवा उजव्या बाजूला फिरतं. Tilting म्हणजे याच बंदिस्त पद्धतीत आपली मूळ जागा किंवा ज्या उंचीवर कॅमेरा बंदिस्त करण्यात आलाय ती उंची न बदलता, जेव्हा कॅमेरा वर आणि खाली अशी हालचाल करत दृश्यं चित्रित करतो. कॅमेरा ज्या पद्धतीने हालचाल करतो त्या सगळ्या हालचालींची नावं ही ती हालचाल ज्या तंत्रज्ञानावर आधारित आहे, त्या तंत्रज्ञानाच्या आधारे रूढ झालेली आहेत.

Dollying, Tracking and Trucking

या तंत्रज्ञानाच्या आधारे घेतल्या जाणाऱ्या दृश्याला Dolly Shot असंच म्हटलं जातं. Dolly म्हणजे कॅमेऱ्यासाठी तयार केलेला असा आधार की, ज्याला चाकं जोडलेली असतात आणि त्याच्यावर कॅमेरा ठेवला की तो डाव्या बाजूला, उजव्या बाजूला किंवा पुढेमागे फिरवता येतो. Tracking म्हणजे असा ट्रॅक की ज्याच्यावर Dolly ठेऊन पुढेमागे फिरवता येते. Dolly तंत्रज्ञान हे फक्त कॅमेरा मागे-पुढे आणि डाव्या-उजव्या बाजूला फिरवण्यासाठीच वापरलं जातं असं नाही तर गोलाकार, अर्धवर्तुळाकार किंवा इंग्रजी आठ (8) आकारात कॅमेरा फिरवण्यासाठीही वापरण्यात येतं.

जेव्हा कॅमेरा Zoom In आणि Zoom Out करण्यासाठी वापरला जातो, तेव्हा फक्त कॅमेऱ्यातील भिंगाची केंद्रस्थ लांबी (Focal length) बदलली जाते, मात्र ज्या जागेवरून वस्तू किंवा व्यक्ती कॅमेऱ्यात कैद केली जाते, ती कॅमेऱ्याची जागा मात्र

बदलत नाही. कॅमेरा आपल्या जागी स्थिर असतो. मात्र Dollying तंत्रज्ञान वापरताना प्रत्यक्ष कॅमेऱ्याची हालचाल होत असते.

Craning - इमारतीच्या बांधकाम स्थळांवर जशी क्रेन वापरली जाते, तेच तंत्रज्ञान कॅमेऱ्याची हालचाल करून विविध दृश्यं चित्रित करण्यासाठीही वापरलं जातं. प्रसारणकक्षामध्ये छताला टांगलेल्या पट्ट्यावर किंवा लोखंडी बारला चाकांच्या सहाय्याने क्रेन लावली जाते. क्रेनवर कॅमेरा लावून त्याची वर, खाली हालचाल केली जाते. कॅमेरा Tilt करताना तो तिपाईवर बसवलेला असतो आणि फक्त त्याचा पुढील भाग वर खाली होतो. मात्र जेव्हा कॅमेरा क्रेनवर बसवलेला असतो, तेव्हा संपूर्ण कॅमेरा वर-खाली अशा दिशेत फिरत असतो. क्रेनचा वापर करून सेटच्या वरील दिशेने Wide angle Shot घेऊन दृश्यं चित्रित केली जातात, ज्यामुळे प्रामुख्याने संपूर्ण सेट एका दृष्टिक्षेपात पाहणं शक्य होतं आणि त्यानंतर कॅमेरा खाली आणून लगेचच एका विशिष्ट गोष्टीवर किंवा व्यक्तीवर तो केंद्रित करता येतो. जमिनीवर ठेवलेल्या इतर कोणत्याही कॅमेऱ्याच्या सहाय्याने ते शक्य होत नाही. कार्यक्रमाचा शेवट करताना एखाद्या पात्रावरून कॅमेरा क्रेनच्या साहाय्याने वर वर जात संपूर्ण दृश्य दाखवू शकतो.

Handheld and Steadicam :

क्रेन किंवा इतर कोणत्याही उपकरणांचा आधार न घेता कॅमेरा हातात घेऊन जेव्हा दृश्यं चित्रित केली जातात, तेव्हा त्याला Handheld Shots असं म्हटलं जातं. ही दृश्यं इतर उपकरणांच्या आधारे घेतलेल्या दृश्यांप्रमाणे स्थिर नसतात तर बरेचदा ती थोडी हलतात. टीव्हीवरील बातम्या आणि क्रीडास्पर्धांच्या चित्रीकरणात प्रामुख्याने या पद्धतीचा वापर केला जातो. खरं तर अशा प्रकारची अस्थिर दृश्यं चित्रित करण्यापेक्षा विविध उपकरणांच्या साहाय्याने स्थिर दृश्यं चित्रित करणं सहज शक्य असतं, मात्र हातात कॅमेरा पकडून अस्थिर दृश्य चित्रित करण्याचे काही फायदेही नक्की असतात.

अशा प्रकारचा कॅमेरा प्रामुख्याने लघुपट चित्रित करताना वापरला जातो. कारण त्यामुळे कथात्मक कार्यक्रमांपेक्षा वेगळा असा लघुपटाचा भास निर्माण करण्यात किंवा तीव्र करण्यात दिग्दर्शकाला सोपं जातं. कारण अशी दृश्यं ही वास्तव असल्याचा भास सहज निर्माण होतो. दुसरं कारण म्हणजे अशा प्रकारे कॅमेरा हातात घेऊन जेव्हा दृश्यं चित्रित केली जातात, तेव्हा ते दृश्य आपण एखाद्या व्यक्तीच्या डोळ्यांतून पाहतोय असं प्रेक्षकाला वाटतं, कारण कॅमेरा हातात असणारी व्यक्ती जशी हालचाल करते त्याप्रमाणे दृश्य चित्रित होतं. याउलट Dollyसारख्या उपकरणांचा आधार घेऊन

चित्रित केलेलं दृश्य मात्र अगदी स्थिर, आणि कॅमेऱ्याच्या चारही चौकटींतून जराही न हलणारं असं असतं. जेव्हा एखादी घटना अचानक घडते, तेव्हा कॅमेऱ्याची झालेली हालचाल त्या घटनेचा अचानकपणा अधिक प्रभावीपणे दाखवते. हेलिकॉप्टर कोसळतानाचं कोणतंही दृश्य जेव्हा चित्रित केलं जातं, तेव्हा आतली हालचाल ही कायम कॅमेरा हातात घेऊनच केली जाते, कारण त्यामुळेच हेलिकॉप्टरचा हवेत गटांगळ्या खातानाचा भास प्रेक्षकासमोर प्रभावीपणे मांडता येतो.

स्टेडिकॅम हे नोंदणीकृत तंत्रज्ञान आहे. यामध्ये कॅमेरा हा कॅमेराधारकाच्या थेट हातात देण्याऐवजी त्याच्या शरीराला बांधलेल्या एका विशिष्ट उपकरणावर ठेवला जातो. त्यामुळे कॅमेराधारकाच्या हालचालीनुसार कॅमेरा हलतो, मात्र हातात घेतलेल्या कॅमेऱ्याच्या तुलनेत स्टेडिकॅमने घेतलेल्या दृश्यांची स्थिरता खूप जास्त असते.

प्रकरण नऊ

संपादन पद्धती

कॅमेऱ्याने चित्रित केलेली दृश्यं प्रेक्षकांच्या समोर जशीच्या तशी दाखवली जात नाहीत, तर ती दृश्यं प्रेक्षकांच्या समोर संपादन प्रक्रियेतून जातात. एकमेकांपासून प्रचंड वेगवेगळी असणारी दृश्यं, त्यांतील आवाज संवादासह एका ठरावीक क्रमाने रचली जातात, जेणेकरून त्यातून कथेचा किंवा विषयाचा प्रेक्षकाला अर्थबोध होईल. या प्रक्रियेलाच संपादन असे म्हणतात. संपादनाची प्रक्रिया ही कार्यक्रम बनविण्याच्या प्रक्रियेतील अंतिम मात्र तितकीच महत्त्वाची प्रक्रिया समजली जाते. अगदी कथाबाह्य कार्यक्रमांचं थेट प्रक्षेपण जरी होत असलं, तरी तिथेही संपादन प्रक्रिया कार्यरत असतेच. या प्रकरणात आपण संपादन प्रक्रिया आणि त्यासंबंधीची महत्त्वाची तत्त्वं जाणून घेणार आहोत.

४९) संपादन तत्व – कृती अक्ष/१८० अंश नियम

कृती अक्ष (Axis of Action) – म्हणजे अशी अदृश्य रेषा जिच्याभोवती संपूर्ण सेटवरील कॅमेऱ्याची रचना केली जाते. समजा एखाद्या कार्यक्रमात दोन पात्र एकमेकांसोबत बोलत असतील, तर कृती अक्ष हा त्या दोन पात्रांच्या बरोबर मधून जातो. एकामागोमाग एक दृश्य दाखवण्याच्या टीव्हीच्या संपादन पद्धतीला अनुसरून कॅमेऱ्याची जागा ही कृती अक्षाच्या एका बाजूला नियंत्रित केली जाते. कृती अक्षाच्या याच बाजूला दोन टोकांना जोडणाऱ्या अर्धवर्तुळाकार भागातच कॅमेऱ्याची रचना केली जाते. या पद्धतीने चित्रित केलेल्या दृश्यांवर आधारित जे संपादन केलं जातं, त्याला १८० Degree Rule म्हणजेच १८० अंश नियम म्हणूनही ओळखलं जातं.

या नियमाचा सगळ्यात महत्त्वाचा फायदा म्हणजे जागाविषय सातत्य. या नियमानुसार चित्रीकरण केल्यास प्रत्येक पात्राच्या मागे एकच पार्श्वभूमी राहते. त्यामुळे पात्रांचे चेहरे बदलतात, मात्र ज्या पार्श्वभूमीवर ही पात्रं उभी असतात तीत सातत्य राहते. याशिवाय या नियमाचं आणखी एक महत्त्व म्हणजे पटल दिशा राखण्यास

होणारी मदत. शास्त्रीय संकेतांचा विचार केला, तर एखादं पात्र एका दृश्यात जर पटलाच्या उजव्या बाजूला जात असेल, तर ते दुसऱ्या दृश्यातही त्याच दिशेने जात राहतं. अनेक थरारक दृश्यं चित्रित करताना या नियमाचं काटेकोरपणे पालन करावं लागतं, अन्यथा एकमेकांच्या समोर येण्याऐवजी पात्र एकमेकांच्या मागून येत आहेत, असा भास निर्माण होण्याची शक्यता असते. या नियमावर आधारित दृश्यसंपादनाचे काही संकेत तयार झाले आहेत. हे संकेत जरी आता काटेकोरपणे पाळले जात नसले, तरी त्यांच्यामुळे निर्माण झालेला मूळ साचा मात्र अजूनही अबाधितपणे वापरला जातो. याच संकेतांतील काही संकेत खालीलप्रमाणे,

Establishing shot – कोणत्याही कार्यक्रमाचं पहिलं दृश्य हे प्रामुख्याने दूर अंतरावरून किंवा सेटचा जास्तीत जास्त भाग आणि पात्र चित्रित होतील अशा पद्धतीने घेतलं जातं. हे दृश्य कोणत्याही कार्यक्रमात वापरली जाणारी जागा आणि पात्र यांना प्रेक्षकांच्या समोर प्रस्थापित करण्यास मदत करतं. जर हे दृश्य खूप जास्त अंतरावरून घेतलं गेलं असेल, तर जवळच्या अंतरावरून आणखी एक जागा आणि पात्र प्रस्थापित करणारं दृश्य चित्रित केलं जातं.

Shot-counter-shot – एक-कॅमेरा आणि बहु-कॅमेरा निर्मिती पद्धती वापरून चित्रित केल्या जाणाऱ्या दृश्यांना संपादित करण्यासाठी बहुतांश वेळा Shot-Counter-Shot पद्धतीचा उपयोग होतो. एका पात्राला Axis of Action च्या ज्या बाजूने चित्रित केलं जातं, त्याच बाजूने दुसऱ्या पात्राला तितक्याच अंतरावरून चित्रित केलं जातं आणि ही दोन दृश्यं एकामागोमाग एक प्रेक्षकांच्या समोर ठेवली जातात.

प्रामुख्याने जेव्हा दोन पात्रांमध्ये संवाद सुरू असतो, तेव्हा याच पद्धतीने चित्रीकरण करून संपादन केलं जातं.

Re-establishing shot – Shot-Counter-Shot पद्धत वापरून चित्रित करण्यात येणारा संवाद संपल्यानंतर दोन्ही पात्रांना एकत्र दाखवण्यासाठी पुन्हा एकदा दुरून एक दृश्य चित्रित केलं जातं आणि पात्रं आणि ते ज्या जागेत संवाद साधत आहेत ती जागा पुन्हा एकदा प्रेक्षकांच्या समोर प्रस्थापित केली जाते. त्यालाच पुनःप्रस्थापित दृश्य (Re-establishing shot) असं म्हटलं जातं.

Match cut and eyeline match - सातत्य पद्धतीमध्ये जागेचं सातत्य ठेवण्यासाठी ज्या दोन संपादन पद्धती वापरल्या जातात, त्या म्हणजे Match cut आणि eyeline match.

पहिल्या पद्धतीमध्ये सुरू असलेली एक हालचाल ही एका दृश्यातून दुसऱ्या दृश्याकडे नेते, त्यामुळे दोन दृश्यं जोडली गेली आहेत असा भास होत नाही. म्हणजे एखादं पात्र जर बसत असेल, तर संपादन करताना ते पात्र पूर्णपणे बसण्याच्या अगोदरच ते दृश्य तोडलं जातं आणि मग कॅमेऱ्याचा दुसरा अँगल वापरून तीच बसण्याची प्रक्रिया पूर्ण होऊन दुसरं दृश्य सुरू होतं. प्रेक्षकाचं लक्ष हे संबंधित पात्राच्या हालचालींवर असल्यामुळे एक दृश्य संपून दुसरं दृश्य सुरू झालंय हे प्रेक्षकाच्या ध्यानात सहसा येत नाही.

Eyeline Match पद्धतीमध्ये संबंधित पात्र ज्या दिशेला पाहतंय त्याचा आधार घेऊन एका दृश्यावरून दुसऱ्या दृश्याकडे प्रवास होतो. म्हणजे एखादं पात्र एका विशिष्ट दिशेला पाहतंय असं दृश्य चित्रित केलं जातं आणि त्यानंतर संबंधित पात्राच्या जागेवर किंवा त्याच्यापासून काही अंतरावर, पण त्याच्याच नजरेच्या उंचीवर कॅमेरा ठेवून दृश्य चित्रित केलं जातं. त्यामुळे टीव्हीवर दृश्य पाहणाऱ्या प्रेक्षकाला संबंधित पात्र ते दृश्य पाहतंय असा भास निर्माण करून दिला जातो आणि त्यामुळे दोन दृश्यं जोडली गेलीत असं प्रेक्षकाच्या ध्यानात येत नाही.

Jump cut – Match cut च्या विरुद्ध केलं जाणारं चित्रीकरण म्हणजे Jump Cut. एका दृश्यात खुर्चीवर बसत असणारा माणूस पूर्णपणे बसण्याच्या आधीच ते दृश्य पूर्ण होतं आणि दुसऱ्या दृश्यात तो खुर्चीवर बसून हातात पुस्तक घेऊन वाचत आहे असं समोर आलं, तर त्याला Jump Cut असं म्हटलं जातं. कारण ते पुस्तक कुठे होतं आणि त्याच्याकडे कुठून आलं हे प्रेक्षकाला कळत नाही. पूर्वीच्या काळी अशी दृश्यं ही संपादनातील चूक मानली जायची, मात्र सध्याच्या काळात वेगळेपणाने काही दाखवण्यासाठी ती सहज वापरली जातात. मात्र बहुतांश कथात्मक कार्यक्रमांमध्ये सहसा Jump Cut टाळले जातात.

५०) सातत्य संपादन पद्धती

एक-कॅमेरा निर्मिती पद्धतीमध्ये निर्मितीपूर्व, निर्मिती आणि निर्मितीपश्चात अशा तीनही पातळ्यांवर दिग्दर्शकाला आणि त्या पातळ्यांशी संबंधित सर्वांना एकत्रपणे काम करता येतं, कारण त्या सर्वांचं काम संपादनाच्या एकाच दिशेत सुरू असतं आणि ती दिशा म्हणजेच सातत्य संपादन पद्धती. ही संपादन पद्धती विविध दृश्यांमधील विविध भाग विशिष्ट पद्धतीने वापरून जागा आणि वेळेचं एक सातत्य निर्माण करते. या पद्धतीला अदृश्य संपादन पद्धती असंही म्हटलं जातं, कारण ही पद्धती स्वतःकडे अजिबात लक्ष वेधून घेत नाही. दृश्यं जिथे जिथे तोडली जातात ते स्पष्टपणे जाणवत नाही, कारण ही दृश्यं अशा पद्धतीने जोडली जातात की, कथा पुढे जात राहते. जर संपादन अचूक असेल तर प्रेक्षकाचं लक्ष हे फक्त कथेकडे राहतं आणि प्रेक्षक ती दृश्यं ज्या पद्धतींचा वापर करून जोडलीत त्याकडे लक्ष देत नाही. त्यामुळे कथेचं जे सूत्र असतं त्यानुसार संपादन घडत जातं. कथा लिहिणारे, दिग्दर्शित करणारे आणि संपादक असे सगळेजण हेच तंत्र समोर ठेवून काम करतात.

संपादन करण्याच्या पद्धती जगभरात अनेक आहेत, पण एक पद्धत सर्वसाधारणपणे वापरली जाते, ती म्हणजे सातत्यपूर्ण संपादन पद्धती. ज्यामध्ये वेळ आणि जागा यांचं सातत्य राखण्यावर भर दिला जातो. कोणत्याही कथेचं किंवा कार्यक्रमाचं संपादन करत असताना दृश्यं अशा पद्धतीने एकामागोमाग एक रचली जातात की, पाहणाऱ्याला कथेतील पात्रं नेमकी कुठे आहेत आणि कोणत्या वेळेत कथा घडतेय याचा स्पष्ट अंदाज येतो.

स्थलात्मक सातत्य आणि वेळात्मक सातत्य :

वेळात्मक सातत्याचा विचार करताना दोन महत्त्वाच्या गोष्टी ध्यानात ठेवाव्या लागतात, त्या म्हणजे वास्तवातील कथेच्या घटनाक्रमाचा एकूण वेळ (story Time) आणि टीव्हीच्या पडद्यावरील घटनाक्रमाचा वेळ (Screen Time). वास्तवातील घटनाक्रमाचा वेळ हा त्याच कथेच्या टीव्हीवरील घटनाक्रमाच्या वेळेपेक्षा कायमच जास्त असतो. त्यामुळे वास्तवातील घटना जेव्हा टीव्हीवर येते, तेव्हा तिचा वेळ आणि घटनाक्रम यांच्यात खूप तडजोड केलेली असते.

टीव्हीवरील कथेचा वेळ कमी करताना आणि घटनाक्रमात तडजोड करताना एका दृश्याकडून दुसऱ्या दृश्याकडे जाताना वेळेचं सातत्य बिघडून प्रेक्षकांचा गोंधळ होऊ नये म्हणून काही संपादन पद्धती विशिष्ट प्रकारे विकसित करण्यात आलेल्या आहेत. काही विशिष्ट दृश्य परिणाम यासाठी वापरले जातात.

The Fade-Fade out होत असताना दृश्य हळूहळू अंधारमय होत जातं आणि संपूर्ण पटल काळं होतं. Fade In होत असताना दृश्य अंधारातून हळूहळू पडद्यावर स्पष्ट व्हायला सुरुवात होते. एका दृश्यातून Fade Out होणे आणि दुसऱ्या दृश्यात Fade in होणे हे अनेक कार्यक्रमांच्या संपादनात एका वेळेतून दुसऱ्या वेळेत प्रवास करण्यासाठी वापरलं जातं.

The Dissolve : जेव्हा एक दृश्य दुसऱ्या दृश्यात dissolve होतं, तेव्हा त्याचा अर्थ असतो की, जेव्हा एक दृश्य Fade out होतं, तेव्हा दुसरं दृश्य Fade in होतं. या दृश्यांच्या सोबतीला अनेक संपादक आवाज आणि दृश्य परिणामांचा वापर करून एका कालखंडातून दुसऱ्या कालखंडात प्रवास करतात. अर्थात जसजसं तंत्रज्ञान विकसित होत गेलं, तसतशा संपादनाच्या पद्धतीही बदलत गेल्या. तंत्रज्ञानाच्या जोडीलाच सौंदर्याच्या आणि आर्थिक परिभाषासुद्धा या बदलांसाठी कारणीभूत ठरल्या. मात्र Fades आणि Dissolve हे अजूनही संपादनपद्धतीमध्ये मोठ्या प्रमाणावर वापरले जातात.

५१) वृत्तवाहिन्या आणि संपादन पद्धती

टीव्हीवरील बातम्यांचा बराचसा भाग हा कायमच प्रसारण-कक्षामध्ये चित्रित केला जातो. मात्र बातम्या या प्रामुख्याने प्रसारण-कक्षाच्या बाहेर, ऐतिहासिक जगात, एक-कॅमेरा निर्मिती पद्धतीने चित्रित केल्या जातात. त्यानंतर या बातम्या प्रसारण-कक्षामध्ये संपादित केल्या जातात. गेल्या अनेक वर्षांत ऐतिहासिक जगातून टीव्हीच्या जगताकडे प्रवास करताना बातमी संपादित करण्याच्या काही महत्त्वाच्या पद्धती विकसित झाल्या आहेत. त्यांतील सगळ्यात महत्त्वाची पद्धत म्हणजे Package. कोणतीही बातमी एका विशिष्ट साच्यात बांधून किंवा संपादित करून प्रेक्षकांपुढे आणली जाते, त्या अनेक साच्यांपैकी सगळ्यात महत्त्वाचा साचा म्हणजे package. कोणत्याही बातमीचं package हे साधारण ८० सेकंद ते १२० सेकंदांचं असतं. काही वेळेला हे पॅकेज त्यापेक्षा अधिक वेळेचंही असू शकतं, मात्र वेळ कमी किंवा जास्त असला तरी त्याने packageच्या बांधणीमध्ये काहीही फरक पडत नाही. कोणत्याही package च्या बांधणीत साधारण खालील घटक असतात.

बातमीदाराने सुरुवातीला बातमीची करून दिलेली ओळख (lead)

पहिली मुलाखत

बातमीच्या दुसऱ्या बाजूची बातमीदाराने करून दिलेली ओळख

बातमीची दुसरी बाजू मांडणारी दुसरी मुलाखत

बातमीला एका अर्थपूर्ण पूर्णत्वाकडे घेऊन जाणारा किंवा बातमीतील दोन्ही बाजूंना समतोल बांधण्याचा बातमीदाराचा प्रयत्न (stand-up)

अशा प्रकारची संपादन पद्धती ही मुद्रित माध्यमांकडून टीव्ही जगताकडे आली. अर्थात ती टीव्हीकडे येताना त्यात काही महत्त्वाचे बदल नक्की झाले, मात्र ऐतिहासिक जगातून येणारी माहिती नेमकेपणाने आणि रंजक पद्धतीने प्रेक्षकांपर्यंत पोहोचवण्याचं मूळ सूत्र मात्र कायम राहिलं. बातमीदार पहिल्यांदा बातमीची ओळख करून देताना ती अशा प्रकारे मांडतो की, त्यात बातमीतले काही महत्त्वाचे प्रश्न उपस्थित होतील आणि प्रेक्षकांना ती बातमी पाहण्यासाठी उत्सुकता निर्माण होईल. त्यानंतर बातमीशी संबंधित लोकांच्या मुलाखती समोर येतात. या मुलाखती बातमीशी संबंधित एक विशिष्ट बाजू मांडणाऱ्या असतात. त्यानंतर पत्रकारितेच्या सांकेतिक नियमांना अनुसरून त्याच बातमीसंबंधात दुसरी बाजू मांडणाऱ्या मुलाखती मांडण्यात येतात. एक मुलाखत बातमीची एक बाजू मांडणारी असते, तर दुसरी मुलाखत बातमीची दुसरी बाजू मांडणारी असते. साधारण ज्या बातम्यांमध्ये मूलभूत द्वंद्व असतं त्या बातम्यांमध्ये तर दोन बाजू स्पष्ट असतात. मात्र इतर बातम्यांमध्ये अगदी एकमेकांच्या विरुद्ध नसल्या, तरी संबंधित बाजू एका मागोमाग एक मांडल्या जातात. त्यानंतर अगदी अखेरीस दोन्ही बाजूंना समतोल ठेवून सुवर्णमध्य साधण्याचा प्रयत्न करणारा बातमीदाराचा अखेरचा PTC - Piece to Camera प्रेक्षकांच्या समोर येतो, ज्यामध्ये बातमीदार स्वत: कॅमेरासमोर उभं राहून आपलं मत मांडतो.

५२) निर्मिती पद्धती आणि संपादन

Hybrid mode वापरताना एक-कॅमेरा निर्मिती पद्धती आणि बहु-कॅमेरा निर्मिती पद्धती असा दोन्हींचा वापर केला जातो. वेळ आणि पैसे वाचवण्यासाठी ही पद्धत निर्मात्यांना उपयुक्त ठरते. एकच दृश्य वेगवेगळ्या कोनांमधून अनेक वेळा चित्रित करण्याऐवजी अनेक कॅमेरे लावून ते एकदाच चित्रित केलं की, दिग्दर्शकाला वेगवेगळ्या कोनांतून दृश्यं चित्रित करून वापरता येतात. म्हणजेच या पद्धतीमध्ये दिग्दर्शकाला वैविध्य मिळतं. म्हणजे बहु-कॅमेरा पद्धतीचा वापर करून एकमेकांशी बोलणाऱ्या दोन व्यक्तींना चित्रित करता येतं, मात्र याच दृश्यात वैविध्य आणण्यासाठी या दोनही व्यक्तींना चित्रित करण्यासाठी चार कॅमेऱ्यांची योजना करण्यात येते, ज्यात प्रत्येकी दोन कॅमेरे एका व्यक्तीसाठी वेगवेगळ्या अंतरावर ठेवून दृश्य चित्रित करण्यात

येते. मात्र या पद्धतीने दृश्य चित्रित केल्याने कार्यक्रम संपादित करताना काही परिणाम होतात. वेगवेगळ्या कॅमेऱ्यांच्या माध्यमातून एकच दृश्य चित्रित करीत असताना आवाज, प्रकाशयोजना आणि कलाकारांचा एकूण अभिनय या सगळ्यावर परिणाम होतो. त्यामुळे अनेक दिग्दर्शक आजही या पद्धतीचा वापर करणं जास्तीत जास्त टाळतात. संपादनावर होणारा सगळ्यात मोठा परिणाम म्हणजे अनेकदा या १८० degree नियमाला दिला जाणारा फाटा. अनेक कॅमेऱ्यांची योजना केलेली असल्याने विविध कोनांमधून चित्रित केलेली दृश्यं वापरताना अनेकदा १८० degreचा नियम मोडला जातो आणि प्रेक्षकाला गोंधळात टाकू शकेल अशा प्रकारे संपादन करण्यात येतं.

प्रकरण दहा

टीव्ही आणि आवाज

टीव्ही हा दृश्य आणि आवाज यांच्या माध्यमातून आपल्या प्रेक्षकांशी जोडला जातो. त्यामुळे टीव्हीमध्ये दृश्यं जितकी महत्त्वाची आहेत, तितकाच त्या दृश्यांसोबत येणारा आवाजही. टीव्हीवर ऐकू येणारे आवाज हे वेगवेगळ्या प्रकारचे असतात आणि त्यांच्या निर्मितीमागचा उद्देशही वेगवेगळा असतो. किंबहुना प्रेक्षकांपर्यंत नेमका कोणता अर्थ पोहोचवायचा आहे याचा विचार करूनच आवाजाची निर्मिती केली जाते.

५३) टीव्हीवरील आवाजाचे प्रकार

टीव्हीवर तीन वेगवेगळ्या प्रकारचे आवाज ऐकले जातात.

१) **Speech – बोली** – टीव्हीच्या बाबतीत बोली म्हणजे प्रामुख्याने संवाद या अर्थाने वापरला जाणारा हा शब्द आहे. टीव्हीवरील विविध कार्यक्रमांत भाग घेणारे कलाकार किंवा सामाजिक अभिनेते हे टीव्हीवर जे बोलतात, ते संवाद म्हणून प्रेक्षकाला ऐकू येतं. कथात्मक कार्यक्रमात हा संवाद दोन व्यक्तींच्या मध्ये असतो तर कथाबाह्य कार्यक्रमात टीव्ही जगतातील व्यक्ती या थेट प्रेक्षकांशी बोलतात.

२) **Music** – म्हणजे टीव्हीवर वापरलं जाणारं संगीत. टीव्हीवरील वेगवेगळ्या कथात्मक आणि कथाबाह्य कार्यक्रमांत वापरलं जाणारं संगीत.

३) **Sound Effects (SFX)** – आवाज परिणाम– वेगवेगळ्या कार्यक्रमांत कथानकाच्या किंवा कार्यक्रमाच्या गरजेनुसार विशिष्ट पद्धतीने तयार करून वापरण्यात येणारे आवाज किंवा तंत्रज्ञानाच्या साहाय्याने बदललेले मूळ आवाज म्हणजे आवाज परिणाम होय. आवाज हा टीव्हीच्या एकूण रचनेतील अत्यंत महत्त्वाचा भाग आहे. किंबहुना टीव्हीसाठी दृश्यांइतकाच आवाज महत्त्वाचा असतो. टीव्हीवरील आवाजाची चार महत्त्वपूर्ण प्रयोजनं म्हणजे,

१) **प्रेक्षकांचं लक्ष आकर्षित करणे**– टीव्ही ज्या वातावरणात पाहिला जातो त्या वातावरणात प्रेक्षकांचं लक्ष टीव्हीव्यतिरिक्त इतर अनेक गोष्टींकडे सहज जात असतं, त्यामुळे टीव्हीचा आवाज हा अशा परिस्थितीत प्रेक्षकांचं लक्ष टीव्हीकडे वेधून घेण्यात महत्त्वाची भूमिका बजावतो.

२) **प्रेक्षकांची दृश्यांबद्दलची समज तयार करणे** – आवाज आणि दृश्यांचं नातं हे टीव्हीवरील एक अत्यंत महत्त्वाचं आणि गुंतागुंतीचं नातं असतं. आवाज हा प्रेक्षकांची दृश्याबद्दलची समज तयार करण्यास मदत करतो किंवा दृश्याचा अर्थ प्रेक्षकाला समजावून सांगण्यास मदत करतो.

३) **टीव्हीचा प्रवाह अखंडित ठेवणे** – टीव्हीचा 24X7 चालू असणारा प्रवाह अखंडित ठेवण्यासाठी टीव्हीवरील आवाजाची सगळ्यात जास्त मदत होते. एका दृश्याकडून दुसऱ्या दृश्याकडे जाताना, एका कार्यक्रमाकडून दुसऱ्या कार्यक्रमाकडे जाताना, कार्यक्रमाकडून जाहिरातीकडे जाताना आवाजाची सगळ्यात जास्त मदत होते.

४) **दोन दृश्यांमधील सातत्य कायम ठेवणे** – टीव्हीवरील एका विशिष्ट दृश्यामधील जागा आणि वेळ यांच्यातील सातत्य कायम ठेवणे, वेगवेगळ्या वेळी वेगवेगळ्या प्रकारे चित्रित केलेल्या दृश्यांना एका अर्थपूर्ण अर्थाने एकत्र बांधणे, आणि एका दृश्यातून दुसऱ्या दृश्याकडे सहजपणे प्रेक्षकाला घेऊन जाणे; यासाठी टीव्हीवरील विविध प्रकारचे आवाज म्हणजेच संवाद, संगीत आणि आवाज परिणाम यांचा खूप उपयोग होतो.

५४) टीव्हीवरील आवाजाची उपयुक्तता

टीव्हीवरील कार्यक्रमाचा कोणताही प्रकार असो– मालिका, बातम्या, क्रीडास्पर्धा, चर्चात्मक कार्यक्रम किंवा अन्य काही, या सगळ्या कार्यक्रम प्रकारांमध्ये बोलणं किंवा संवाद हा सगळ्यात महत्त्वाचा घटक असतो. कथात्मक कार्यक्रमांमध्ये बोलणं हे प्रामुख्याने संवादाच्या माध्यमातून वापरलं जातं. दोन कलाकारांमध्ये किंवा दोन पात्रांच्या मध्ये होणारा संवाद. दोन पात्रांमध्ये होणारा हा संवाद हा थेट प्रेक्षकाला लक्ष्य करीत नाही. दोन पात्र एकमेकांशी अशा प्रकारे बोलत असतात की, जणू प्रेक्षक त्यांना समोर पाहतच नसतो. काही कार्यक्रमांमध्ये मात्र कार्यक्रमाच्या गरजेनुसार काही पात्र ही थेट प्रेक्षकांशी बोलतात. झी मराठीवरील 'चला हवा येऊ द्या' हा कार्यक्रम याचं उत्तम उदाहरण आहे. या कार्यक्रमात खरंतर प्रेक्षक कार्यक्रमाचा अंतर्भूत भाग आहेत. मात्र कार्यक्रमाचा सूत्रधार जेव्हा कार्यक्रमाची सुरुवात करतो, तेव्हा तो प्रसारण–कक्षामधील प्रेक्षकांशी बोलण्यापेक्षा टीव्हीसमोर बसलेल्या प्रेक्षकांशी बोलत

असतो. जेव्हा हा सूत्रधार 'मंडळी' असं संबोधतो, तेव्हा मुख्यत्वे तो प्रसारण-कक्षामध्ये त्याच्यासमोर बसलेल्या नाहीतर टीव्हीसमोर त्याला न दिसणाऱ्या प्रेक्षकांशी बोलत असतो. त्यानंतर मात्र तो अनेकदा सेटवरील पात्रांशी आणि समोर बसलेल्या प्रेक्षकांशी बोलत असतो. याच कार्यक्रमातील अनेक पात्रं आपापले विनोदी प्रयोग सादर करत असताना कथात्मक कार्यक्रमाप्रमाणे एकमेकांशी बोलत असतात. म्हणजे या एकाच कार्यक्रमात कथात्मक आणि कथाबाह्य कार्यक्रमातील संवादाप्रमाणे संवाद वापरले जातात.

कथाबाह्य कार्यक्रमांमध्ये मात्र संवाद हे थेटपणे प्रेक्षकाला लक्ष्य करून बोलले जातात. कारण इथले संवाद हे दोन पात्रांमधले नसतात. आणि अनेक चर्चात्मक कार्यक्रमांमध्ये जरी संवाद हे दोन किंवा अधिक व्यक्तींमध्ये होत असले, तरी कार्यक्रमाच्या सुरुवातीला किंवा अनेकदा कार्यक्रमाच्या रचनेनुसार जिथे गरज असेल तिथे सूत्रसंचालक थेट कॅमेऱ्यामध्ये पाहून प्रेक्षकांशी संवाद साधतो. स्पर्धा कार्यक्रमांमध्ये तर कॅमेरा आणि संवाद यांची उत्तम पद्धतीने सांगड घातली जाते, जेणेकरून सूत्रसंचालकाच्या समोर बसलेल्या स्पर्धकाला विचारलेला प्रश्न जणू आपल्यालाच विचारला जातोय, असा प्रेक्षकाचा समज होतो. थेट प्रेक्षकाशी संवाद साधण्याच्या या पद्धतीमुळे प्रेक्षकाला टीव्हीकडे वळवणं आणि टीव्हीशी खिळवून ठेवणं सहज शक्य होतं. सर्वसाधारणपणे संवाद हे निर्मितीच्या टप्प्यावर दृश्यांसहच चित्रित केले जातात, मात्र काही कार्यक्रमांमध्ये गरजेप्रमाणे संवाद हे निर्मितीपश्चातही ध्वनिमुद्रित केले जातात. एका भाषेतून दुसऱ्या भाषेत टीव्हीवरील कार्यक्रम भाषांतरित करण्यासाठी प्रामुख्याने निर्मितीपश्चात आवाज बदलले जातात.

५५) टीव्ही आणि संगीत

संगीत आणि संवाद हे टीव्ही या माध्यमामध्ये जणू हातात हात घालूनच वावरत असतात. कथात्मक कार्यक्रम असोत किंवा कथाबाह्य कार्यक्रम असोत, संगीत आणि संवाद हे बहुतांश सर्वच कार्यक्रम प्रकारांमध्ये एकत्रितपणे वापरले जातात. खूप कमी संवाद असे असतात की, जिथे पार्श्वसंगीत वापरलेलं नसतं. टीव्हीवरील कार्यक्रमांमध्ये ज्या दृश्यांमध्ये अजिबात संवाद नसतो आणि फक्त संगीत असतं, असे भाग हे प्रामुख्याने उत्कंठा वाढविणारे असतात, उदाहरणार्थ थरारक दृश्य. गाड्यांच्या पाठलागाचं जर दृश्य चित्रित होत असेल तर त्यात संवाद नसतात, तर फक्त गाड्यांचा आवाज आणि संगीताचा वापर केलेला असतो, जेणेकरून त्या संगीताच्या माध्यमातून पाठलागाच्या दृश्याची तीव्रता आणखी वाढेल.

टीव्हीवरील कार्यक्रमांमध्ये वापरलं जाणारं संगीत हे प्रामुख्याने आर्थिक आणि

सौंदर्यात्मक निकषांवर निवडलं जातं. कारण आर्थिक गणितांचा विचार करायचा तर एखाद्या चित्रपटातील किंवा अन्य कोणत्या माध्यमातून प्रसिद्ध झालेलं गाणं जर वापरायचं असेल, तर त्यासाठी कार्यक्रमाच्या निर्मात्यांना रीतसर त्या गाण्याच्या निर्मात्याला मानधन द्यावं लागतं. संबंधित गाणं किती प्रसिद्ध होतं आणि निर्मात्याची मागणी यांवर हे मानधन अवलंबून असतं. यावर उपाय म्हणून बहुतांश टीव्ही कार्यक्रम प्रामुख्याने मालिका या स्वतःचं संगीत स्वतःच तयार करतात. भारतीय टीव्हीवाहिन्यांवर दाखवल्या जाणाऱ्या बहुतांश मालिकांना स्वतःचं शीर्षक गीत असतं, जे अनेकदा हिंदी चित्रपटसृष्टीतील आघाडीच्या गायक-गायिकांनी गायलेलं असतं. हेच शीर्षक गीत किंवा त्याचं संगीत हे कार्यक्रमात संवादांच्या मध्येही वापरलं जातं. सध्या इंटरनेटच्या काळात बरचसं संगीत विना मानधन भरता वापरण्यासाठी उपलब्ध असतं. असं संगीतसुद्धा कार्यक्रमांमध्ये वापरलं जातं. तर काही वेळा आपल्या चित्रपटातील गाण्याची जाहिरात व्हावी, चित्रपटाचा प्रसार व्हावा म्हणून अनेक मालिकांमध्ये प्रदर्शित होऊ घातलेल्या चित्रपटांची गाणीसुद्धा संगीत म्हणून वापरली जातात.

संवादाप्रमाणे संगीत हे दृश्यांसोबतच निर्मिती पातळीवर चित्रित किंवा ध्वनिमुद्रित केलं जात नाही. तर संगीत हे बहुतांश वेळा निर्मितीपश्चात पातळीवर दृश्यांना जोडलं जातं. टीव्हीवरील खेळविषयक कार्यक्रम असोत किंवा मालिका असोत, या सगळ्या कार्यक्रमांमध्ये संगीत हे निर्मितीपश्चात पातळीवरच जोडलं जातं. काही संगीतसंबंधी कार्यक्रमांमध्ये तर संगीत किंवा संपूर्ण गाणं हे आधीच ध्वनिमुद्रित केलेलं असतं आणि कलाकारांना कार्यक्रमामध्ये फक्त आपल्या ओठांची हालचाल करायची असते. अनेक सिनेविषयक किंवा टीव्हीविषयक बक्षीस वितरण सोहळ्यांमध्ये गायक रंगमंचावर गाणं गातात, त्या वेळी रंगमंचावर सर्व प्रकारच्या वाद्य आणि वादकांची जुळवाजुळव करणे शक्य नसते. यावर उपाय म्हणून गाण्यासाठी आवश्यक संगीताचा एक स्वतंत्र ट्रॅक आधीच तयार केला जातो, गायक त्या ट्रॅकच्या मदतीनेच रंगमंचावर आपलं गाणं सादर करतो.

५६) आवाज परिणाम पद्धती

संवाद किंवा संगीत या प्रकारात न मोडणारा टीव्हीवरील कोणताही आवाज हा आवाज परिणाम (Sound Effect(SFX)) म्हणून ओळखला जातो. बंदुकीचा आवाज, दरवाजाची वाजवलेली घंटी, करकचून दाबलेला गाडीचा ब्रेक, पावलांचा आवाज हे सगळं आवाज परिणाम म्हणून ओळखलं जातं. अगदी एखाद्या गजबजलेल्या उपहारगृहातील किंवा एखाद्या खोलीतील आवाज हासुद्धा आवाज परिणाम म्हणून ओळखला जातो, ज्याला प्रामुख्याने भवतालचा आवाज म्हणूनही ओळखलं जातं.

जे कार्यक्रम टीव्हीवर थेटपणे प्रक्षेपित होतात, त्यात आजूबाजूचा जो काही आवाज आपोआप ध्वनिमुद्रित होतो किंवा जे विशिष्ट आवाज कार्यक्रमाच्या दिग्दर्शकाकडून टाकले जातात, त्यांनाही आवाज परिणाम म्हणून ओळखलं जातं. मात्र जे कार्यक्रम निर्मितीपश्चात संपादित केले जातात, त्यांच्यामध्ये प्रामुख्याने आवाज परिणाम हे दृश्यांची एकत्रित जुळवाजुळव करतानाच वापरले जातात. जेव्हा प्रत्यक्ष चित्रीकरण होतं तेव्हा ध्वनिमुद्रिकरण करणारे तंत्रज्ञ हे प्रामुख्याने आजूबाजूचे सगळे आवाज ध्वनिमुद्रित करून ठेवतात. मात्र प्रत्यक्षात जेव्हा निर्मितीपश्चात संवाद आणि दृश्यांची एकत्रित मांडणी केली जाते, तेव्हा त्यातील बहुतांश आवाज परिणाम कसे काढून टाकता येतील याकडे त्यांचा कल असतो. यामुळे कोणते आवाज परिणाम नेमके वापरायचे आणि कोणते आवाज परिणाम वापरायचे नाहीत याबाबतीत निवड करणे दिग्दर्शकाला सहज शक्य होतं. काही आवाज परिणाम आहेत तसेच ठेवणं हे संवादांची तीव्रता वाढवण्यासाठी उपयुक्त ठरतं.

आवाज परिणाम हे प्रामुख्याने निर्मितीपश्चात तयारही केले जातात. ज्या पद्धतीने आवाज परिणाम तयार केले जातात त्याला Foley Process म्हणून ओळखलं जातं. ही प्रक्रिया करणारे कलाकार प्रथम ज्या दृश्यासाठी आवाज तयार करायचा आहे ते दृश्य पाहतात. त्यानंतर ते आपल्या विशेष कक्षामध्ये विविध पृष्ठभाग म्हणजे लादी, लाकूड, जाजम, विविध दरवाजे आणि अन्य साधने वापरून आवाजाची निर्मिती करतात. ज्या दृश्यासाठी आवाज तयार करायचा आहे, ते दृश्य समोरच्या पडद्यावर दाखवलं जातं आणि त्यानुसार कलाकार आवाज निर्माण करतात. म्हणजे समजा दरवाजाच्या दिशेने येणाऱ्या पावलांचा आवाज असेल, तर कलाकार दरवाजाच्या दिशेने चालत जातात आणि त्या पावलांचा आवाज ध्वनिमुद्रित करतात. बहुतांश कार्यक्रम फक्त काही विशिष्ट गरजांपुरताच या प्रक्रियेचा वापर करतात; मात्र ज्या कार्यक्रमांचं आर्थिक गणित मोठं असतं, तिथे मात्र बहुतांश आवाज परिणाम हे Folay प्रक्रियेच्या माध्यमातूनच तयार केले जातात.

५७) टीव्हीवरील आवाज आणि प्रेक्षक

प्रेक्षकांचं लक्ष वेधून घेणं हे टीव्हीवरील आवाजाची सगळ्यात पहिली आणि सगळ्यात महत्त्वाची उपयुक्तता होय. चित्रपटगृहात जसा चित्रपट पाहिला जातो तशी टीव्हीची परिस्थिती नसते; कारण चित्रपटगृहात सिनेमा पाहताना प्रेक्षकांचं लक्ष हे फक्त चित्रपटाकडे असतं. मात्र टीव्ही हा घरात असतो, त्यामुळे घरातील इतर सर्व घडामोडी आजूबाजूला चालू असताना पूर्णपणे टीव्हीकडे लक्ष देणं प्रेक्षकाला शक्य होत नाही. त्यामुळे जरी प्रेक्षक प्रत्यक्ष दृश्य पाहत नसला, तरी तो आवाजाच्या

माध्यमातून टीव्हीशी जोडलेला राहतो. त्यामुळे प्रेक्षकाला टीव्हीशी खिळवून ठेवणे हे आवाजाचं सगळ्यात महत्त्वाचं कार्य असतं.

टीव्हीवरील आवाजाची तीव्रता फक्त वाढली म्हणजेच प्रेक्षकाचं टीव्हीकडे लक्ष पुन्हा वळतं असं नाही, तर क्रिकेट स्पर्धा टीव्हीवर सुरू असताना जरी प्रेक्षक टीव्हीसमोर नसला, तरी क्रीडांगणावर प्रत्यक्ष स्पर्धा पाहत असणाऱ्या प्रेक्षकांचा आवाज उंचावला की, खेळात काहीतरी लक्षवेधी घडलंय हे टीव्हीसमोर नसणाऱ्या प्रेक्षकाला लगेचच कळतं आणि तो नेमकं काय झालंय हे पाहायला टीव्हीसमोर येतो. किंवा स्वयंपाक करताना आपल्या आवडत्या मालिकेमध्ये काहीतरी गंभीर घडल्याचं संगीत वाजतं, तेव्हा मात्र स्वयंपाकघरातील पावलं आपोआप टीव्हीसमोर येऊन थांबतात. त्यामुळे रिक्षा थांबवण्यासाठी रिक्षावाल्याचं लक्ष वेधून घेण्यासाठी जसं आपण रिक्षावाल्याच्या दिशेने जोरात आवाज देतो, तसंच प्रेक्षकाचं लक्ष वेधून घेण्यासाठी टीव्हीही सूचक आवाजाचा वापर करीत असतो.

५८) आवाज – दृश्य संबंध

दृश्याबद्दल प्रेक्षकाची समज तयार करणे ही टीव्हीवरील आवाजाची महत्त्वाची उपयुक्तता आहे. आवाज आणि दृश्यांमधील संबंध साधारण तीन प्रकारचे असतात.

१) आवाज आणि दृश्यं एकमेकांना पूरक ठरतात

२) आवाज आणि दृश्यं ही एकमेकांच्या विरुद्ध असतात

३) दृश्यांमधील काही विशिष्ट घटकांवर भर देण्यासाठी आवाजाची मदत होते.

आवाज आणि दृश्य एकमेकांना अत्यंत वेगवेगळ्या प्रकारे पूरक ठरू शकतात. एखाद्या दृश्याचा परिणाम तीव्र करण्यासाठी आवाजाची मदत होते. बहुतांश मालिकांमध्ये जेव्हा एखादी धक्कादायक गोष्ट घडते, तेव्हा त्या धक्क्याची तीव्रता वाढवण्यासाठी संवादांच्या सोबतीला गंभीर संगीत जोडलेलं असतं. त्यामुळे कार्यक्रम पाहणाऱ्या प्रेक्षकालाही आपल्यासमोर काहीतरी गंभीर सुरू आहे असं वाटायला मदत होते. अर्थात अशा प्रकारे आवाज आणि दृश्यं ही काही फक्त गंभीर प्रसंगीच एकमेकांना पूरक ठरतात असं नाही, तर अनेक विनोदी कार्यक्रमांच्या वेळी प्रेक्षकांच्या हसण्याचा आवाज अत्यंत ठळकपणे प्रेक्षकांसमोर आणला जातो, ज्यायोगे आपल्याप्रमाणेच अनेक लोक संबंधित कार्यक्रम पाहून हसत आहेत, असं प्रेक्षकाला वाटतं. क्रिकेटची स्पर्धा सुरू असताना समालोचकाचा आवाज अनेक उत्कंठावर्धक क्षणांना वाढतो, त्यामुळे जेव्हा प्रेक्षकांचा आवाज वाढतो, तेव्हा समालोचकाचा आवाजही वाढतो. खरंतर कोणताही आवाज जिथे पोहोचू शकत नाही अशा खोलीत बसून समालोचन करत असताना समालोचकाला आवाजाची पातळी वाढवण्याची काहीही गरज नसते.

मात्र समालोचकाचा आवाज वाढला की टीव्हीवर स्पर्धा पाहणाऱ्या प्रेक्षकांचा उत्साहही वाढतो, म्हणजे आवाजाची पातळी किंवा प्रकार वाढला की, त्यानुसार प्रेक्षकांचा प्रतिसादही वाढतो. म्हणजेच टीव्हीवरील कार्यक्रमांमध्ये अंतर्भूत असलेला प्रतिसाद आवाजामुळे अधिक अधोरेखित होतो.

प्रत्येक वेळेला आवाज दृश्याला पूरकच ठरतो असं नाही. अनेक वेळा खलनायकाचा दुष्ट हेतू समोर येतो, ते गोड संवादांच्या माध्यमातून. मात्र त्या संवादांच्या वेळी जे पार्श्वसंगीत सुरू असतं, ते मात्र ते संवाद खरे किंवा गोड नाहीत याची जाणीव करून देतात, म्हणजेच संवाद आणि संगीत हे वेगवेगळे अर्थ प्रेक्षकासमोर ठेवतात.

अनेक वेळेला एखाद्या दृश्यातील एक विशिष्ट घटक किंवा विशिष्ट अर्थ प्रेक्षकासमोर ठेवण्यासाठी आवाजाचा वापर केला जातो. ७० च्या दशकातील काही सिनेमांमध्ये एका अंधाऱ्या, निर्मनुष्य, आणि अत्यंत शांत अशा रस्त्याचं दृश्य समोर यायचं. त्यानंतर दूर अंतरावरून बूट घातलेल्या पावलांचा आवाज हळूहळू मोठा होत जायचा, म्हणजेच अंधाऱ्या रात्री कुणीतरी गूढ व्यक्ती प्रेक्षक पाहत असलेल्या दृश्याच्या दिशेने हळूहळू येतेय अशी जाणीव प्रेक्षकाला व्हायची. म्हणजे कोणतीही व्यक्ती जरी प्रत्यक्षात दिसत नसली, तरी फक्त आवाजाच्या माध्यमातून रहस्यात्मक अर्थ प्रेक्षकांपर्यंत पोहोचवण्याची ही किमया असे. बऱ्याचशा टीव्ही मालिकांमध्येसुद्धा अशा प्रकारे आवाज आणि दृश्याची सांगड घातली जाते.

त्यामुळे टीव्हीवरील वेगवेगळ्या कार्यक्रमांमध्ये वेगवेगळ्या गरजांनुसार आवाज आणि दृश्यांची सांगड घालून विशिष्ट अर्थ प्रेक्षकांपर्यंत पोहोचवले जातात.

५९) टीव्हीची अंखंडता आणि आवाज

टीव्ही चा प्रवास हा एका खंडाकडून दुसऱ्या खंडाकडे असा अव्याहतपणे सुरू असतो. एक कार्यक्रम संपला की दुसरा कार्यक्रम त्यानंतर तिसरा, एक जाहिरात संपली की दुसरी जाहिरात, जाहिरातींचा खंड संपला की कार्यक्रमाचा खंड आणि त्यानंतर पुन्हा जाहिराती. टीव्हीवरील हा प्रवास अखंड, अव्याहतपणे सुरू असतो. टीव्हीवरील हे विविध खंड जोडण्यामध्ये आवाजाची भूमिका अत्यंत महत्त्वाची असते.

अव्याहतपणे चालू असणाऱ्या टीव्हीशी प्रेक्षकाला जोडून ठेवण्यासाठी आवाजाची विविध प्रकारे मदत होते. टीव्हीवरील निवेदक असोत किंवा कथात्मक कार्यक्रमांमधील विविध पात्रं असोत, त्यांचं बोलणं आणि त्यांचे संवाद हे कायम प्रेक्षकाच्या समोर काही प्रश्न किंवा रहस्य उपस्थित करून ठेवतात आणि त्यांची उत्तरं मिळणं प्रेक्षकाला आवश्यक वाटतं, आणि त्यायोगे प्रेक्षक हा टीव्हीशी जोडला जातो. थोड्याच वेळात किंवा कार्यक्रमाच्या पुढील भागात या नावाखाली संबंधित कार्यक्रमात पुढे काय

घडणार आहे याची झलक प्रेक्षकांना दाखवली जाते, त्यामुळे त्या कार्यक्रमाची उत्सुकता वाढते आणि प्रेक्षक टीव्हीशी खिळून राहतो.

संवाद हा टीव्हीचा अव्याहत प्रवाह पुढे नेण्यास मदत करणारा आवाजाचा एकमेव प्रकार नाही. संवादाप्रमाणेच संगीतसुद्धा टीव्हीच्या अव्याहत प्रवाहाला पुढे नेण्यासाठी मदत करीत असते. अनेकदा मालिका सुरू असताना दृश्य संपतं, संवाद थांबतात; मात्र त्या दृश्याला दिलेलं पार्श्वसंगीत सुरूच राहतं. हे पार्श्वसंगीत दुसऱ्या दृश्याला जोडण्यास मदत करतं, अनेकदा संगीत आधी सुरू होतं आणि संवाद नंतर सुरू होतात. संगीताचं हे सातत्य दोन दृश्यांना एकत्र जोडतं आणि कार्यक्रम पुढे सुरू राहण्यास मदत होते. मात्र दोन कार्यक्रमांना एकत्र जोडण्यासाठी संगीताचा अशा प्रकारे सहसा वापर केला जात नाही, दोन जाहिरातींना किंवा जाहिरात आणि कार्यक्रमाचे खंड यांना एकत्र जोडण्यासाठीसुद्धा अशा प्रकारे संगीताचा वापर केला जात नाही. कारण हे वेगवेगळे कार्यक्रम आहेत हे प्रेक्षकांना समजावं असा प्रत्येक कार्यक्रम प्रकाराच्या निर्मात्याचा प्रयत्न असतो. त्यामुळे संगीत हे एका कार्यक्रमातील वेगवेगळ्या भागांना जोडतं, मात्र विविध कार्यक्रमांना जोडण्यासाठी प्रामुख्याने संवादाची मदत घेतली जाते.

टीव्हीचा अव्याहत प्रवाह सुरू ठेवण्यात संगीत आणखी एक प्रकारे मदत करते आणि ते म्हणजे शीर्षक गीत किंवा शीर्षक संगीत. शीर्षक गीत कानावर आलं तरी नेमका कोणता कार्यक्रम सुरू होणार आहे याची प्रेक्षकाला जाणीव होते. टीव्हीवरील अनेक बातम्यांच्या वाहिन्यांमधील वेगळेपण ती वाहिनी प्रत्यक्ष पाहत नसला, तरी प्रेक्षकाला फक्त त्याच्या शीर्षक संगीतावरून कळतं. त्यामुळे टीव्हीवर नेमकं काय सुरू आहे याच्याशी प्रेक्षकाला जोडून ठेवण्यात संगीत महत्त्वाची भूमिका बजावतं.

६०) आवाज आणि सातत्यता

जागा आणि वेळविषयक सातत्य राखून ठेवण्यात आवाजाची महत्त्वाची मदत होते. टीव्हीवर अव्याहतपणे सुरू असलेले सर्वच कार्यक्रम हे थेट प्रक्षेपित होत नसतात. प्रामुख्याने कथात्मक कार्यक्रम तर कायमच आधी चित्रित करून मग संपादन करून प्रेक्षकांसमोर आणले जातात. अशा वेळी या कार्यक्रमातील वेगवेगळ्या भागांना अर्थपूर्ण पद्धतीने एकत्र जोडण्यासाठी त्यातील जागा आणि वेळ यांच्यातील सातत्य राखण्याचं काम हे प्रामुख्याने आवाजाच्या माध्यमातून पार पाडलं जातं. टीव्हीवरील कथात्मक कार्यक्रम हे प्रदर्शित होत असताना जरी जागा आणि वेळविषयक सातत्य पाळत असले, तरी त्यांतील विविध दृश्यं ही वेगवेगळ्या वेळी चित्रित केलेली असतात आणि त्यामुळेच त्यांना एकत्र जोडण्यासाठी संवाद, संगीत आणि भवतालचा

आवाज हे सगळे अत्यंत महत्त्वाची भूमिका पार पाडतात.

दोन पात्रांमधील संवाद जेव्हा सुरू असतात, तेव्हा एका पात्राचा संवाद संपला की दुसरं पात्र बोलायला सुरू करतं. मात्र संपादन करताना एक पात्र बोलायचं थांबलं की त्याचं वाक्य संपल्यावर लगेचच दृश्य कापलं जात नाही. कारण तसं केलं तर दृश्य कापून दुसऱ्या पात्राचं बोलणं सुरू होण्याचा काळ याच्यामध्ये काही क्षण लागतील आणि प्रत्यक्ष दोन पात्रांमधलं बोलणं मात्र असं थांबून नाही, तर अखंड होत असतं. त्यामुळे पहिल्या पात्राचं वाक्य पूर्ण होण्याआधीच दृश्य थांबवून दुसऱ्या पात्राचा चेहरा समोर आणला जातो. म्हणजे संवाद संपण्याआधीच दृश्य बदलतं. याचाच अर्थ संवाद हा दोन दृश्यांना एकत्र बांधण्याचं काम करत असतो.

संगीत आणि भवतालचा आवाज हेसुद्धा दोन दृश्यांमधील सातत्य कायम राखण्यासाठी मदत करतात. दोन वेगवेगळ्या वेळांना एकत्र बांधण्याचं काम संगीत करतं आणि त्यामुळेच कुठेही सातत्य नसणाऱ्या दोन दृश्यांना एकत्र आणण्यासाठी संपादनाच्या वेळी संगीताचा वापर केला जातो. भोवतालचा आवाज हादेखील वेळ आणि जागेचं सातत्य राखण्यात अशीच मदत करतो. म्हणजे समजा एखाद्या उपाहारगृहात कार्यक्रमाचा बराचसा भाग चित्रित केला जातोय. अशा वेळी वेगवेगळ्या कलाकारांचा समावेश असलेली वेगवेगळी दृश्यं ही एकाच वेळी चित्रित केली जात नाहीत. त्यामुळे वेगवेगळ्या वेळी चित्रित केलेली ही दृश्यं एकामागोमाग एक घडली आहेत हे दाखवण्यासाठी आवाज ध्वनिमुद्रित करणारे तंत्रज्ञ हे एकदाच भवतालचा आवाज ध्वनिमुद्रित करून ठेवतात आणि वेगवेगळ्या दृश्यांना एकत्र जोडण्यासाठी याच आवाजाचा वापर केला जातो. भवतालचा आवाज कायम सारखा येत असल्याने सर्व दृश्यं ही एकाच ठिकाणी आणि एकाच वेळी घडल्याचा भास प्रेक्षकासमोर निर्माण करणं संपादकाला सहज शक्य होतं.

बहु- कॅमेरा निर्मिती पद्धतीने जेव्हा गेम शो किंवा रिआलिटी शो चित्रित केले जातात तेव्हा टाळ्यांचा किंवा हसण्याचा आवाज एकदाच ध्वनिमुद्रित केला जातो आणि मग कोणत्याही भागात त्या आवाजाच्या साहाय्याने प्रसारण-कक्षातील प्रेक्षक आणि रंगमंच यांना एकत्र जोडलं जातं. म्हणजे एखाद्या कलाकाराने सादरीकरण केलं किंवा योग्य उत्तर दिलं की लगेचच टाळ्या वाजवणारे प्रेक्षक दाखवावेच लागतील असं नाही, तर टाळ्यांच्या फक्त आवाजानेसुद्धा ते प्रेक्षक समोर बसले आहेत आणि प्रतिसाद देत आहेत असा भास निर्माण करणं शक्य होतं.

६१) आवाजाचे गुणधर्म

आवाजाचे तीन महत्त्वाचे गुणधर्म आहेत.

Loudness of volume - आवाज किती जोरदार किंवा हळू आहे. आवाज किती जोरदार आहे किंवा हळू आहे यावरून तो आवाज नेमका काय अर्थ व्यक्त करू पाहतोय हे ठरतं. आवाज जितका मोठा येईल तितका त्याचा परिणाम जास्त असेल. अर्थात फक्त अधोरेखित करण्यासाठीच आवाजाचा हा गुणधर्म टीव्हीमध्ये वापरला जात नाही. आवाज किती मोठा आहे यावरून अंतराचा अंदाज बांधता येतो. आवाज जर खूप जास्त असेल तर याचा अर्थ ज्या घटनेसंदर्भात आवाज आहे ती घटना खूप जवळ अंतरावर घडते आहे आणि याउलट आवाज हळू असेल तर घटना काही अंतरावर घडते आहे. अर्थात जोरदार ते हळू किंवा उलट असा आवाजाचा प्रवास होतो, तेव्हा त्यातूनही काही महत्त्वाचे अर्थ प्रतीत होतात. म्हणजे समजा एखादा प्रसंग सुरू असेल आणि संवादांच्या त्याचप्रमाणे पार्श्वसंगीताच्या आवाजाची पातळी सामान्य असेल आणि अचानक जर ती वाढली तर एखादी धक्कादायक घटना घडलेय याची लगेचच जाणीव होते. याउलट एखाद्या प्रसंगामध्ये जर जोरदार आवाजात सुरू असलेले संवाद थांबतात आणि मग त्यानंतर हळू आवाजात संवाद आणि संगीत सुरू होतं, तेव्हा नेमकं काय सुरू आहे आणि घटना कोणत्या दिशेने जाते आहे याचा अंदाज प्रेक्षकाला बांधता येतो.

Pitch - म्हणजे आवाजाची पातळी किती उच्च किंवा नीचतम आहे. वरच्या पातळीवरचा आवाज म्हणजे स्त्रीचा आवाज व खालच्या पातळीवरच्या आवाज म्हणजे पुरुषी आवाज असाही अर्थ अनेकदा लावता येतो. अचानक घडणाऱ्या घटना किंवा आश्चर्यकारक घटना यांच्यासाठी बरेचदा उच्च पातळी वापरली जाते, तर सामान्य घटनांसाठी नीचतम पातळी वापरली जाते. अर्थात हे नियम पक्के नक्की नाहीत. सर्वच आश्चर्यकारक घटनांसाठी जी आवाजाची पातळी वापरली जाते, ती उच्च नसते. आवाजाच्या विविध पातळ्यांशी संबंधित असलेले अर्थ हे वेळ आणि संस्कृतीनुसार बदलत जातात.

Timbre - संगीत सिद्धांतामधून घेण्यात आलेली ही संकल्पना आहे. आवाजाच्या गुणवत्तेशी संबंधित हा आवाजाचा गुणधर्म आहे. प्रत्येक वाद्यासाठी हा गुणधर्म वेगवेगळा असतो. टीव्हीचा विचार केला तर प्रत्येक व्यक्तीच्या आवाजातील हा गुणधर्म वेगवेगळा असतो आणि कार्यक्रमाच्या, कथेच्या गरजेनुसार कलाकार, दिग्दर्शक वेगवेगळे अर्थ प्रतीत करण्यासाठी या गुणधर्माचा वापर करतात.

प्रकरण अकरा
टीव्हीचा समीक्षात्मक अभ्यास

टीव्हीवरील कार्यक्रमांची निर्मिती ही बहुतांशपणे संबंधित समाज आणि संस्कृती यांच्या अधीन राहून करण्यात आलेली असते, त्यामुळे टीव्हीवर दाखवल्या जाणाऱ्या प्रत्येक कार्यक्रमाचे काही ना काही सामाजिक, राजकीय परिणाम होत असतात. या परिणामांची समीक्षा करायची असेल, तर त्यासाठी टीव्हीवर दाखवल्या जाणाऱ्या मजकुराची समीक्षा होणे हेदेखील गरजेचे असते. या प्रकरणात टीव्हीवरील कार्यक्रमांची केली जाणारी समीक्षा आणि तिची विविध अंगं यांचा संक्षिप्त आढावा घेण्यात आलाय.

६२) टीव्ही समीक्षेची परिमाणं

समीक्षकाने केलेली टीव्हीची समीक्षा ही सांस्कृतिक, समीक्षात्मक, सैद्धांतिक आणि वास्तवात्मक परिमाणावर आधारित असते.

सांस्कृतिक परिमाण– समीक्षकाची निरीक्षणे आणि समीक्षा ही प्रेक्षकाला किंवा इतर अभ्यासकांना संबंधित संस्कृतीतील एकत्रित मूल्य समजून घ्यायला मदत करते का, हा महत्वाचा प्रश्न समीक्षेचं सांस्कृतिक महत्त्व समजून घेताना उपस्थित होतो. संस्कृतीच्या विस्तृत पसाऱ्यात टीव्हीकडे नेमकं कसं पाहावं याला संबंधित अभ्यास मदत करतो का, हा प्रश्नही समीक्षेच्या सांस्कृतिक परिमाणांसंदर्भात विचारला जातो. उदाहरणार्थ एखादा अभ्यास हा टीव्हीवरील विविध कार्यक्रमांमध्ये अस्पष्टपणे दाखवले जाणारे अर्थ हे त्या संस्कृतीतील समाजामधील विविध सामर्थ्यांचं विभाजन नेमकं कसं दर्शवतात याबद्दल असू शकतो. महाराष्ट्रापुरतं बोलायचं झालं तर टीव्हीवरील विविध कार्यक्रमांमध्ये जात किंवा लिंग हा मुद्दा नेमका कसा वापरला जातो, यासंबंधीचा अभ्यास महाराष्ट्रातील जाती-आधारित किंवा लिंगाआधारित सामर्थ्याची ओळख करून देऊ शकतो.

समीक्षात्मक परिमाण – संबंधित अभ्यास हा प्रेक्षकाला टीव्हीची कथात्मक

आणि कथाबाह्य मांडणी, चित्रीकरण, संपादन, आवाज यांच्याबाबतीतील समज आणखी समृद्ध करायला मदत करतो का? टीव्हीवर विविध अर्थांची बांधणी नेमकी कशी होते यावर संबंधित अभ्यास आणखी प्रकाशझोत टाकतो का? विविध कार्यक्रमांमध्ये समान असलेल्या कथात्मक आणि चित्रीकरणात्मक घटकांचा अभ्यास हा या संबंधातील एक उदाहरण म्हणून पाहता येईल.

सैद्धांतिक परिमाण : संबंधित अभ्यास हा विशिष्ट सिद्धातांचे विविध पैलू प्रेक्षकाला समजण्यास मदत करतो का? म्हणजे काही समीक्षक हे टीव्हीवरील कार्यक्रमांकडे स्त्रीवाद, किंवा मार्क्सवाद यांच्या संबंधातून कसे पाहता येईल यावर प्रकाशझोत टाकतात. म्हणजे मराठी खासगी मनोरंजनात्मक वाहिन्यांवरील कार्यक्रमांमध्ये गेल्या दशकभरात जे महिलांचं चित्रीकरण केलं गेलंय, त्यात नेमके काय बदल होत आहेत असा एखादा अभ्यास याबाबतीतील उदाहरण ठरू शकतो.

वास्तविक परिमाण – संबंधित अभ्यास प्रेक्षकाच्या रोजच्या जीवनासाठी नेमका कसा महत्त्वाचा ठरू शकतो? आपल्याच कुटुंबातील किंवा समाजातील इतर व्यक्तींशी असलेलं आपलं नातं आपल्याला अधिक चांगल्या पद्धतीने समजावून सांगायला संबंधित अभ्यास मदत करू शकतो का? 'होम मिनिस्टर' या कार्यक्रमामधून समोर येणारे कौटुंबिक संबंध आणि टीव्हीवरील कथात्मक मालिकांमधून समोर येणारे कौटुंबिक संबंध यांच्यात नेमकं काय सारखेपण आहे असा अभ्यास याबाबतीतील उदाहरण ठरू शकतो.

प्रकरण बारा
मजकूर समीक्षा

६३) लेखक सिद्धान्त आणि टीव्ही

Auteur Theory म्हणजेच लेखक सिद्धान्त. Auteur या फ्रेंच शब्दाचा अर्थ आहे Author म्हणजेच लेखक. या सिद्धान्तानुसार कोणतीही गोष्ट जर उत्तम व्हायची असेल, तर त्याला एक आणि फक्त एकच लेखक असावा लागतो. कोणतंही पुस्तक असो, कविता असो किंवा कथा असो त्याला एकच लेखक असतो आणि त्याने लिहिलेल्या किंवा निर्माण केलेल्या कलाकृतीमध्ये त्या लेखकाचं व्यक्तिमत्त्व आणि दृष्टी दिसते. हा सिद्धान्त साधारण एकोणिसाव्या शतकातील लेखक या कल्पनेने प्रेरित होऊन मांडण्यात आलाय. सुरुवातीला साधारण १९५० च्या दशकात फ्रान्समधील चित्रपट समीक्षकांच्या समीक्षेतून हा सिद्धान्त जन्माला आला. ज्यामध्ये चित्रपटाचे निर्माते, दिग्दर्शक, कथालेखक, कलाकार आणि इतर व्यक्ती यांच्याकडे लेखक म्हणून पाहिलं जाऊ लागलं. मात्र लवकरच चित्रपटाचा मूळ सूत्रधार किंवा मूळ लेखक किंवा ज्याच्या कल्पनेतून, ज्याच्या नेतृत्वाखाली कलाकृतीची निर्मिती करण्यात आलीय तो दिग्दर्शकच लेखक म्हणून समीक्षकांच्या लेखणीतून सतत समोर यायला लागला. जेव्हा जेव्हा या सिद्धान्ताची चर्चा होते, तेव्हा साधारण तीन गोष्टींची प्रामुख्याने चर्चा होते, पहिलं म्हणजे एका विशिष्ट कार्यक्रमामध्ये लेखकाचा विषय, कथेची मांडणी, इतर तंत्र, आवाज आणि दृश्यांचा वापर नेमका कसा कसा करण्यात आलाय. दुसरी चर्चा होते ती म्हणजे एकूण संबंधित लेखकाची कारकिर्द, त्याच्या कारकिर्दीत त्याने कशा प्रकारच्या कलेची निर्मिती केली आहे आणि संबंधित कलाकृती त्याला धरून आहे की नाही. तिसरी चर्चा होते ती म्हणजे पैशाने प्रेरित असलेल्या व्यवसायामध्ये लेखक कलेचा अट्टाहास धरतो की नाही. कोणत्याही लेखक सिद्धान्ताने प्रेरित असलेल्या समीक्षकासाठी लेखकाचं व्यक्तिमत्त्व आणि त्याची दृष्टी याने आखून दिलेल्या चौकटीत त्याने तयार केलेल्या कलाकृतीतीतल घटक समजून घेता येतात. तर काही समीक्षक कलाकृतीच्या जोडीलाच मुलाखती आणि चित्रपट जगतात तयार

झालेलं इतर साहित्य यांचा आधार घेतात आणि त्याच जगातील व्यावसायिकांशी थेटपणे संवाद साधण्यासाठी त्याचा वापर करतात. हाच लेखक सिद्धान्त टीव्हीसाठी थेटपणे वापरण्यात मात्र अनेक अडचणी आहेत. सर्वांत महत्वाची अडचण म्हणजे कला, कलाकार यांच्याबद्दलच्या रूढ असलेल्या संकल्पना समकालीन टीव्हीच्या व्यावसायिक आणि सहयोगी वास्तवाशी जुळत नाहीत. कारण टीव्हीवर कथा प्रत्यक्षात प्रेक्षकांपुढे येईपर्यंत फक्त कथालेखकच नाही तर कॅमेरामन, कलाकार, आर्थिक पुरवठादार, तंत्रज्ञ, निर्माता अशा अनेकांचा हातभार लागलेला असतो. किंबहुना त्यांच्या कार्याशिवाय कथा पूर्णत्वास जाऊच शकत नाही. अशा परिस्थितीत फक्त कथालेखकाला किंवा दिग्दर्शकाला संबंधित कथेचा लेखक मानणं शक्य होत नाही. लेखक सिद्धान्त टीव्हीवर वापरण्यात येणारी दुसरी एक महत्त्वाची अडचण म्हणजे विशिष्ट संकेत आणि साच्यांच्या अधीन राहून टीव्हीवरील कथांची निर्मिती होत असल्याने त्यात नावीन्यतेचा अभाव असतो. किंबहुना प्रत्येक वेळेला प्रेक्षकाला नवीन काय द्यायचं हाच टीव्हीसाठी काम करणाऱ्या प्रत्येकासाठीचा सगळ्यात कळीचा प्रश्न असतो. अर्थात साचेबद्ध पद्धतीची सगळीच कामं ही काही सौंदर्याचा अभाव असलेली नसतात. पण तरीही या साचेबद्धतेमुळे लेखक सिद्धान्त हा टीव्हीच्या बाबतीत वापरायला अनेक अडचणी उद्भवतात किंबहुना टीव्हीसाठी त्याची गरजच नाही.

६४) टीव्हीची शैलीत्मक समीक्षा

शैलीत्मक ही संज्ञा भाषिक आणि साहित्यिक समीक्षेतून घेण्यात आली आहे, जी विविध शैलींच्या अभ्यासासंदर्भात वापरली जाते. मात्र टीव्हीच्या बाबतीत ही संज्ञा वापरताना विविध तंत्रांच्या नमुन्यासंदर्भात वापरली जाते. सेट बनविताना वापरलेल्या गोष्टी, चित्रीकरण, संपादन आणि आवाजाच्या विविध रचना यांच्याकडे टीव्हीची शैली म्हणून पाहता येतं. शैलीतज्ज्ञ म्हणजे ती व्यक्ती जी अशा विविध शैलींचा अभ्यास किंवा विश्लेषण करते. टीव्हीच्या शैलींची चार वर्गांत विभागणी करता येते. या चारही प्रकारच्या शैली एकमेकांपासून पूर्णपणे वेगळ्या होऊ शकत नाही, कारण त्या एकमेकांत गुंतलेल्या असतात.

१) विश्लेषणात्मक शैली
२) मूल्यमापनात्मक शैली
३) वैश्लेषिक शैली
४) ऐतिहासिक शैली

मूल्यमापनात्मक शैली तोपर्यंत एखाद्या शैलीचं मूल्यमापन करू शकत नाही, जोपर्यंत त्या शैलीचं वर्णन केलं जात नाही.

वर्णनात्मक शैली म्हणजे अशी पद्धत जी एखाद्या शैलीचं वर्णन करते. शैलीच्या इतर सर्व वर्गवाऱ्या वर्णनात्मक शैलीनंतरच सुरू होतात. कारण शैली नेमकी काय आहे याचं प्रथम वर्णन करणं गरजेचं असतं. टीव्हीच्या शैलीचा अभ्यास करणारे तज्ज्ञ टीव्हीच्या विविध शैलींसाठी विविध शब्द शोधण्याचा सतत प्रयत्न करीत असतात. काही शैलीतज्ज्ञ semiotics चा वापर करून शैलीचं वर्णन करण्याचा प्रयत्न करतात, तर काहीजण आकड्यांचा वापर करून शैलीचं वर्णन करण्याचा प्रयत्न करतात. उदाहरणार्थ दृश्याची लांबी नेमकी किती हे काही तज्ज्ञांसाठी शैली तपासण्याचं माध्यम असू शकतं.

एखाद्या शैलीचं विवेचन करण्याचा प्रयत्न हा विश्लेषणात्मक शैलीचा प्रकार समजला जातो. मात्र त्यासाठी शैलीतज्ज्ञाला संबंधित शैली ही टीव्हीमध्ये नेमकी कोणत्या कारणासाठी वापरली जाते याचं प्रथम विश्लेषण करावं लागतं. उदाहरणार्थ एखादी विशिष्ट प्रकाशयोजना काही विशिष्ट अर्थाने वापरली आहे किंवा एखादं विशिष्ट संगीत प्रेक्षकाला विशिष्ट गोष्ट विकत घेण्यासाठी उद्युक्त करतं का, याचा विचार व्हावा लागतो. ऐतिहासिक शैली म्हणजे जिथे टीव्हीमध्ये वापरलं गेलेलं विविध तंत्रज्ञान, आर्थिक प्रगती, सौंदर्यात्मक संकेत यांच्या अनुषंगाने एका विशिष्ट वेळेसंदर्भात शैलींचं केलं गेलेलं विश्लेषण. उदाहरणार्थ झूम शॉट घेण्याची पद्धत नेमकी कधी विकसित झाली आणि काळानुरूप तिच्या वापराची शैली कशी बदलत गेली याचं विश्लेषण.

६५) टीव्हीवरील कार्यक्रम प्रकार आणि त्यांची समीक्षा

टीव्हीवरील विविध कार्यक्रम प्रकारांचा अभ्यास करताना त्यांचं तीन भागांमध्ये वर्गीकरण केलं जातं. त्यांतील पहिला भाग म्हणजे प्रेक्षकांचा प्रतिसाद. टीव्हीवरील अनेक कार्यक्रम एक विशिष्ट कार्यक्रम प्रकार म्हणून अस्तित्वात येतात, आणि त्यासाठीचा पाया ठरतो तो म्हणजे प्रेक्षकांचा त्या कार्यक्रमांना मिळणारा प्रतिसाद. प्रेक्षक विशिष्ट कार्यक्रमांना काय आणि कसा प्रतिसाद देतात त्यावर आधारित कार्यक्रमांचे प्रकार समीक्षकांकडून तयार केले जातात. अर्थात प्रेक्षकांचा प्रतिसाद मोजायला प्रत्येक वेळेला काही शास्त्रीय पद्धत वापरली जाते असं नाही, तर समीक्षकांचा अंदाज अशा प्रकारचा प्रतिसाद ठरवण्यासाठी पुरेसा मानला जातो. हास्य कार्यक्रम किंवा भीतीदायक कार्यक्रम ही अशा प्रकारच्या कार्यक्रम प्रकारांची दोन उदाहरणे मानता येतील. म्हणजे जो कार्यक्रम पाहून प्रेक्षकांच्या मनात भीती निर्माण होते तो कार्यक्रम म्हणजे भीतीदायक कार्यक्रम. उदाहरणार्थ सोनी टीव्हीवर काही वर्षांपूर्वी प्रसारित होणारा 'आहट', तर जे कार्यक्रम पाहून प्रेक्षक हसू लागतात ते कार्यक्रम म्हणजे हास्य कार्यक्रम. उदाहरणार्थ सोनी टीव्हीवरील 'कपिल शर्मा शो'. प्रेक्षकांचा त्या कार्यक्रमांना मिळणारा प्रतिसाद

ते कार्यक्रम त्या विशिष्ट कार्यक्रम प्रकारात बसणार की नाही हे ठरवतात. हास्यचित्रपटांपेक्षाही टीव्हीवरील हास्य कार्यक्रम अधिक थेटपणे हास्य कार्यक्रम प्रकार म्हणून समोर येतात, कारण टीव्हीवरील अशा कार्यक्रमांध्ये प्रेक्षकांच्या हसण्याचा आवाज (laughing track) आधीच समाविष्ट केलेला असतो. म्हणजे संबंधित कार्यक्रम पाहणाऱ्या इतर अनेक प्रेक्षकांसोबत आपण हसतोय असा भास प्रेक्षकाच्या मनात निर्माण होतो.

कार्यक्रमांच्या समीक्षेसाठी कार्यक्रमांचे त्यांच्या शैलीवर आधारित वर्गीकरणही केले जाते. कार्यक्रमाच्या शैलीवर आधारित त्यांचे वर्गीकरण हा कार्यक्रम प्रकार ठरविण्याचा सगळ्यात सोपा आणि नेहमीचा मार्ग मानला जातो. कार्यक्रमातील विविध घटक कशा पद्धतीने मांडण्यात आलेले आहेत, यावर आधारित कार्यक्रम प्रकार ठरवले जातात. उदाहरणार्थ विविध दृश्यं आणि आवाजाचं तंत्रज्ञान हे कोणत्या शैलीत वापरलं जातं हे त्या कार्यक्रमाला इतर कार्यक्रम प्रकारांपासून वेगळं ठरवतं. काही कार्यक्रमांमध्ये दृश्यं कशी वापरली जात आहेत, यावरून त्या कार्यक्रमाचा प्रकार ठरतो. उदाहरणार्थ, लघुपट. एखाद्या विषयावर माहिती देण्यासाठी तयार करण्यात आलेले लघुपट हे टीव्हीवरील इतर कथात्मक किंवा कथाबाह्य कार्यक्रमांपेक्षा वेगळे दिसतात. याचं कारण म्हणजे हे कार्यक्रम तयार करत असताना, दृश्य चित्रित करताना आणि संपादन करताना एक विशिष्ट शैली वापरली जाते. म्हणजे नॅशनल जिओग्राफीक वाहिनीवरील अनेक कार्यक्रम त्या चॅनेलची खूण न पाहताही सहज ओळखता येतात, कारण त्यांनी कार्यक्रम सादर करण्यासाठी एक विशिष्ट शैली विकसित केली आहे. यामध्ये प्रामुख्याने लघुपटात बोलणारी माणसे नेमकी कशा पद्धतीने कॅमेरात चित्रित केली जातील, त्यांच्या शरीराचा नेमका कोणता भाग कशा पद्धतीने कॅमेरामध्ये चित्रित होईल याची परिमाणं ठरलेली असतात. त्यामुळे हे लघुपट एका विशिष्ट शैलीने बांधले गेल्याचं लक्षात येतं.

कार्यक्रमांची समीक्षा ही कार्यक्रमांतील विषयांवर आधारितही केली जाते. कार्यक्रमात नेमका कोणता विषय मांडण्यात आलाय आणि त्याचं स्वरूप काय आहे यांच्यावर आधारित कार्यक्रमांचं वर्गीकरण ठरतं. म्हणजे कार्यक्रमात मांडण्यात आलेले विषय हे कथात्मक आहेत की कथाबाह्य हा कार्यक्रम प्रकार ठरविताना वापरला जाणारा महत्त्वाचा विषय प्रकार आहे.

६६) टीव्ही आणि चिन्हशास्त्र

चिन्हांचा अभ्यास करण्यासाठी विकसित झालेलं शास्त्र म्हणजे चिन्हशास्त्र. टीव्हीची समीक्षा करताना चिन्हशास्त्र समजून घेणं महत्वाचं असतं. या शास्त्राच्या

विविध अभ्यासकांनी केलेल्या अभ्यासानुसार 'चिन्हांकित करणारा' आणि 'चिन्हांकित झालेला' अशा दोन संज्ञा अस्तित्वात आल्या आहेत.

'चिन्हांकित करणारा' म्हणजे अशा खुणा ज्या प्रत्यक्षात अस्तित्वात असतात. म्हणजे एखाद्या वस्तूच्या साहाय्याने बनवलेली एखादी खूण, पथदर्शक दिवे, पडद्यावर अवतरणारी दृश्ये इत्यादी. 'चिन्हांकित झालेला' म्हणजे ती गोष्ट जी चिन्हांकित करणाऱ्याने चिन्हांकित केली आहे. चिन्हांकित झालेली गोष्ट म्हणजे, एखादी वस्तू, एखादी जागा किंवा एखादी कल्पनासुद्धा असू शकते. चिन्हांकिकीकरणाच्या प्रक्रियेमध्ये चिन्हांकित झालेला प्रत्यक्ष अस्तित्वात नसतो, तर चिन्हांकित करणाऱ्याने त्याला प्रेक्षकांच्या किंवा वाचकांच्या समोर आणायचं असतं. या चिन्हांकिकीकरणाच्या प्रक्रियेमध्ये चिन्हांकित करणारा आणि चिन्हांकित झालेला यांच्यामध्ये तीन प्रकारचे संबंध असतात.

अनुक्रमित खुणा – या प्रकारच्या संबंधामध्ये चिन्हांकित झालेल्याच्या प्रत्यक्ष अस्तित्वामुळे चिन्हांकित करणारा अस्तित्वात येतो. वाळूमध्ये उमटलेली माणसाची पावले ही खूण जर उदाहरणादाखल घेतली, तर ते पाऊल म्हणजे चिन्हांकित करणारी गोष्ट आणि ही चिन्हांकित गोष्ट अस्तित्वात येते ती कुणाच्या तरी पावलांमुळे, त्यामुळे माणसाची पावले ही या उदाहरणात चिन्हांकित झालेली गोष्ट.

प्रतिमा खुणा – या प्रकारच्या संबंधांमध्ये चिन्हांकित करणारा हा चिन्हांकित झालेल्याप्रमाणेच दिसतो. उदाहरणादाखल घ्यायचं तर टीव्हीवर दिसणारं एखादं दृश्य. या दृश्यामध्ये टीव्हीमधून येणाऱ्या प्रकाश लहरी आणि ध्वनी लहरी या चिन्हांकित करणाऱ्या असतात, तर टीव्हीमध्ये दिसणारं दृश्य ज्या व्यक्तीचं किंवा जागेचं असतं ती चिन्हांकित झालेली असते. कारण कॅमेऱ्यामध्ये कैद झालेलं कोणतंही दृश्य हे प्रत्यक्ष दृश्याची प्रतिमा असते.

खुणात्मक खुणा – या प्रकारच्या संबंधांमध्ये चिन्हांकित करणारा आणि चिन्हांकित होणारा हे एकमेकांशी जोडले गेलेले असतात, ते सांस्कृतिक संकेतांच्या माध्यमातून. एकाच समाजात राहताना जी माहिती आणि ज्ञान ते एकसारखेपणाने वापरतात त्याच्या आधारे हा संबंध अस्तित्वात येतो. उदाहरणार्थ नाईके या कंपनीची बरोबर ही खूण. ही संबंधित कंपनीच्या उत्पादनाची खूण आहे हे पादत्राणे वापरणाऱ्या किंवा नामांकित कंपन्यांची, उच्च किंमतीची पादत्राणे वापरणाऱ्या लोकांना नक्कीच माहीत असतं. त्यामुळे नाईकेची खूण समोर आली की लगेचच ती खूण नेमकी कशाची हे त्यांना कळतं. मात्र भारतातल्या एखाद्या खेडेगावातील अशिक्षित महिलेसमोर हीच खूण धरली तर तिला या खुणेचा तोच अर्थ अभिप्रेत असेल असं ठामपणे म्हणता

येणार नाही. त्यामुळे ज्या विशिष्ट समाजात किंवा समाजासाठी ती खूण बनवली आहे, त्या विशिष्ट समाजाच्या परिघाबाहेर चिन्हांकित करणारा आणि चिन्हांकित झालेला यांच्यातील संबंध समजला जाईलच असे नाही.

चिन्हशास्त्रामध्ये चिन्ह एकत्रीकरणाचे दोन महत्वाचे मार्ग आहेत ते म्हणजे,

Syntagmatic structure and paradigmatic structure

Syntagmatic structure म्हणजेच वाक्य संरचना. या रचनेमध्ये चिन्ह ही एका सरळ रेषेत आणि विशिष्ट वेळेच्या मर्यादेत जोडली जातात. कागदावर लिहिलेलं एखादं वाक्य जर घेतलं, तर त्यात एक विशिष्ट क्रम मांडलेला असतो आणि तो क्रम त्या वाक्याला एक विशिष्ट अर्थ देतो.

उदाहरणार्थ – छगन कमळ आण

जर या वाक्यातील शब्दांचा क्रम बदलला तर वाक्य बनेल

कमळ छगन आण किंवा आण कमळ छगन

या तीनही वाक्यांमध्ये शब्द तेच वापरले असले तरी त्यांना वेगवेगळा अर्थ आहे. बोलताना किंवा वाचताना यांतील विविध शब्दांवर कसा जोर दिला जातो, त्यावरही या वाक्यांचा अर्थ बदलेल. टीव्हीवरील दृश्यांच्या बाबतीतही हेच सत्य आहे. वेळेवर आधारित सरळ रेषेत दृश्यांची केलेली जुळवाजुळव एक विशिष्ट अर्थ प्रेक्षकांपुढे ठेवते. जर ही जुळवाजुळव चुकली, तर दृश्यांचा पर्यायाने संपूर्ण कार्यक्रमाचा अर्थच बदलेल. म्हणजे जर अपघाताचं दृश्य दाखवण्याआधीच इस्पितळातील दृश्य दाखवलं, तर अपघाताच्या दृश्यांना अर्थ राहणार नाही आणि अचानकपणे आलेल्या इस्पितळातील दृश्यांचा अर्थबोध होणार नाही.

चिन्ह एकमेकांशी अर्थबोध होईल अशा पद्धतीने जोडण्याचा दुसरा मार्ग म्हणजे paradigmatic structure म्हणजेच निदर्शनात्मक संरचना. वाक्य संरचना ही सरळ आडव्या रेषेत होते आणि तिला वेळेचं बंधन असतं, तर निदर्शनात्मक संरचना ही उभ्या रेषेत होते आणि तिला वेळेचं बंधन नसतं. चिन्हांकित करणाऱ्याशी प्रेक्षकाचं किंवा वाचकाचं नातं हे या निदर्शनात्मक संरचनेत जोडलं जातं आणि त्यातूनच प्रेक्षक किंवा वाचक हे त्या चिन्हांकित करणाऱ्याचे अर्थ लावतात. वरील उदाहरणात थोडा बदल केलेले वाक्य असेल.

छगन तळ्यातून कमळ आण.

या वाक्यात छगनला पाण्यात आणि चिखलात जायला सांगण्यात आलंय हा अर्थ अधोरेखित होतो, कारण तळ्यात पाणी असतं आणि पाण्यावर तरंगणारं कमळ खाली चिखलात असतं हे प्रेक्षकाला किंवा वाचकाला माहीत असतं. त्यामुळे छगनला

पोहता येत असेल किंवा पाणी खूप खोल नसेल असेही अनेक अर्थ प्रेक्षकाच्या मनात येऊ शकतात. टीव्हीवरील प्रत्येक दृश्यासंदर्भातही असे अनेक अर्थ प्रेक्षकाच्या समोर येतात. टीव्हीवरील आवाज, रंगमंचरचना यांच्या माध्यमातून या अर्थांची तीव्रता कमी-जास्त केली जाते. मग एखाद्या दृश्यातून निघणारे अर्थ अमर्याद आणि कोणतीही बंधन नसणारे असतात का, असा प्रश्न निर्माण होतो. मात्र समाज आणि संस्कृतीच्या संकेतांना अनुसरून तयार केलेल्या संकेतांच्या अधीनच हे अर्थ प्रेक्षकापर्यंत पोहोचतात. अर्थात हे संकेत आणि संस्कृती हे सतत एकमेकांवर परिणाम करत असतात.

प्रकरण तेरा
चर्चा आणि ओळख

टीव्हीवर दाखवल्या जाणाऱ्या मजकुराबाबत मजकूर बनविणारे आणि पाहणारे नेमका काय विचार करतात याबाबतीतही संशोधन होणे महत्त्वाचे ठरते. या प्रकरणात टीव्हीवरील मजकुराबाबत जे संशोधन केलं जातं त्याच्या संशोधन पद्धतींचा अभ्यास करण्यात आलाय.

६७) टीव्हीवरील मजकूर आणि अर्थबोध

टीव्हीवरील मजकूर हा तो बनवणाऱ्या उपकरणांच्या आधारे अनेक अर्थ आणि अनेक संकेत यांना सांकेतिक स्वरूपात बांधतो असे स्टूअर्ट हॉल याने म्हटले आहे. स्टूअर्ट हॉल याच्या या मांडणीचा अर्थ टीव्ही आणि एकूण प्रसारमाध्यमांमधील मजकुरासंबंधी जे मार्क्सवादी समज प्रचलित करण्यात आले होते, त्याला खोडून काढण्याच्या संदर्भात पाहता येतो. टीव्हीवरील मजकूर बनवण्याची उपकरणे यांचा स्टूअर्ट हॉल यांना अभिप्रेत असलेला अर्थ म्हणजे टीव्हीवरील कार्यक्रम बनवण्यासाठी वापरले जाणारे सर्व घटक. उदाहरणार्थ कार्यक्रम पुरवण्यासाठी पैसे पुरवणाऱ्या संस्था, दिग्दर्शक, लेखक, कलाकार, कॅमेरा आणि इतर तंत्रज्ञान हाताळणाऱ्या व्यक्ती इत्यादी.

काही मार्क्सवादी विचारांच्या अभ्यासकांनी टीव्हीवरील मजकूर बनवण्यासाठीची ही उपकरणे ही फक्त अजिबात लवचीक नसलेली सर्वश्रेष्ठ आणि सत्ताधारी वर्गाच्या विचारांचं पालन करणारी आहेत अशी जी जोरदार टीका केली, त्याला स्टूअर्ट हॉल यांनी संपूर्णपणे नाकारलं. त्यांच्या मते टीव्हीवरील एकाच मजकुराला अनेक अर्थ असतात आणि काही वेळा ते अर्थ विरोधाभासीसुद्धा असतात. अर्थात याचा अर्थ टीव्हीवरील मजकुराचे अर्थ अमर्यादित असतात असे नाही, तर ते विशिष्ट सांस्कृतिक आणि सामाजिक परिघांच्या आधीन असतात. आणि त्या परिघांमध्येही या अर्थांची एक विशिष्ट उतरंड असते, कारण त्या परिघांमधील सर्वच अर्थ ना तर टीव्ही दाखवू शकतो आणि ना अधोरेखित करू शकतो. टीव्हीवरील हे सर्व अर्थ प्रेक्षकांकडून

लावले जातात म्हणजेच टीव्हीने सांकेतिक स्वरूपात जे अर्थ मजकुरात मांडलेले असतात, त्याची प्रेक्षक आपल्या वैचारिकतेनुसार फोड करतो. या सांकेतिक अर्थांचे आपल्या वैचारिकतेनुसार विविध अर्थ लावताना प्रेक्षक साधारण तीन प्रकारांत विभागला जातो.

१) ठळक-श्रेष्ठत्ववादी भूमिका- हा तो प्रेक्षकवर्ग असतो जो सत्ताधारी वर्गाच्या विचारसरणीला पूर्णपणे वाहून घेतलेला असतो आणि टीव्हीवरील मजकूर तो त्याच भूमिकेतून पाहतो. सर्वसाधारणपणे समाजातील आर्थिकदृष्ट्या महत्त्वाच्या व्यक्तींचा या वर्गात समावेश होतो, मात्र अशा प्रकारच्या वर्चस्ववादी किंवा श्रेष्ठत्ववादी वर्गाची पद्धत योग्य आहे असं मानणाऱ्या कामगारवर्गातील काही प्रेक्षकवर्गाचाही यात समावेश होतो.

२) विरोधी भूमिका – हा तो प्रेक्षकवर्ग असतो ज्याला टीव्हीवर वर्चस्ववादी वर्गाकडून सांकेतिक स्वरूपात दिला जाणारा संदेश किंवा मजकूर हा पूर्णपणे परका वाटतो आणि तो त्याला थेट नाकारतो आणि स्वतःच्या समजुतीनुसार संबंधित मजकुराचे अर्थ लावतो. यामध्ये साधारण त्या प्रेक्षकवर्गाचा समावेश असतो ज्याचं वर्चस्ववादी आर्थिक सत्ताधारी व्यवस्थेशी काही देणंघेणं नसतं किंवा ज्याला त्या व्यवस्थेमुळे काहीही लाभ होत नाही. ते संबंधित मजकुराचा अर्थ अत्यंत वेगळ्या पद्धतीने लावतात. साधारण स्थलांतरित आणि समाजातील गरीब आणि दुर्लक्षित घटकांचा या प्रेक्षकवर्गात समावेश असतो.

३) तडजोडीची भूमिका – टीव्हीवरील मजकुराचा अर्थ लावताना हीच भूमिका सगळ्यात जास्त महत्त्वाची ठरते. या भूमिकेतील प्रेक्षक टीव्हीवर दाखवल्या जाणाऱ्या मजकुराचे अर्थ लावताना ना त्याच्या पूर्णपणे अधीन होतात आणि ना त्याला पूर्णपणे विरोध करतात. या तडजोडीच्या भूमिकेमुळे जो मुख्य संदेश टीव्हीच्या माध्यमातून पाठवला जातो, त्याला आपली वैचारिक भूमिका मांडण्यासाठी जागा मिळते आणि त्यानंतर अर्थातच वैयक्तिक अनुभवांच्या अधीन राहून ही भूमिका प्रत्येकजण आपापल्या पद्धतीने स्वीकारतो.

६८) एथनोग्राफिक संशोधन पद्धती

टीव्हीवरील विविध घटकांचा अभ्यास करण्यासाठी संशोधक विविध संशोधन पद्धतींचा वापर करतात. स्टूअर्ट हॉल आणि त्यांच्यासोबतच्या अनेक अभ्यासकांनी टीव्ही आणि त्यातून येत असलेले अर्थ यांचा अभ्यास करताना एथनोग्राफीक संशोधन पद्धतीचा वापर केला. या संशोधन पद्धतीचा वापर करून टीव्हीच्या मजकुराकडे तीन अंगांनी पाहिले गेले. त्यातील पहिलं अंग होतं ते म्हणजे प्रत्यक्ष टीव्हीवरील मजकुरामध्ये

समाविष्ट असलेले विविध वैचारिक उपदेश आणि टीव्हीवरील उपकरणांनी निवडलेले-पुरस्कृत केलेले अर्थ यांचा टीव्हीवरील मजकुरांच्या माध्यमातून अभ्यास करणे. दुसरं अंग म्हणजे टीव्ही पाहणारे प्रेक्षक त्या मजकुराचा नेमका कसा अर्थ लावतात याचा अभ्यास करणे आणि तिसरं अंग म्हणजे टीव्हीवरील मजकूर तयार करणाऱ्या कर्मचाऱ्यांच्या, संपादकांच्या माध्यमातून नेमके कोणते उपदेश मजकुरामध्ये समाविष्ट होतात याचा अभ्यास करणे.

अशा प्रकारचा अभ्यास करताना एथनोग्राफीक संशोधक जी वैचारिक मांडणी करतात त्यात साधारण खालील प्रश्नांचा विचार होतो.

१) टीव्हीवर दिसणारे हे उपदेश नेमके कसे निर्माण केले जातात?
२) कोणत्या उपदेशांना इतर उपदेशांआधी प्राधान्य दिलं जातं?
३) अशा प्रकारच्या उपदेशांमुळे कोणतं सामाजिक आणि आर्थिक हित जपलं जात?
४) आणि टीव्हीच्या मजकुरामध्ये लपलेल्या उपदेशांचा आणि टीव्हीच्या मजकुराच्या निर्मात्यांच्या व ग्राहकाच्या उपदेशांचा तसेच कामगारांच्या आणि प्रेक्षकांच्या उपदेशांचा नेमका काय संबंध असतो?

अशा प्रकारचा अभ्यास करीत असताना अभ्यासक अनेकदा प्रत्यक्ष सहभाग आणि निरीक्षण पद्धत वापरतात आणि टीव्हीचा मजकूर तयार करणाऱ्या लोकांसोबत किंवा प्रेक्षकांसोबत ते काम करीत असताना किंवा टीव्ही पाहत असताना उपस्थित राहतात आणि निरीक्षण करतात. तंत्रज्ञानाचा प्रसार होत असतानाच्या काळात अशा प्रकारच्या अभ्यासासाठी तंत्रज्ञानाची मोठ्या प्रमाणावर मदत होत असते. मात्र अशा प्रकारच्या अभ्यासात काही मर्यादा आहेत. टीव्हीसाठी मजकूर तयार करणारे लोक सहसा अभ्यासकांना आपल्या रोजच्या कामात एका ठरावीक मर्यादेपलीकडे सहभागी होऊ देत नाहीत. टीव्हीच्या मजकुराबद्दल एकूणच नकारात्मक मते व्यक्त केली तर भविष्यात इतर माध्यममालकांच्या रोषाला सामोरे जाण्याचा धोका टीव्हीमध्ये काम करणाऱ्या बहुतांश लोकांना जाणवतो.

टीव्हीसाठी मजकूर तयार करणाऱ्यांची जसजशी पदोन्नती होत जाते, तसतसं त्यांना गाठणं अभ्यासकांना अधिकाधिक कठीण होतं आणि त्यामुळेच अशा प्रकारच्या एथनोग्राफीक अभ्यासकांना अनेक मर्यादांचा सामना करावा लागतो.

६९) टीव्ही आणि बहुराष्ट्रीय कपंन्यांची मालकी

टीव्ही या माध्यमाचा अभ्यास करणाऱ्या मॅकेन्झी आणि त्याच्या सहकाऱ्यांसारख्या अभ्यासकांच्या मते मार्क्सवाद हा विसाव्या शतकात पुन्हा एकदा

अवतरला मात्र काहीशा वेगळ्या स्वरूपात. या अभ्यासकांच्या मते एकोणिसाव्या शतकाप्रमाणेच विसाव्या शतकातही समाजातील आर्थिक व्यवस्थाच टीव्हीवरील वैचारिकता किंवा उपदेश नेमके कसे आणि काय असतील ते ठरवतात, मात्र या व्यवस्था मार्क्सच्या भांडवलशाहीपेक्षा पूर्णपणे वेगळ्या पद्धतीने काम करतात. यातला सगळ्यात महत्त्वाचा घटक म्हणजे बहुराष्ट्रीय कंपन्या. विसाव्या शतकातील बहुतांश माध्यमांच्या दोऱ्या या अशा बहुराष्ट्रीय कंपन्याच्याच हातात आहेत. एकोणिसाव्या शतकात माध्यमांतील विविध विभाग एकमेकांपासून स्वतंत्र होते. म्हणजे पुस्तके छापणारी कंपनी वृत्तपत्रे चालवीत नव्हती आणि रेडिओ चालविणारी कंपनी चित्रपट तयार करीत नव्हती. प्रत्येक कंपनी फक्त आपल्या परिघात काम करीत होती. बहुराष्ट्रीय कंपन्यांच्या युगात मात्र परिस्थिती तशी नाही, भारताच्या बाबतीत झी टीव्ही किंवा टाइम्स ऑफ इंडियासारख्या कंपन्यांकडे पाहिलं तर जवळपास कोणतंच माध्यम त्यांच्या परिघातून सुटलेलं नाही हे पाहायला मिळतं.

विसाव्या शतकाच्या शेवटी शेवटी तर या बहुराष्ट्रीय कंपन्यांनी माध्यम असं एकूण परीघही ओलांडलं. स्टील क्षेत्रात असलेली कंपनी जर एखादं टीव्ही चॅनल चालवत असेल तर आता नवल वाटत नाही, म्हणजेच विविध क्षेत्रांत काम करणाऱ्या कंपन्यांनी माध्यमांना आपल्या कवेत घेतलं. आणि बहुराष्ट्रीय कंपन्यांच्या रचनेतलं आणखी एक परिमाण म्हणजे आंतरराष्ट्रीय स्वामित्व हक्कांच्या सुटसुटीतपणामुळे एकाच कंपनीचा विविध देशांतील प्रवास सुकर झाला. म्हणजेच एका देशात स्थापन झालेल्या कंपनीने इतर देशांमधील माध्यमांमध्येही काम करण्याची झालेली सुरुवात. स्टार माध्यमसमूह हे याबाबतीतील भारतातलं उत्तम उदाहरण म्हणून पाहता येईल. विसाव्या शतकात झालेल्या या बदलांचा टीव्ही च्या एकूण रचनेवर आणि निर्माण होणाऱ्या नव्या मजकुरावर खूप मोठ्या प्रमाणावर परिणाम झाला. हा परिणाम टीव्हीच्या अभ्यासकांनी साधारण चार अंगांनी अभ्यासलाय.

कमीत कमी बहुराष्ट्रीय कंपन्यांच्या हातात एकवटू लागलेली अधिकाधिक माध्यमे आणि त्याचा होणारा परिणाम.

जागतिकीकरण आणि सांस्कृतिक वसाहतवाद

योजना आणि उपदेश यांच्याबाबतीत लोकांमध्ये होणाऱ्या चर्चेच्या परिघात टीव्हीचा होणारा समावेश

आणि या सगळ्यांसोबत प्रगतिशील होत असलेलं तंत्रज्ञान आणि त्याचा उलटपक्षी एकूण अर्थकारणावर होणारा परिणाम.

या विविध घटकांच्या माध्यमातून बहुराष्ट्रीय कंपन्या या टीव्ही आणि त्याचं एकूण आर्थिक गणित यांच्यावर मोठ्या प्रमाणावर परिणाम करू लागल्या.

जागतिकीकरण, बदलतं तंत्रज्ञान आणि त्याचा टीव्हीवर होणारा परिणाम :

ज्या जागतिक आर्थिक बदलांमुळे टीव्हीचे अधिकार कमीत कमी हातांमध्ये एकवटले, त्याच बदलांमध्ये जागतिकीकरणाची कारणेही दडलेली आहेत. व्यवसाय करण्यासाठी जसजशा देशांच्या सीमा या मर्यादा म्हणून गळून पडल्या, तसतशा मोठमोठ्या कंपन्यांनी राष्ट्रीय सीमा ओलांडायला सुरुवात केली आणि बहुराष्ट्रीय कंपन्या जगाच्या पटलावर उदयास आल्या. मात्र टीव्हीचा अभ्यास करणाऱ्या अभ्यासकांनी जेव्हा या जागतिकीकरणाचे परिणाम तपासायला सुरुवात केली, तेव्हा त्यांनी बहुराष्ट्रीय कंपन्यांच्या विविध उपकरणांची विविध देशांमध्ये विक्री कशी आणि किती वेगाने होते, किंवा सीमोल्लंघनामुळे विकसनशील किंवा अविकसित देशांतील किती लोकांना विकसित देशांत रोजगार उपलब्ध होतो, इतक्याच मर्यादित गोष्टींचा विचार केला नाही, तर जागतिकीकरणाच्या सांस्कृतिक परिणामांचाही विचार करायला सुरुवात केली. जेव्हा एका देशात बनलेला टीव्हीवरील मजकूर दुसऱ्या देशांत पोहोचतो, तेव्हा तो दुसऱ्या देशांतील संस्कृतीवर परिणाम करतो आणि काही वेळेला ती पूर्णपणे बदलण्याचाही प्रयत्न करतो, यालाच सांस्कृतिक वसाहतवाद असंही संबोधलं जातं. जर बाहेरच्या देशांतून आलेल्या टीव्हीवरील मजकुरामुळे एखाद्या देशात तयार झालेला मजकूर बाजूला फेकला जात असेल, तर त्याला जागतिकीकरणाचे दुष्परिणाम म्हणता येतील. मात्र बाहेरून आलेल्या टीव्हीवरील मजकुरामुळे जर एखादी संस्कृतीच बदलली जात असेल, तर मात्र त्याला सांस्कृतिक वर्चस्ववाद म्हणून पाहावं लागेल.

जागतिकीकरण जेव्हा टीव्हीच्या अर्थकारणावर आणि अर्थ तयार करणे आणि उपदेशित करण्याच्या प्रक्रियेवर परिणाम करतात, तेव्हाच दिवसागणिक बदलत जाणारं तंत्रज्ञानही आपला प्रभाव पाडतंय. इंटरनेटच्या माध्यमातून सर्वसामान्य जनांना आपलं मत इतरांसमोर मांडण्याचा एक अत्यंत सोपा आणि स्वस्त पर्याय उपलब्ध झालाय. प्रेक्षकांना सध्या अशी संधी मिळालेय जी टीव्हीने कधीही दिली नव्हती. इंटरनेटमुळे टीव्ही पाहणं कमी होईल का किंवा पूर्णपणे बंद होईल का असे अनेक प्रश्न उपस्थित होतायत, मात्र त्यांना ठोस अशी कोणतीही उत्तर सध्या कोणाकडेही नाहीत; मात्र इंटरनेट आणि टीव्हीचं जे एकत्रीकरण होतंय, त्यामुळे बहुराष्ट्रीय कंपन्यांचं त्याकडे लक्ष नक्की वेधलं जातंय. सतत वेगाने बदलत जाणाऱ्या या तंत्रज्ञानामुळे माहितीचा

प्रसार करणारी ही जी नवी साधनं पुढे येतायत त्यांच्याशी टीव्ही किंवा इतर माध्यमं कशी जुळवून घेतील या महत्त्वाच्या प्रश्नाकडे सध्या अभ्यासकांचं लक्ष लागलेलं आहे आणि या दिशेने जगभरातील संशोधक संशोधनही करतायत.

७०) क्वीर सिद्धांत

Queer या शब्दाचा अर्थ आहे विचित्र. नेहमीच्या अंदाजात किंवा नियमात जे बसवता येत नाही त्यासाठी साधारणपणे हा शब्द वापरला जातो. पाश्चिमात्य देशांत हा शब्द वापरला जातो तो प्रामुख्याने लैंगिकतेच्या संबंधाने. समलिंगी आणि त्यातही समलिंगी पुरुषांना हिणवण्यासाठी हा शब्द वापरला जायचा; मात्र स्त्रीवादाच्या पुरस्कर्त्यांनी स्त्रियांना हिणवण्यासाठी जे शब्द वापरले जायचे, त्यांच्याच आधारे स्त्रीवाद मांडायला सुरुवात केली. तशाच काहीशा अर्थाने queer हा शब्द समलैंगिक, उभयलिंगी आणि लिंगपरिवर्धक यांच्यांसंबंधातील मांडणी करण्यासाठी वापरला जातो. हा सिद्धांत प्रामुख्याने समलिंगी, उभयलिंगी, लिंगपरिवर्धक यांच्या ओळखी आणि त्यांचे संस्कृतीमध्ये दिसणारे प्रतिबिंब यांच्या संदर्भातील चर्चा करण्यासाठी मांडण्यात आला आहे. टीव्हीसंदर्भातील अभ्यास सुरू होण्याच्या बराच काळ आधी चित्रपट आणि साहित्य यांच्या निर्मितिंसंदर्भातच हा सिद्धांत मांडण्यात आला होता, मात्र तरीही त्याचा टीव्हीसंदर्भातील अभ्यासावर फारसा परिणाम झाला नव्हता. १९९० च्या काळात मात्र पाश्चिमात्य टीव्हीवर समलिंगी, उभयलिंगी पात्र दिसू लागली आणि त्यानंतर या सिद्धांताचा टीव्हीवरील मजकूर अभ्यासण्यासाठी वापर व्हायला लागला. स्त्रीवाद सिद्धांताप्रमाणेच क्वीर सिद्धांतसुद्धा व्यक्तीची ओळख कशी निर्माण केली जाते याच्याशी संबंधित आहे, मात्र स्त्रीवाद सिद्धांतामध्ये ही ओळख लिंगाधारित आहे तर क्वीर सिद्धांतामध्ये ही ओळख व्यक्तीच्या लिंगासोबतच लैंगिकताधारित आहे. स्त्रीवाद सिद्धांत जसा समाजातील सत्तारचनेशी संबंधित आहे, तसाच क्वीर सिद्धांतही आहे. लैंगिकतेवर आधारित ओळखींचा विचार करता भारतीय टीव्हीवरील मजकूर अजूनही फारसा 'सामान्य'च्या पलीकडे जाणारा नाही, त्यामुळे अशा प्रकारच्या सिद्धांतावर आधारित अभ्यास टीव्हीच्या बाबतीत तरी फारसा सुरू झालेला नाही.

संदर्भसूची

पुस्तकातील प्रत्येक प्रकरणाबाबत अधिक माहिती हवी असल्यास खालील संदर्भ उपयुक्त ठरतील. टेलिव्हजनचा अभ्यास करणाऱ्या विद्यार्थ्यांसाठी हे संदर्भ विशेष उपयोगी आहेत.

प्रकरण एक

Ellis, J. (1992). *Visible Fictions: Cinema: Television: Video.* Boston: Routlege.

Ellis, J. (2000). *Seeing Things: Television in the Age of Uncetainty.* London: I. B. Taurus.

Fiske, J. (1987). *Television Culture.* New York: Methuen.

Gripsrud, J. (2010). *RElocating Television: Television in the Digital Context.* New York: Routledge.

Hall, S., Hobson, D., Lowe, A.,&Willis, P. (1980). Encoding/Decoding. *Culture, Media, Language.*

Hall, S., Hobson, D., Lowe, A., & Willis, P. (1980). *"Encoding/Decding," in Culture. Media. Language.* London: Hutchinson.

Jenkins, H. (2006). *Convergence Culture: Where Old and New Media Collide.* New York: New York University Press.

Lotz, A. D. (2007). *The Television Will be Revolutionalized.* New York: New York University Press.

Spigel, L., & Olsson, J. (2004). *Telvision after TV: Essays on a Medium in Transition.* Durham, NC: Duke University Press .

Williams, R. (1974). *Television and Cultural Form.* New York: Schocken.

प्रकरण दोन

Brooks, T., & Marsh, E. (1999). *The Complete Directory to Prime Time Network TV Shows.* New York: Ballantine.

Creeber, G. (2001). *The Television Genre Book.* London: British Film Institute .

Ellis, J. (1992). *Visible Fictions: Cinema: Television: Video.*Boston: Routlege.

Kosloff, S. (1992). Narrative Theory and Television.In R. C. *Allen,Channels of Discourse, Reassembled.* Chapel Hill, NC: University of North Carolina, Press.

Kristin, T. (2003). *Storytelling in Film and Television.* Cambridge, MA: Harvard University Press.

Lacey, N. (2000). *Narrative and Genre: Key Concepts in Media Studies.* New York: Palgrve.

Mittell, J. (2004). *Genre and Television: From Cop Shows to Cartoons in American Culture.* New York: Routledge .

White, M. (1986). Crossing Wavelengths: The Diegetic and Referential Iaginary of Ameria Commercial Televison. *Cinema Journal,* 51-64.

प्रकरण तीन

Fiske, J. (1987). Cagney and Lacey: Reading Character structurally and Politically. *Communication* (9), 399-426.

Fiske, J. (1987). *Television Culture.* New York: Methuen.

Masterman, L. (1987). *Television Mythologies: Stars, Shows and Signs.* New York: Routledge.

Murray, S. (2005). *Hitch your Antenna to the Stars: Early Television and Broadcast Stardom.* New York: Routledge.

Rowe, K. K. (Winter 1990). Roseanne: Unruly Woman as domestic goddess. *Screen, 31(4),* 408-419.

Willett, J. (1964). *Brecht on Theatre: The Development of an Aesthetic, edited and translated by John Willett.* New York: Hill and Wang.

प्रकरण चार

Andrejevic, M. (2004). *Realit TV: The Work of Being Watched.* Lenham, MD: Rowman and Littlefield.

Budd, M., Craig, S., & Stainman, C. (2004). *Consuming Environments Television and Commercial Culture.* New Brunswick, New Jercy and London: Rutgers University Press.

Fiske, J. (1987). *Television Culture.* New York: Methuen.

Gaye, T. (1987). Representation and the News Narrative: The web of Facticity. In D. Lazere, *American media and Mass culture: Left Perspectives.* Berkeley: Univrsity of California Press.

Hill, A. (2007). *Restyling Factual TV: Audiences and News, Documentary and Reality Genres.* New York: Routledge.

Hoerschelmann, O. (2006). *Rules of the Game: Quiz Shows and American Culture.* Albany, NY: State University of New York Press .

Jhally, S. (1989). Cultural Studies and the Sports/Media Complex. In A. L. Wenner, *Media. Spots and Society.* Newbury CA: Sage.

Mumby, E. K., & Spitzack, C. (1983). Ideolgy and television news: A metaphoric analysis of political stories. *Central States Speech Journal,* 162-171.

Nichols , B. (1991). Representig Reality: Issues and Concepts in Documentary. *Indiana University Press,* 105-198.

Shook , F., Larson, J., & De Tarsio, J. (2008). *Television Field Production and Reporting, 5th Ed.* Boston: Peason Education .

प्रकरण पाच

Budd, M., Craig, S., & Steinman, C. (1999). *Consuming Environments: Television and Commercial Culture.* New Brunswick, NJ: Rutgers University Press .

Messaris, P. (1997). *Visual Persuation: The Role of Images in Advertising.* Thousand Oaks, CA: Sage.

Seiter, E. (1993). *Sold Separately: Childen and Parents in Consumer Culture.* New Brunswick, NJ: Rutgers University Press.

प्रकरण सहा

Bazin, A. (1967). *What is Cinema? Edited and Translated by Hugh Gray.* Berkeley: University of California Press.

Caldwell, J. T. (2008). *Production Culture: Industrial Reflexivity in Film and Television.* Durham, NC: Duke University Press .

Douglas, P. (2005). *Writing the TV Drama Series: How to Succeed as a Proessional Writer in TV.* Studio City: Michael Wiese Productions.

Gloman, C., & LeTourneau, T. (2000). *Plaicng Shadows: Lighting Techiniques for Video Production.* Boston: Focal PRess.

Millerson, G. (1999). *The Technique of Television Production.* Boston: Focal Press.

Schroeder, A. (2009). *Writing and Producing Television News: From Newsroom to Air.* New York: Oxford University Press.

Zettl, H. (1996). *Television Production Handbook, 6th Ed.* Belmont CA: Wadsworth.

प्रकरण सात

Barnwell, J. (2004). *Production Design: Architect of the Screen.* London: Wallflower.

Brown, B. (1993). *Motion Picture and Video Lightening* (2nd ed.). Boston, Focal Press.

Lury, K. (2005). *Interpreting Television.* London: Hodder Arnold.

प्रकरण आठ

Long, B., & Schenk, S. (2005). *The Digital Filmmaking Handbook* (3rd ed.). Clifton Park, NY: Charles River Media.

Thompson, R., & Bowen, C. J. (2009). *Grammar of the Shot* (2nd ed.). Woburn: Focal Press.

Ward, P. (1996). *Picture Composition for Film and Television.* Woburn: Focal Press.

प्रकरण नऊ

Dancyger, K. (1996). *The Technique of Film and Video Editing, 2nd Edition.* Boston: Focal Press.

Ohanion, T. A. (1998). *Digital Nonlinear Editing: Editing Film and Video on the Desktop.* Boston: Focal Press.

Silbergleid, M.,&Pescatre , M. J. (2000). *Guide to Digital Television.* New York: Miller Freeman PSN.

प्रकरण दहा

Bordwell, D., Staiger, J.,&Thompson, K. (1985). *The Classical Hollywood Cinema: Film Style and mode of Production to 1960.* New York: Coloumbia University Press.

Donnelly, K. J. (2005). *The Spectre of Sound: Music in Film and Television.* London: BFI.

Ellis, J. (1992). *Visible Fictions: Cinema: Television: Video.* Boston: Routlege.

Hilmes, M. (2008). Television Sound: Why the Silence? *Music, Sound and The Moving Image,* 153-61.

Zettl, H. (1996). *Television Production Handbook, 6th Ed.* Belmont CA: Wadsworth.

प्रकरण अकरा

Allen, C., & Hill, A. (2004). *The Television Studies Reader.* New York: Routledge.

Allen, R. C. (1992). *Channels of Discourse, Reassembled.* Chapel Hill: University of North Carolina Press.

Berg, L. V., Wenner, L. A.,&Gronbeck, B. E. (1998). *Critical Approaches to Television.* Boston: Houghton Mifflin.

Bignell, J. (2004). *An Introduction to Telelevision Studies.* New York: Routledge .

Casey, B., Casey, N., Calvert, B., French , L.,&Lewis, J. (2002). *Television Studies: The Key Concepts.* New York: Routledge.

Corner, J. (1999). *Critical Ideas in Television Studies.* Clarendon Press: Oxford.

Fiske , J. (1987). *Television Culture.* New York: Methuen.

Miller, T. (2002). *Television Studies.* London: BFI.

Miller, T. (2010). *Television Studies: The Basics.* New York: Routledge.

Monaco, P. (2000). *Understanding Society, Culture and Television.* West Port: Praeger.

Turner, G., & Tay, J. (2009). *Television Studies After TV: Understanding Television in the Post-Broadcast Era.* New York: Routledge .

Wasko, J. (2010). *A Companion to Television.* Malden: Wiley-Balckwell.

प्रकरण बारा

Berger, A. A. (2005). *Making Sense of Media: Key texts in Media and Cultural Studies.* Malden: Blackwell.

Bignell, J. (2002). *Media Semiotics: An Introduction* (2nd आ.). Manchester: Manchester Universtiy Press.

Bordwell, D., & Thompson, K. (2009). *Film Art: An Introduction.* New York: McGraw-Hill.

Caldwell, J. T. (2008). *Production Culture: Industrial Reflexivity in Film and Television.* Durham, NC: Duke University Press .

प्रकरण तेरा

Caldwell, J. T. (2008). *Production Culture.* Durham: Duke University Press.

Dahlgren, P. (1995). *Television and the Public Sphere: citiznship. Democracy and the Media.* London: Sage.

Hall, S., Hobson, D., Lowe, A., & Willis, P. (1980). *Culture, Media, Language.* London: Hutchinson.

Hellekson, K., & Busse, K. (2006). *Fan Fition and Fan Communities in the Age of Internet.* Jefferson: McFarland.

Holt, J., & Parren, A. (2009). *Media Industries: History, Theory and Method.Malden:* Blackwell.

Staiger, J. (2005). *Media Reception Studies.* New York: New York University Press.

माध्यम अभ्यास व पत्रकारितेसाठी उपयुक्त डायमंडची इतर पुस्तके

माध्यम अभ्यास व माध्यम समीक्षा

डॉ. संजय रानडे

रु. २००

वास्तव... त्या वास्तवाचा मागोवा घेऊन विषयनिर्मिती करणारे पत्रकार, जाहिरातदार, लेखक, नाटककार, नट, चित्रकार, चित्रपटकार इत्यादी. विषयनिर्मिती करणार्या संस्था, त्यांच्यातील प्रक्रियांवर असलेली आर्थिक, सामाजिक, राजकीय, नैतिक, बंधने आणि शेवटी या विषयांचा उपभोग घेणारे ग्राहक, श्रोते, वाचक, प्रेक्षक इत्यादी या सगळ्यांमधील गुंतागुंत वाढत चालली आहे. यांसोबत माहिती तंत्रज्ञान लोकांच्या हाताला लागले आहे. यामुळे या सर्व प्रक्रियेचे संपूर्ण अर्थकारण बदलले आहे, उद्देश बदलले आहेत, उपयोग बदलले आहेत.

हे सगळे समजून घ्यायचे असेल तर माध्यमांच्या या अनेक पैलूंचा मागोवा, प्रतिमाने आणि अनेक सिद्धान्त तयार करून कसा घेतला गेला, हे समजून घेणे आवश्यक आहे. त्याचबरोबर माध्यमांची समीक्षा कुठल्या कक्षात झाली आहे व पुढे कशी करावी लागेल, याचाही मागोवा घेणे आवश्यक आहे. हे करण्यासाठी लागणारी माहिती देणे हे या पुस्तकाचे प्रयोजन आहे. माध्यमांशी आणि त्यांच्यातील विषयांशी ज्याचा ज्याचा संबंध आहे त्या व्यक्तीला हे पुस्तक उपयोगाचे ठरेल. माध्यमांचा मागोवा घ्यायचा असेल तर त्यासाठीची ही प्राथमिक आणि आवश्यक पायरी आहे.

माध्यम अभ्यासातील प्रमुख संकल्पना

डॉ. संजय रानडे

रु. १५०

कुठल्याही विषयाचा अभ्यास करत असताना त्या विषयातील मूळ संकल्पना, विचार यांची तोंडओळख तरी असणे आवश्यक असते. माध्यम अभ्यासातील मूळ संकल्पना, सिद्धान्त यांची येथे ओळख तर करून दिली आहेच, त्याचबरोबर अधिक माहितीसाठी संदर्भही दिले आहेत. येथे दिलेले शब्द, संकल्पना, सिद्धान्त माध्यम आणि संज्ञापन अभ्यासातील आहेत व यांवर जगभरात भरपूर संशोधन झालेले आहे. यांतील प्रत्येक संकल्पनेचा मागोवा घ्यायचे म्हटले तर तर त्यावर अनेक जण पी.एचडी. करतील.

हे पुस्तक तरुण संशोधक, माध्यम अभ्यासक व पत्रकारांना उपयोगी पडेल. त्याचबरोबर ज्यांना माध्यम व संज्ञापन व्यवस्था व प्रक्रिया यांचे कौतुक व कुतूहल असेल त्यांनाही उपयोगी पडेल.

* 9 7 8 9 3 8 6 4 0 1 6 7 0 *
FCW - #0056 - 061026 - C48 - 216/140/12 - PB - 9789386401670 - Gloss Lamination